ഗ്രീൻ ബുക്സ്

കുഞ്ഞേ നീ കരയാതെ

ഗൂഗി വാ തിയോംഗോ

കെനിയൻ എഴുത്തുകാരൻ, പ്രൊഫസർ, പ്രഭാഷകൻ.
കെനിയയിലെ കാമിരിതൂവിൽ 1938ൽ ജനനം.
വിദ്യാഭ്യാസം: മെക്കരേരേ, ലീഡ്സ് എന്നീ
യൂണിവേഴ്സിറ്റികളിലെ വിദ്യാഭ്യാസത്തിനുശേഷം
യേൽ, ന്യൂയോർക്ക് യൂണിവേഴ്സിറ്റി
എന്നിവിടങ്ങളിൽനിന്നും ഉപരിപഠനം.
കൃതികൾ: The River between, A grain of wheat,
Petals of blood, Wizard of the crow, Home coming,
The Black hermit, Decolonising the mind
പുരസ്കാരങ്ങൾ: സാഹിത്യത്തിനുള്ള ലോട്ടസ് പ്രൈസ്,
നോനിനോ ഇന്റർനാഷണൽ പ്രൈസ്,
ക്രിട്ടിക്സ് സർക്കിൾ അവാർഡ്,
തത്ത്വചിന്തയിൽ സമഗ്രസംഭാവനയ്ക്കുള്ള അവാർഡ്.

വിജയൻ കോടഞ്ചേരി
ഗ്രന്ഥകാരൻ, വിവർത്തകൻ. 1971-ൽ ജനനം.
വിദ്യാഭ്യാസം. ഇംഗ്ലീഷ് സാഹിത്യം,
നിയമം എന്നിവയിൽ ബിരുദം.
മലയാളസാഹിത്യത്തിൽ ബിരുദാനന്തര ബിരുദം.
കൃതികൾ: സോദോം പാപത്തിന്റെ ശേഷപത്രം,
ഒ.വി. വിജയൻ വായന, പുനർവായന (എഡിറ്റർ).
2006ലെ അപ്പൻ തമ്പുരാൻ സാഹിത്യ പുരസ്കാര ജേതാവ്.

നോവൽ
കുഞ്ഞേ നീ കരയാതെ
ഗൂഗി വാ തിയോംഗോ

വിവർത്തനം
വിജയൻ കോടഞ്ചേരി

ഗ്രീൻ ബുക്സ്

green books private limited
gb building, civil lane road, ayyanthole,
thrissur- 680 003, kerala, ph: +91 487-2381066, 2381039
website: www.greenbooksindia.com
e-mail: info@greenbooksindia.com

original title
(english)
weep not, child

malayalam
kunje nee karayathe
by
ngugi wa thiong'o

translated by
vijayan kodencheri

first published december 2018

© Ngugi wa Thiong'o 1964 together with the
following acknowledgement:
This translation of Weep Not, Child is published by
arrangement with PEARSON Education Limited.

branches:
thrissur 0487-2422515
palakkad 0491-2546162
thiruvananthapuram 0471-2335301
calicut 0495 4854662
kannur 0497-2763038

isbn : 978-93-87357-57-0

---

no part of this publication may be reproduced,
or transmitted in any form or by any means,
without prior written permission of the publisher.

GBPL/1051/2018

മുഖക്കുറി

കെനിയൻ ഭരണവർഗ്ഗത്തിന്റെ അനിഷേധ്യഭാഗമാണ് സമ്പന്നരായ ഇന്ത്യക്കാരും യൂറോപ്യന്മാരും. കറുത്ത വരുടെ വിയർപ്പിന്മേലാണ് കുടിയേറ്റക്കാർ ജീവിക്കുന്നത്. കറുത്തവർ പരസ്പരം ചരിദ്രിക്കുകയും കൊല്ലപ്പെടുകയും ചെയ്യുന്ന കെനിയയുടെ അരക്ഷിതാവസ്ഥയാണ് ഈ നോവൽ പശ്ചാത്തലം. കഥാനായകൻ ജൊറോഗയുടെ പ്രതീക്ഷകൾ മാത്രം അവസാനം ബാക്കിയാകുന്നു. ആശാകേന്ദ്രമായ പ്രണയംപോലും അവനിൽനിന്ന് അകന്നുപോകുന്നു. ആഫ്രിക്കൻ ജീവിതാവസ്ഥയെപ്പറ്റി ഓർമ്മിക്കാൻ ഒരു ഉത്കൃഷ്ട രചന.

കൃഷ്ണദാസ്

മാനേജിങ് എഡിറ്റർ

കെനിയയിലെ വിശേഷിച്ച് അവിടത്തെ ഗിക്കുയു ഭാഷ സംസാരിക്കുന്ന പ്രദേശങ്ങളിലെ ഇംഗ്ലീഷുകാരുടെ കുടിയേറ്റവും അതിന്റെ പരിണിതഫലങ്ങളുമാണ് നോവലിന്റെ പ്രതിപാദ്യം. കുടിയേറ്റക്കാർ ആദ്യം ബൈബിൾകൊണ്ടും പിന്നീട് ആയുധം കൊണ്ടും കെനിയൻ മണ്ണിൽ അധിനിവേശം നടത്തി. ഭാഷകൊണ്ടും സംസ്കാരംകൊണ്ടും ഗിക്കുയു വർഗ്ഗക്കാരെ കീഴ്പ്പെടുത്തി. സ്വന്തം മണ്ണിൽ അവരെ കുടിയാന്മാരും അധമജനതയുമാക്കി. മണ്ണ് നഷ്ടപ്പെട്ട ഗിക്കുയു ജനതയ്ക്ക് ഇംഗ്ലീഷ്കാർക്ക് പ്രതിഫലമായി കൊടുക്കേണ്ടിവന്നത് അവരുടെ അദ്ധ്വാനമായിരുന്നു. നഷ്ടപ്പെട്ട മണ്ണ് തിരിച്ചുനൽകുവാൻ ഒരു കറുത്ത മോസസ് വരുമെന്ന് അവർ പ്രത്യാശിക്കുന്നു.

ഗൂഗിയുടെ ജീവിതം പോരാട്ടങ്ങളുടേതാണ്. ഭാഷാപരവും സാംസ്കാരികവുമായ പാശ്ചാത്യ അധിനിവേശങ്ങൾക്കെതിരായ പോരാട്ടമാണ് ഗൂഗി എന്നും നടത്തിക്കൊണ്ടിരുന്നത്. ആദ്യകാലത്ത് ഇംഗ്ലീഷിൽ എഴുതിക്കൊണ്ടിരുന്ന യൂറോപ്പിലേയും അമേരിക്കയിലേയും ലോകപ്രസിദ്ധ യൂണിവേഴ്സിറ്റികളിലെ പ്രശസ്തനായ ഇംഗ്ലീഷ് പ്രൊഫസറും പ്രഭാഷകനുമായ ഗൂഗി ലോകഭാഷയായ ഇംഗ്ലീഷിനെ നിരാകരിച്ച് കാൽ കോടിയോളം ജനങ്ങൾ മാത്രം സംസാരിക്കുന്ന ഗിക്കുയു ഭാഷയിലേക്ക് മാറിയതുതന്നെ അദ്ദേഹത്തിന്റെ രാഷ്ട്രീയനിലപാടായി ഞാൻ കാണുന്നു. ഗൂഗി എന്ന എഴുത്തുകാരനോടും ആക്ടിവിസ്റ്റിനോടുമുള്ള ഇഷ്ടവും ആദരവുമാണ് ഈ വിവർത്തനത്തിന് എന്നെ പ്രേരിപ്പിച്ചത്.

ഏത് ലോകത്തും ഏത് കാലത്തും മനുഷ്യന്റെ ദുഃഖം അസ്തിത്വപരമാണെന്നും നിലനില്പിന്റെ വേദന മൊഴിമാറ്റം ചെയ്യുമ്പോൾ അതിന് സാർവ്വലൗകികമായ ഭാഷ കൈവരുമെന്നും ഒരു വിവർത്തകൻ എന്ന നിലയിൽ ഞാൻ അനുഭവിച്ചു. ഈ കൃതി തർജ്ജമ ചെയ്യാൻ അവസരം നൽകിയ ഗ്രീൻബുക്സിന് നന്ദി.

വിജയൻ കോടഞ്ചേരി

കുഞ്ഞേ നീ കരയാതെ

ആഫ്രിക്കൻ കെനിയയിൽ ഗിക്കുയു വർഗത്തിന്റെ
കഥയാണ് കുഞ്ഞേ നീ കരയാതെ

കഥാപാത്രങ്ങൾ

ജൊറോഗെ
കേന്ദ്രകഥാപാത്രം.
കെനിയയിലെ കുടിയേറ്റക്കാരായ
ന്യോക്കാബിയുടെയും
നുഗോത്തോയുടെയും മകൻ.

നുജേരി
നുഗോത്തോവിന്റെ ആദ്യഭാര്യ

നുഗോത്തോവിന്റെ ആദ്യഭാര്യയിലെ മക്കൾ
ബോറേ, കോറി, കമാവൂ

ജക്കോബ്
കൃഷിയുടമ

ജൂലിയാന
ജക്കോബോവിന്റെ ഭാര്യ

മിഹാകി
ജക്കോബിന്റെ മകൾ.
ജൊറോഗെയുടെ കൂട്ടുകാരി

ലൂസിയ
ജക്കോബോവിന്റെ മകൾ,
അധ്യാപിക

ജോൺ
ജക്കോബിന്റെ മകൻ

ഹൗലാൻഡ്സ്
കുടിയേറ്റക്കാരനായ കൃഷിയുടമ

സ്റ്റീഫൻ
ഹൗലാൻഡ്സിന്റെ മകൻ

കിയാരി, ജോമോ
വിപ്ലവകാരികളായ യുവാക്കൾ

ഇസാക്ക
ജൊറോഗേയുടെ അധ്യാപിക

നിയേരി, മരാംഗാ
ഗ്രാമങ്ങളുടെ പേരുകൾ

ദേദൻ കിമാത്തി
ആഫ്രിക്കൻ വിമോചനസേനയുടെ
നേതാവ്

മൗ മൗ
കെനിയയുടെ വിപ്ലവപാർട്ടിയിൽ
അംഗത്വമെടുക്കുന്നതിനുള്ള
പ്രാർത്ഥന

നുഗാങ്ങ
ബാർബർ

ഗിക്കുയു
കെനിയയിലെ ആദിമനിവാസികൾ

ഗിക്കുയു
കെനിയയിലെ ഭാഷ

ഭാഗം ഒന്ന്

മാഞ്ഞുപോകുന്ന വെളിച്ചം

ഒന്ന്

ന്യോക്കാബി അവനെ വിളിച്ചു. ചെറിയ, ഒരു കറുത്ത സ്ത്രീയായി രുന്നു അവർ. ഗൗരവഭാവം. ജീവൻ തുടിക്കുന്ന, ഊഷ്മളത നിറഞ്ഞ ചെറിയ കണ്ണുകൾ. ഒരു കാലത്ത് അവൾ സുന്ദരിയായിരുന്നുവെന്ന് ആരും സമ്മതിക്കും. എന്നാൽ കാലവും സാഹചര്യങ്ങളും ആ സൗന്ദ ര്യത്തെ ഇല്ലാതാക്കിയിരുന്നു. എങ്കിലും കറുത്ത മുഖത്ത് ഒരു നിറപുഞ്ചിരി അവർ സൂക്ഷിച്ചിരുന്നു.

"നിനക്ക് സ്കൂളിൽ പോകാൻ ഇഷ്ടമാണോ?"

"അതേയമ്മേ." ജൊറോഗെ പറഞ്ഞു. ഇനി അമ്മ ആ വാക്കുകൾ പിൻവലിച്ചേക്കുമോ? അവൻ ഭയന്നു. മുറിയിൽ നിശ്ശബ്ദത നിറഞ്ഞു.

"പാവങ്ങളാണ് നമ്മൾ. നിനക്കതറിയാമല്ലോ?"

"അറിയാം." ഹൃദയമിടിപ്പ് അവന്റെ വാരിയെല്ലുകളിൽ പോലും കമ്പനമുണ്ടാക്കി. ശബ്ദം വിറച്ചു.

"മറ്റു കുട്ടികളെപ്പോലെ നിനക്ക് ഉച്ചഭക്ഷണം കിട്ടില്ല എന്നറിയുമോ?"

"അറിയാം."

"സ്കൂളിൽപ്പോകാൻ മടികാണിച്ച് പിന്നീട് നീയെനിക്ക് മാനക്കേടു ണ്ടാക്കുമോ?"

"ഇല്ല. ഒരിക്കലും ഇല്ല. പോകാൻ അനുവദിച്ചാൽ മാത്രം മതി."

ബാല്യകാല സങ്കല്പങ്ങൾ അവന്റെ മനസ്സിൽ ഒരിക്കൽക്കൂടി വിടർന്നു. തന്റെ സങ്കല്പലോകത്തിൽ മുഴുകി, അതിൽ മാത്രം കുറേ നേരം ജീവിച്ചു. പ്രത്യാശാഭരിതമായ ഭാവി അവനിൽ നിറഞ്ഞു. അവൻ ഉറക്കെ പറഞ്ഞു. "എനിക്ക് സ്കൂളിഷ്ടമാണ്." അവന്റെ വാക്കുകൾക്ക് വേണ്ടത്ര ഒച്ചയുണ്ടായിരുന്നില്ല. എങ്കിലും അവൻ പറഞ്ഞത് അമ്മയ്ക്ക് മനസ്സിലായി. "ശരി, തിങ്കളാഴ്ച തുടങ്ങാം. നിന്റച്ഛന് കൂലികിട്ടിയാൽ നമ്മൾ കടയിൽപോകും. നിനക്ക് ഞാനൊരു ഷർട്ടും ഒരു ജോടി ഷോർട്സും വാങ്ങിത്തരും."

"അമ്മ ഒരു മാലാഖ തന്നെ." അമ്മ ഏതെങ്കിലും മാന്ത്രികന്റെ അടുത്ത് പോയിരുന്നുവോ. അല്ലെങ്കിൽ അവർക്കെങ്ങനെയാണ് തന്റെ കുഞ്ഞിന്റെ രഹസ്യസ്വപ്നം തിരിച്ചറിയുവാൻ കഴിയുക? താനോ, ഒരു കീറ് പരുത്തിത്തുണിയിൽ ദേഹത്തെ പൊതിഞ്ഞുകൊണ്ട് ഇവിടെ ഇരിക്കുന്നു. ജീവിതത്തിൽ ആദ്യമായി തനിക്ക് ഒരു കുപ്പായവും ഷോർട്സും ലഭിക്കാൻ പോകുന്നു.

"അമ്മേ, നന്ദി." അവന് പിന്നെയും എന്തൊക്കെയോ പറയണമെന്നു ണ്ടായിരുന്നു. എന്നാൽ ശക്തമായ വികാരങ്ങളെ വാക്കുകളിൽ ആവി ഷ്കരിക്കാൻ ജൊറോഗെയ്ക്ക് അറിയില്ലായിരുന്നു.

സന്ധ്യയ്ക്ക് കമാവൂ വന്നപ്പോൾ ജൊറോഗെ പറഞ്ഞു.

"കമാവൂ, ഞാൻ സ്കൂളിൽപോകും."

"സ്കൂളിലോ?"

"അതെ."

"ആരാ പറഞ്ഞത്? അച്ഛനാണോ?"

"അല്ല. നമ്മുടെയമ്മ. മൂത്തമ്മ നിന്നോടും ഇതുതന്നെയാണോ പറഞ്ഞത്?"

"അല്ലനിയാ, ഞാൻ ആശാരിപ്പണി പഠിക്കുന്ന കാര്യം നിനക്കറിയാ മല്ലോ. അത് ഒഴിവാക്കാൻ പറ്റില്ല. എന്നാൽ നീ സ്കൂളിൽ പോകുന്ന തിൽ ആഹ്ലാദമുണ്ട്."

"ഞാൻ പോകും. എനിക്ക് സന്തോഷമായി. എന്നാൽ നീയും ഉണ്ടായി രുന്നെങ്കിൽ."

"എന്നെയോർത്ത് വിഷമിക്കരുത്. എല്ലാം നേരെയാകും. നീ പഠി ക്കണം. ഞാൻ ആശാരിപ്പണി പഠിക്കും. എന്നിട്ട് ഭാവിയിൽ നമ്മുടെ വീട്ടിലെ എല്ലാവർക്കും താമസിക്കാൻ പറ്റുന്ന പുതിയ ഒരു വീട് ഉണ്ടാക്കും."

"അങ്ങനെയോ." ജൊറോഗെ ആലോചിച്ചുകൊണ്ട് പറഞ്ഞു.

"അതുതന്നെയാണ് എനിക്കു വേണ്ടത്. ഹൗലാൻഡ്സിന്റെ അത്ര തന്നെ സമ്പന്നനാണ് ജാക്കോബോ. അയാൾക്ക് നല്ല വിദ്യാഭ്യാസം ലഭിച്ചിട്ടുണ്ട്. അതുകൊണ്ടാണ് ഓരോരുത്തരും അവരുടെ കുട്ടികളെ സ്കൂളിലയയ്ക്കുന്നത്. അവർക്ക് വിദ്യാഭ്യാസത്തിന്റെ വില എന്താണെ ന്നറിയാം."

"പക്ഷേ, ചിലർ പഠിക്കണം. മറ്റുള്ളവർ ഓരോരോ തൊഴിലുകളും പഠിക്കണം."

"എന്നാലും നമുക്കിരുവർക്കും പഠിക്കാനും ജോക്കോബോവിന്റെ മൂത്തമകൻ ജോണിനെപ്പോലെയാകാനും കഴിഞ്ഞെങ്കിൽ എന്ന് ഞാനാ ശിക്കുകയായിരുന്നു. എങ്കിലെത്ര സുഖമായിരുന്നു? അവന്റെ കെനിയ യിലെ പഠിത്തമെല്ലാം കഴിഞ്ഞു. നാട്ടുകാർ പറയുന്നത് അവൻ ദൂരെ യെങ്ങോ പോവുകയാണെന്നാണ്."

"ഇംഗ്ലണ്ടാണോ?"

"അല്ലെങ്കിൽ ബർമ്മ."

"ഇംഗ്ലണ്ടും ബർമ്മയും ബോംബെയും ഇന്ത്യയും എല്ലാം ഒരുപോലെയാണ്. കടൽ കടന്നാലേ അവിടെയൊക്കെ എത്താൻ പറ്റൂ."

"ഹൗലാൻഡ്സ് വരുന്നത് അവിടെനിന്നാണോ?"

"അതെ."

"പഠിപ്പിന്റെ നാടായ ഇംഗ്ലണ്ട് വിട്ട് അയാളെന്തിനാണാവോ ഇവിടെ വന്നത്? ആളൊരു വിഡ്ഢിയായിരിക്കണം."

"വെള്ളക്കാരന്റെ മനസ്സറിയാൻ വലിയ പാടാണ്."

നാടിന് കുറുകെ പോകുന്ന ഒരൊറ്റ റോഡു മാത്രമേ അവിടെയുണ്ടായിരുന്നുള്ളൂ. നീളവും വീതിയും കറുത്ത ടാറിന്റെ തിളക്കവുമുള്ള നല്ല റോഡായിരുന്നു അത്. വേനലിൽ അതിലൂടെ കടന്നുപോകുമ്പോൾ മുമ്പിൽ കൊച്ചു തടാകങ്ങൾ ഉള്ളതുപോലെ തോന്നും. എന്നാൽ അടുത്തെത്തുമ്പോൾ അവ മാഞ്ഞില്ലാതാകും. അല്പം മുന്നിലായി അവ വീണ്ടും പ്രത്യക്ഷപ്പെടും. ചിലർ അതിനെ ചെകുത്താന്റെ ജലാശയങ്ങളെന്നാണ് വിളിക്കുന്നത്. കാരണം അവ നമ്മെ ചതിക്കുന്നു. വരണ്ട തൊണ്ടയെ അവ കൂടുതൽ വരണ്ടതാക്കുന്നു. ആ പാതയ്ക്ക് തുടക്കമോ ഒടുക്കമോ ഇല്ലായിരുന്നു. അതിനെക്കുറിച്ചൊന്നും അറിയാത്തവരാണ് മിക്കവരും. നിങ്ങൾ അതിനെ പിന്തുടർന്നാൽ നിങ്ങളെ അത് വലിയ നഗരത്തിൽ എത്തിക്കുമെന്നറിയാം. അവിടെവിട്ട് അതിനുമപ്പുറത്തേക്ക് അജ്ഞാത ഭൂമികളിലൂടെ യാത്ര തുടർന്നാൽ ഒരുവേള കടലിൽ ചെന്നു ചേരുന്നുവെന്നുമറിയാം.

ആ പാത ഉണ്ടാക്കിയത് ആരാണ്? വെള്ളക്കാരുടെ കാലത്ത് ഉണ്ടാക്കിയതാണെന്ന ഒരു കിംവദന്തിയുണ്ട്. ചിലർ പറയുന്നത് മഹായുദ്ധകാലത്ത് ഇറ്റാലിയൻ തടവുകാരാണ് അവയുടെ പുനർനിർമ്മാണം നടത്തിയതെന്നാണ്. മഹായുദ്ധം എത്ര വലുതായിരുന്നുവെന്ന് ജനങ്ങൾക്ക് അറിയില്ല. കാരണം വിമാനങ്ങളും വിഷവും തീയും ബോംബും കൊണ്ടുള്ള യുദ്ധം അവർ കണ്ടിരുന്നില്ല. അതും ആകാശത്തുനിന്നും വർഷിച്ചാൽ ഒരു രാജ്യത്തെ തന്നെ നശിപ്പിക്കാൻ ശേഷിയുള്ള ബോംബുകൾ. അതൊരു വലിയ യുദ്ധമായിരുന്നു എന്ന കാര്യം ഉറപ്പാണ്. കാരണം അത് ബ്രിട്ടീഷുകാരിൽ പരിഭ്രമമുളവാക്കി. അവർ പ്രാർത്ഥിച്ചു. യുദ്ധത്തിന് പോയ നാടിന്റെ കറുത്ത മക്കളും പറഞ്ഞു; അതൊരു വലിയ യുദ്ധമായിരുന്നുവെന്ന്. അതിനും മുമ്പ് ഒരിക്കൽ മറ്റൊരു വലിയ യുദ്ധമുണ്ടായിരുന്നു. കറുത്ത വർഗ്ഗക്കാരെ ആക്രമിക്കുമെന്നും അവരെ അടിമകളാക്കുമെന്നും. ഭീഷണിപ്പെടുത്തിയ ജർമ്മൻകാരെ തുരത്താൻ വേണ്ടിയുള്ളതായിരുന്നുവത്രെ ആദ്യത്തെ യുദ്ധം; അഥവാ കറുത്തവരോട് അങ്ങനെയാണ് പറഞ്ഞിരുന്നത്. എന്നാൽ ആ യുദ്ധം വളരെ മുമ്പാണ്

നടന്നത്. അതും ഏറെ ദൂരെയായി. വൃദ്ധരും മധ്യവയസ്കരും മാത്രമേ അതോർക്കുന്നുള്ളൂ. ആദ്യത്തെ യുദ്ധം രണ്ടാമത്തേതിനോളം വലുതായിരുന്നില്ല. അന്ന് ബോംബൊന്നും ഉണ്ടായിരുന്നില്ല. കറുത്ത മക്കൾ അന്ന് യുദ്ധത്തിനായി ഈജിപ്തിലേക്കോ ബർമ്മയിലേക്കോ പോയിരുന്നുമില്ല.

ആ നീണ്ട പാതയുണ്ടാക്കിയ ഇറ്റാലിയൻ തടവുകാർ അവിടെ ചിലതൊക്കെ അവശേഷിപ്പിച്ചിട്ടാണ് സ്ഥലം വിട്ടത്. അവർ ഇവിടുത്തെ കറുത്ത സ്ത്രീകളുമായി സമ്പർക്കം പുലർത്തി. കറുത്ത സ്ത്രീകൾക്ക് വെളുത്ത കുട്ടികൾ ഉണ്ടായി. കറുത്ത സ്ത്രീകളിൽ ഇറ്റാലിയൻ തടവുകാർക്ക് ഉണ്ടായ വെളുത്ത കുട്ടികൾ ശരിക്കും 'വെള്ളക്കാരാ'യിരുന്നില്ല. അവർ വിരൂപരും മേലാകെ, പ്രത്യേകിച്ചും വായയ്ക്ക് ചുറ്റും ചെറിയ വ്രണങ്ങൾ ഉള്ളവരും ആയിരുന്നു. അതുകൊണ്ടുതന്നെ അവരെ എല്ലായ്പ്പോഴും ഈച്ചകൾ പിന്തുടർന്നു. ചിലർ പറയുന്നത് ഇതൊരു ശിക്ഷയാണെന്നാണ്. തങ്ങളെ ഭരിക്കുകയും തങ്ങളോട് മോശമായി പെരുമാറുകയും ചെയ്ത വെള്ളക്കാരുമായി കറുത്ത സ്ത്രീകൾ ശയിക്കാൻ പാടില്ലായിരുന്നു.

വെള്ളക്കാർ എന്തിനാണ് യുദ്ധം ചെയ്തതാവോ? വെള്ളക്കാർ എന്തു ചെയ്യുമെന്ന് നിങ്ങൾക്കൊരിക്കലും പ്രവചിക്കാനാവില്ല. അവരെല്ലാവരും വെളുത്തവരായിരുന്നുവെന്നത് ശരിതന്നെ. എന്നിട്ടും അവർ നാടിനെ നശിപ്പിക്കുന്ന വലിയ ബോംബും വിഷവും തീയുമുപയോഗിച്ച് പരസ്പരം കൊന്നു. പരസ്പരം കൊല്ലുന്നതിൽ അവർ ജനങ്ങളുടെ സഹായവും തേടിയിരുന്നു. ഇത് മനസ്സിലാക്കാൻ പറ്റാത്ത ഒരു വിഷയം തന്നെ. നമുക്ക് മനസ്സിലാകില്ല. അവർ പറയുന്നത് ഹിറ്റ്ലറോടാണ് അവർ യുദ്ധം ചെയ്യുന്നതെന്നാണ്. ഹാ ഹിറ്റ്ലർ! ബ്രിട്ടീഷുകാർ മുഴുവൻ ഭയക്കുന്ന ധീരൻ. അയാൾ ഒരിക്കലും കൊല ചെയ്യപ്പെട്ടില്ല. അപ്രത്യക്ഷനാവുകയായിരുന്നു. ഹിറ്റ്ലറും ഒരു വെള്ളക്കാരനായിരുന്നു. കാര്യങ്ങൾ കുഴഞ്ഞുമറിയുന്നത് ഇവിടെയാണ്. അവരെ മനസ്സിലാക്കാനുള്ള ശ്രമം ഉപേക്ഷിക്കുന്നതാണ് നല്ലത്. എന്നിട്ട് നമ്മുടെ നാടിനേയും ചുറ്റുമുള്ള ആൾക്കാരേയും അറിയാൻ ശ്രമിക്കുക. അത് പോരെന്നുണ്ടെങ്കിൽ കൂടുതൽ ആളുകളെ കാണാനും ദൂരദേശങ്ങളിലെ കഥകൾ അറിയാനും കൊതിയുണ്ടെങ്കിൽ, കടലിനക്കരെയുള്ള റഷ്യ, ഇംഗ്ലണ്ട്, ബർമ്മ മുതലായ രാജ്യങ്ങളിലെ കഥകൾപോലും അറിയണമെങ്കിൽ, നിങ്ങൾ ഭാര്യയുടെ ശ്രദ്ധയിൽപ്പെടാതെ തൊട്ടടുത്ത കിംപാങ്ങാ നഗരത്തിലേക്ക് പോവുക. വേണമെങ്കിൽ വീട്ടിലേക്കുള്ള മാംസം വാങ്ങാനാണെന്ന് ഒരു കളവും പറയാം. അതു മതിയാവും.

നുഗോത്തോയുടെ ഭാര്യ പറഞ്ഞു: "...ഒും ശരി പോകൂ. ടൗണിൽ പോയി അധികം അലഞ്ഞുതിരിയരുത്. നിങ്ങൾ ആണുങ്ങളെ എനിക്ക് നന്നായറിയാം. പണിയൊന്നും എടുക്കാതിരിക്കാൻ നിങ്ങൾ ടൗണിൽ

പോയി കുടിച്ചു പൂസായി നടക്കും, ഞങ്ങൾ സ്ത്രീകളാകട്ടെ നിങ്ങടെ അടിമകളെപ്പോലെ വിയർത്തുകുളിച്ച് ജോലിയെടുത്തു കഴിയും."

"ഞാൻ പെട്ടെന്ന് തിരിച്ചുവരും."

"ദാ കണ്ടോ, എന്തിനാ ഇങ്ങനെ കണ്ണുവെട്ടിക്കുന്നത്? എന്റെ മുഖത്തു നോക്കാൻപോലും നിങ്ങൾക്കു പറ്റുന്നില്ല. ഇന്ന് മുഴുവൻ അവിടെയായിരിക്കുമെന്ന് നിങ്ങൾക്ക് തന്നെയറിയാം."

"ഇത്തവണ എന്നെ വിശ്വസിക്കൂ. ഞാൻ വേഗം തിരിച്ചുവരും."

"ഉം. നിങ്ങളെ വിശ്വസിക്കണം പോലും."

മഹാവൂ ഗ്രാമത്തിൽ നിന്ന് കിംപാങ്ങാ നഗരത്തിലേക്ക് അനേകം വഴികളുണ്ട്. വേണമെങ്കിൽ നിങ്ങൾക്ക് ആ വലിയ നിരത്തിലൂടെ പോകാം. അത് ടൗണിനടുത്തു കൂടെയാണ് പോകുന്നത്. അല്ലെങ്കിൽ ആ കുന്നിൻ ചെരിവിലൂടെയുള്ള വഴിയിലൂടെ നഗരത്തിലെത്താം. ഗിക്കുയു പ്രദേശം പോലെയുള്ള കുന്നുകൾ നിറഞ്ഞ ഒരു ഭൂഭാഗത്ത് ഒരുപാട് താഴ്വാരങ്ങളും ചെറിയ സമതലങ്ങളുമുണ്ട്. ആ വലിയ നിരത്തുപോലും മറുപുറത്തുള്ള താഴ്വാരത്തിന്റെ നടുവിലൂടെയാണ് പോകുന്നത്. രണ്ടു റോഡുകളും ഒന്നിക്കുമ്പോൾ അവ തമ്മിലാശ്ലേഷിച്ച് ഒരു സമതലമായി രൂപാന്തരം പ്രാപിക്കുന്നതുപോലെ തോന്നും. ഏതാണ്ട് ദീർഘചതുരാകൃതിയിലുള്ള സമതലത്തിനാകട്ടെ, അതിന്റെ നാലു മൂലകളിൽനിന്നും പുറത്തോട്ടോ ഉള്ളിലോട്ടോ വ്യാപിക്കുന്ന വിധത്തിൽ നാലു താഴ്വാരങ്ങളുണ്ട്. ആദ്യത്തെ രണ്ടു താഴ്വാരങ്ങൾ കറുത്ത വർഗ്ഗക്കാരുടെ നാട്ടിലേക്കു പോകുന്നു. മറ്റേ രണ്ടെണ്ണം കറുത്തവരുടെ പ്രദേശത്തുനിന്നും വെള്ളക്കാരുടെ പ്രദേശത്തെ വേർതിരിക്കുന്നു. അതിനർത്ഥം നിവർന്നു നിന്നു പരസ്പരം നോക്കിക്കൊണ്ടിരിക്കുന്ന നാല് മലനിരകളുണ്ടെന്നാണ്. സമതലത്തിന്റെ നീളം കൂടിയ, പരസ്പരം അഭിമുഖീകരിക്കുന്ന, രണ്ടു ഭാഗങ്ങളിലുള്ള രണ്ടു മലനിരകൾ വീതികൂടിയതും അടുത്തടുത്തുമാണ്. മറ്റേ രണ്ടും വീതി കുറഞ്ഞതും അറ്റം കൂർത്ത് ഒന്നായതുമാണ്. കറുത്ത വർഗ്ഗക്കാരുടെ സ്ഥലം പെട്ടെന്ന് തിരിച്ചറിയാം. അതിന് ഒരു ചെമ്പിച്ച നിറമുണ്ട്. അവ പരുപരുത്തതും രോഗം പിടിച്ചതുപോലെ തോന്നിക്കുന്നതുമാണ്. എന്നാൽ വെള്ളക്കാരുടെ ഭൂപ്രദേശം പച്ച പിടിച്ചതാണ്. ചെറുഖണ്ഡങ്ങളായി കീറി മുറിക്കപ്പെട്ടില്ല.

ഈ വയലേലകളിലായിരുന്നു കിംപാങ്ങാ നഗരം പണിതുയർത്തിയത്. വലിയ ഒരു പട്ടണമായിരുന്നില്ല അത്. എങ്കിലും അവിടെ ഒരു ഷൂ ഫാക്ടറി ഉണ്ടായിരുന്നു. അനേകം കറുത്ത വർഗ്ഗക്കാർ അവിടെ ജോലിയെടുത്ത് ജീവിച്ചിരുന്നു. ഇന്ത്യക്കാരുടെ ധാരാളം കടകളുമുണ്ടായിരുന്നു. ഇന്ത്യൻ കച്ചവടക്കാർ സമ്പന്നരായിരുന്നു. അവർ ഏതാനും കറുത്ത വർഗ്ഗക്കാരായ കുട്ടികളെ വേലയ്ക്കു നിർത്തി. ഈ കുട്ടികളെ അവർ ഗൗനിച്ചിരുന്നില്ല.

ഇന്ത്യക്കാരെ നിങ്ങൾക്കൊരിക്കലും ഇഷ്ടപ്പെടാൻ കഴിയുകയില്ല. കാരണം വളരെ മോശപ്പെട്ട തരത്തിലുള്ളതും ചിരിപ്പിക്കുന്നതും ജുഗുപ്സാവഹവുമായിരുന്നു അവരുടെ ആചാരങ്ങൾ. എന്നാൽ അവരുടെ കടകൾ വലുപ്പമേറിയവയാണ്. അവിടെ ഒരുപാട് ഉല്പന്നങ്ങൾ സ്റ്റോക്ക് ചെയ്തിരുന്നു. വെള്ളക്കാരായ കുടിയേറ്റക്കാർ ഭാര്യമാരും കുട്ടികളുമായി വന്ന് ഇന്ത്യക്കാരുടെ കടകളിൽനിന്ന് വേണ്ടതെല്ലാം വാങ്ങിക്കൊണ്ടു പോകുമായിരുന്നു. ഇന്ത്യക്കാർക്ക് യൂറോപ്യന്മാരെ പേടിയായിരുന്നു. നിങ്ങൾ ഒരു കടയിൽ സാധനം വാങ്ങാൻ പോയെന്നിരിക്കട്ടെ. അവിടെ ഒരു വെള്ളക്കാരനുണ്ടെങ്കിൽ കടയുടമ പെട്ടെന്ന് നിങ്ങളെ അവഗണിച്ച് ഭയഭക്തിബഹുമാനങ്ങളോടെ അയാൾക്ക് വേണ്ടതെടുത്ത് കൊടുക്കാൻ തുടങ്ങും. ചിലർ പറയുന്നത് വെള്ളക്കാരികളായ മദാമ്മമാരെ പറ്റിക്കാനുള്ള ഒരു സൂത്രമാണിതെന്ന്. കാരണം, അവരെക്കാണുമ്പോൾ മുട്ടു വിറച്ച്, "മേംസാഹിബ് ഇനിയെന്തെങ്കിലും വേണോ?" എന്നു ചോദിക്കുന്ന ഇന്ത്യൻ കടക്കാരന് അയാൾ ചോദിക്കുന്ന വില നൽകാൻ ഈ പെണ്ണുങ്ങൾ തയ്യാറാകും. വെള്ളക്കാരെ പേടിക്കുന്ന ഇന്ത്യക്കാർ സാധനങ്ങളുടെ വിലയെക്കുറിച്ച് അവരോട് കളവ് പറയുവാൻ ധൈര്യപ്പെടില്ല എന്നാണ വരും വിചാരിക്കുന്നത്.

കറുത്ത വർഗ്ഗക്കാരും ഇന്ത്യക്കാരുടെ കടകളിൽനിന്ന് സാധനങ്ങൾ വാങ്ങിയിരുന്നു. ആഫ്രിക്കൻ കടകളിലും അവർ പോകുമായിരുന്നു. ഈ കടകളെല്ലാം പോസ്റ്റോഫീസിനടുത്തായി ഒറ്റപ്പെട്ട ഒരു സ്ഥലത്താണ്. ആഫ്രിക്കൻ കടകളിൽ അധികം സാധനങ്ങളൊന്നുമുണ്ടാവാറില്ല. വിലയും കൂടുതലാണ്. ചില ഇന്ത്യക്കാർ ആഫ്രിക്കൻ പെണ്ണുങ്ങളെ സ്വാഹിലി ഭാഷയിൽ അവർക്കറിയാവുന്ന തെറിവാക്കുകൾ പറഞ്ഞു കളിയാക്കിയിരുന്നുവെങ്കിലും ഇന്ത്യൻ കടകളിൽ നിന്നുതന്നെ അവർ സാധനങ്ങൾ വാങ്ങി. അവർക്ക് അത് പ്രായോഗികമായി തോന്നിയിരിക്കണം. കറുത്ത വർഗ്ഗക്കാർ ഒരുമിച്ചു നിൽക്കണമെന്നും അവർ ആഫ്രിക്കക്കാരുടെ കടകളിൽ നിന്നു മാത്രമേ സാധനങ്ങൾ വാങ്ങാൻ പാടുള്ളൂ വെന്നും ചിലർ പറഞ്ഞുനോക്കി. ഒരു ദിവസം പാവം ഒരു വയസ്സിത്തള്ള പറഞ്ഞു:

"ആഫ്രിക്കക്കാർ ഒരുമിച്ച് നിൽക്കട്ടെ. എന്നിട്ട് അവർ സാധനവില കുറയ്ക്കട്ടെ. നാമെല്ലാം കറുത്തവരാണ്. പാവപ്പെട്ട ഒരു സ്ത്രീ ഏതെങ്കിലും ഒരു കടക്കാരന്റെ കയ്യിൽനിന്ന് അവന്റെ തൊലി വെളുത്തതോ ചുവന്നതോ എന്തുമായിക്കൊള്ളട്ടെ, അല്പം വിലകുറച്ച് സാധനങ്ങൾ വാങ്ങുന്നതിൽ നിങ്ങളെന്തിന് ദേഷ്യപ്പെടണം?"

ഇന്ത്യൻ ബസാറിൽ കറുത്ത വർഗ്ഗക്കാർ വെള്ളക്കാരും ഇന്ത്യക്കാരുമായി ഇടപഴകിക്കഴിയുന്നു. ഒരിന്ത്യക്കാരനെ എന്താണ് വിളിക്കേണ്ടത്? അവനും വെള്ളക്കാരനാണോ? അവനും ഇംഗ്ലണ്ടിൽനിന്ന് വന്നതാണോ? ഇന്ത്യക്കാർ സ്വന്തം നാട്ടിൽ ദരിദ്രരാണെന്നും അവരെയും വെള്ളക്കാരാണ് ഭരിക്കുന്നതെന്നും ബർമ്മയിൽ പോയി വന്ന ചിലർ പറഞ്ഞു. ഇന്ത്യയിൽ

ഗാന്ധി എന്നുപേരായ ഒരാളുണ്ടായിരുന്നു. വിചിത്ര സ്വഭാവിയായ ഒരു പ്രവാചകനായിരുന്നു അദ്ദേഹം. എപ്പോഴും ഇന്ത്യൻ സ്വാതന്ത്ര്യത്തിനു വേണ്ടി പോരാടി മെലിഞ്ഞ ആ മനുഷ്യൻ. എല്ലുന്തിയ തന്റെ ശരീരം പുതച്ചിരുന്നത് പരുപരുത്ത കാലിക്കോതുണി കൊണ്ടായിരുന്നു. ഇന്ത്യൻ ബസാറിലെ കടകളിൽ പോകുമ്പോൾ എല്ലാ കെട്ടിടത്തിലും ഗാന്ധിയുടെ പടം കാണാം. ഇന്ത്യക്കാർ അദ്ദേഹത്തെ 'ബാപ്പു' എന്നാണ് വിളിച്ചിരുന്നത്. യുദ്ധത്തിനു പോകരുതെന്ന് അദ്ദേഹം ഇന്ത്യക്കാരോട് പറഞ്ഞു. ആഫ്രിക്കക്കാർ നിർബന്ധിത സൈനികസേവനത്തിനു പോയപ്പോൾ ഇന്ത്യക്കാർ മാറിനിന്നു. ഹിറ്റ്ലർക്കെതിരായി യുദ്ധത്തിനു പോകാതിരുന്നതുകൊണ്ട് ഇന്ത്യക്കാരോട് കെനിയയിലെ വെള്ളക്കാർക്ക് അനിഷ്ടമാണ് എന്ന് കിംവദന്തിയുണ്ടായിരുന്നു. ഇന്ത്യക്കാർ ഭീരുക്കളായിരുന്നുവെന്നാണ് ഇത് കാണിക്കുന്നത്. ഇക്കാര്യം ആഫ്രിക്കക്കാരും സമ്മതിക്കുന്നുണ്ട്.

ആഫ്രിക്കക്കാരുടെ കടകൾ രണ്ടു നിരകളായി പരസ്പരം അഭിമുഖീകരിക്കുന്ന രീതിയിലാണ് നിർമ്മിക്കപ്പെട്ടിരുന്നത്. അവിടെ എപ്പോഴും കോലാഹലമായിരുന്നു. ഇറച്ചിക്കടകളുടെ അടുത്താണെങ്കിൽ മാംസത്തിന്റെ ദുസ്സഹമായ ദുർഗന്ധവും. ചിലർ ഒരു റാത്തൽ ഇറച്ചിക്കുവേണ്ടി രാപകൽ പണിയെടുത്തു. മറ്റു ചില ചെറുപ്പക്കാർ ഒന്നും ചെയ്യാനില്ലാതെ കടകളിൽ കയറിയിറങ്ങി. 'മടിയന്മാരായ കുട്ടികൾ' എന്നാണ് അവരെ വിളിച്ചിരുന്നത്. അത്തരക്കാരാണ് ഭാവിയിൽ കള്ളന്മാരും കൊലയാളികളുമായിത്തീരുന്നതെന്നാണ് ഗ്രാമവാസികൾ പറഞ്ഞിരുന്നത്. ആളുകൾ അവരെ ഭയപ്പെട്ടു. കൊലപാതകം മഹാപാതകം തന്നെ. ഇഹലോകത്തിന്റെയും പരലോകത്തിന്റെയും ശാപമാണ് ഒരു കൊലപാതകി. അത്തരം ചെറുപ്പക്കാരെ അവിടെയെങ്ങും കാണാമായിരുന്നു. അവർ ചായക്കടകളുടെയും ഇറച്ചിക്കടകളുടെയും മാത്രമല്ല ഇന്ത്യൻ ബസാറിന്റെ പരിസരങ്ങളിൽപോലും അന്നന്നത്തെ വകയ്ക്കുള്ളത് എന്തെങ്കിലും തരപ്പെടുത്താനായി കാത്തിരുന്നു. ചിലപ്പോൾ അവർ സ്വയം വിശേഷിപ്പിച്ചിരുന്നത് 'യുവഹിറ്റ്ലർമാർ' എന്നായിരുന്നു.

അറിയപ്പെടുന്ന ഒരു സ്ഥലമായിരുന്നു ബാർബർഷാപ്പ്. കുറിയ തവിട്ടു നിറമുള്ള ഒരാളായിരുന്നു ബാർബർ. എപ്പോഴും മുടി ഭംഗിയായി ചീകിവെച്ചിരിക്കും. നല്ല തമാശക്കാരനായിരുന്ന അയാൾക്ക് കഥ പറഞ്ഞ് ആളുകളെ ചിരിപ്പിക്കാനറിയാമായിരുന്നു. അന്നാട്ടിലേയും പരിസരദേശങ്ങളിലേയും എല്ലാവരെയും അയാൾക്ക് അറിയാമായിരുന്നു. എല്ലാവർക്കും അയാളെയും അറിയാം. 'ബാർബർ' എന്നല്ലാതെ മറ്റൊരു പേരിലും അയാൾ വിളിക്കപ്പെട്ടിരുന്നില്ല. ബാർബറെ അറിയില്ലെന്നോ അയാളുടെ കട എവിടെയാണെന്ന് അറിയില്ലെന്നോ നിങ്ങൾ പറഞ്ഞുവെന്നിരിക്കട്ടെ; അതിനർത്ഥം നിങ്ങൾ ഒന്നുകിൽ ഒരു അപരിചിതൻ അതല്ലെങ്കിൽ ഒരു കോന്തൻ എന്നാണ്. ഒരു നിമിഷം പോലും ഭർത്താവിനെ വീട്ടിൽനിന്ന് വെളിയിൽ പോകാനനുവദിക്കാത്ത ഭാര്യയുള്ള ഒരാളെയാണ് ഈ

പട്ടണത്തിലുള്ളവർ 'കോന്തൻ' എന്നു വിളിച്ചിരുന്നത്. പാട്ടുപാടുകയും നൃത്തം ചെയ്യുകയും ഇംഗ്ലീഷ് സംസാരിക്കുകയും ചെയ്യുന്ന ബാർബറെ സന്ദർശിക്കാതിരിക്കാൻ കോന്തനല്ലാത്ത ഒരാൾക്ക് കഴിയുന്നതെങ്ങനെ?

"ഞാനത് മഹായുദ്ധകാലത്താണ് പഠിച്ചത്!"

"ആ യുദ്ധം അത്രയൊക്കെ വലുതായിരുന്നോ?"

ബാർബർ തന്റെ കത്രിക കൊണ്ട് 'ഫ്ളിക് ഫ്ളിക്' എന്ന് ഒച്ചയുണ്ടാക്കുന്നു. എല്ലാവരും മഹായുദ്ധത്തെക്കുറിച്ചു കേൾക്കാൻ കാതുകൂർപ്പിച്ചു നിൽക്കുന്നു. ബാർബർ തന്റെ വിവരണമാരംഭിക്കാൻ കുറച്ചു സമയമെടുക്കുന്നു.

"എന്റെ മനുഷ്യാ, നിങ്ങൾ അവിടെയുണ്ടായിരുന്നുവെങ്കിൽ ഇത് ചോദിക്കുമായിരുന്നില്ല. ബോംബും യന്ത്രത്തോക്കും... ബും.... ക്രഞ്ച്... ബും... ക്രഞ്ച്... ട്രോ... ട്രോ... ഗ്രനേഡുകൾ പായുന്നു... ആളുകൾ ഉച്ചത്തിൽ നിലവിളിക്കുന്നു. മരിക്കുന്നു. ഹോ... നിങ്ങൾ അവിടെ ഉണ്ടായിരിക്കേണ്ടതായിരുന്നു."

"ഒരുപക്ഷേ അത് ആദ്യത്തെ യുദ്ധത്തെപ്പോലെ തന്നെയായിരിക്കണം. അല്ലേ?"

"ഹ! ഹ! ഹ! അത് വെറുമൊരു പിള്ളാരുകളിയല്ലേ?! ആ യുദ്ധം ഇവിടെയാണ് നടന്നത്. അതിനുപോയ ആഫ്രിക്കക്കാർ വെറും ചുമട്ടു തൊഴിലാളികളായിരുന്നു! എന്നാൽ ഇത്... (തല ഇങ്ങോട്ടു തിരിക്കൂ... അല്ല, ദേ ദിങ്ങനെ...) ഞങ്ങൾ തോക്കുമേന്തി വെള്ളക്കാരെയാണ് വെടിവെച്ചു വീഴ്ത്തിയത്."

"വെള്ളക്കാരെയോ?"

"അതേന്നേ. ഞങ്ങൾ വിചാരിച്ചപോലെ അവർ ദൈവങ്ങളൊന്നുമായിരുന്നില്ല. ഞങ്ങൾ അവരുടെ പെണ്ണുങ്ങളുടെ കൂടെ കിടന്നുറങ്ങുകപോലും ചെയ്തിരുന്നു."

"ഹാ! അവരെങ്ങനെയിരുന്നു?"

"ഒരു വ്യത്യാസവുമില്ലെന്നേ. എനിക്കിഷ്ടം കറുത്ത് തടിച്ചു വിയർക്കുന്ന ശരീരമാണ്... എന്നാൽ അവർ... നിങ്ങൾക്കറിയാമല്ലോ... മെലിഞ്ഞ്... ദേഹത്തൊട്ടും മാംസമില്ലാത്ത... ഒട്ടും പോരാ കേട്ടോ."

"എന്നാലും... അദ്ഭുതം തന്നെ."

"ഹും... തുടങ്ങുന്നതിന് മുമ്പേ അദ്ഭുതമാണെന്നൊക്കെ വിചാരിക്കും. ഹഹഹ. എന്നാൽ അതു കഴിഞ്ഞാൽ... ഒന്നുമില്ല... കയ്യിലെ കാശിത്തിരി പോകും... അതുതന്നെ. അല്ലാതെന്ത്...?"

"അങ്ങനെയുള്ളോരുമുണ്ടോ?"

"ഉണ്ടോന്ന്? ഒരുപാടുണ്ട്. ശരീരം വിൽക്കാൻ തയ്യാറായി എത്രയോ

വെള്ളക്കാരി പെണ്ണുങ്ങൾ... അതും ജെറുസലേം പോലുള്ള സ്ഥല ങ്ങളിൽപ്പോലും...” ചുറ്റുമുള്ളവർ വാ പൊളിച്ചു.

“ജറുസലേം എന്നു തന്നെയാണോ പറയാനുദ്ദേശിച്ചത്?”

“ഹഹഹ.... നിങ്ങൾക്ക് ഒരു ചുക്കും അറിയില്ല. ഞങ്ങൾ ഒരുപാട് ദേശങ്ങൾ കണ്ടു. ഒരുപാട് കാര്യങ്ങൾ കണ്ടു.” (ശരി. എഴുന്നേറ്റോളൂ. നിങ്ങളുടേത് കഴിഞ്ഞു.) ഒരു നിമിഷം (ഫ്ളിക് - ളിക്) “എല്ലാം ശരിയായി. നിങ്ങൾ ആള് ചുള്ളനായിട്ടുണ്ട്. നിങ്ങൾ ജറുസലേമിൽ പോയിട്ടുണ്ടാ യിരുന്നോ....”

“എനിക്കു പോണം. വീട്ടുകാർക്കുവേണ്ടി എന്തെങ്കിലും വാങ്ങി ക്കണം.”

“എനിക്കും. ഇറച്ചി വാങ്ങാനാണ് പോകുന്നതെന്നാണ് പെണ്ണു ങ്ങളോട് ഞാൻ പറഞ്ഞത്. നേരം ഇരുട്ടായി.”

“ഹോ ഈ പെണ്ണുങ്ങളെക്കൊണ്ട് ഒരു രക്ഷയുമില്ല!”

“ശരിയാ. വല്ലാത്ത ജന്മങ്ങൾ തന്നെ.”

ഇങ്ങനെ പറഞ്ഞുകൊണ്ട്, നുഗോത്തോ ആൾക്കൂട്ടത്തിനിടയിലൂടെ പുറത്തേക്കിറങ്ങി. ബാർബർ പറയുന്നത് കേൾക്കാൻ അയാൾക്ക് വലിയ ഇഷ്ടമായിരുന്നു. താൻ മുമ്പ് നടത്തിയ യാത്രകളും ഒന്നാം ലോക മഹായുദ്ധത്തിലെ അനുഭവങ്ങളും അയാൾ ഓർത്തു. ചെറിയ കുട്ടിയാ യിരിക്കുമ്പോൾ തന്നെ നുഗോത്തോ നിർബന്ധിത സൈനിക സേവന ത്തിന് വിളിക്കപ്പെട്ടു. യുദ്ധം ചെയ്യുന്ന വെള്ളക്കാരുടെ യുദ്ധസാമഗ്രികൾ ചുമന്നുകൊണ്ട് പോവുകയായിരുന്നു അയാളുടെ ജോലി. കാട്ടുപൊന്ത കൾ വെട്ടിത്തെളിയിച്ച് റോഡുണ്ടാക്കലും അയാളുടെ ജോലിയായിരുന്നു. എന്നാൽ അയാൾക്കും ചങ്ങാതിമാർക്കും തോക്കുപയോഗിക്കാൻ അനു വാദമുണ്ടായിരുന്നില്ല. ഈ ബാർബർ പറയുന്ന യുദ്ധമാകട്ടെ ഒരു സംഭവം തന്നെ! നുഗോത്തോവിന്റെ രണ്ടു മക്കളും ഈ യുദ്ധത്തിനു പോയിരുന്നു. ഒരാൾ മാത്രമേ മടങ്ങിവന്നുള്ളൂ. വന്നവനാകട്ടെ യുദ്ധത്തെക്കുറിച്ച് അധിക മൊന്നും പറഞ്ഞില്ല. വെറുതെ ജീവിതം നശിപ്പിച്ച ഒരേർപ്പാട് എന്നു മാത്രം പറഞ്ഞു.

നാലു റാത്തൽ ഇറച്ചി നുഗോത്തോ വാങ്ങി. രണ്ടു റാത്തലിൽ രണ്ടു പൊതികൾ. ഒരു പൊതി അയാളുടെ ആദ്യഭാര്യ നുജേരിക്കും മറ്റേത് രണ്ടാം ഭാര്യ ന്യോക്കാബിക്കും. ഇത്തരം കാര്യങ്ങളിൽ ഒരു ഭർത്താവ് അല്പം കരുതലോടെയിരിക്കണം. അല്ലെങ്കിൽ എന്തെങ്കിലും പക്ഷപാത മുണ്ടെന്ന് തോന്നിയാൽ, വീട്ടിൽ ആഭ്യന്തരകലഹമുണ്ടാവും. തന്റെ രണ്ടു ഭാര്യമാരും പരസ്പരം ഇഷ്ടപ്പെട്ടിരുന്നുവെന്ന് അയാൾക്കറിയാമായിരുന്നു. അവർ നല്ല സഹയാത്രികരും കൂട്ടുകാരുമായിരുന്നു. പക്ഷേ പെണ്ണുങ്ങളെ പൂർണ്ണമായും വിശ്വസിക്കാനാകില്ല. അവർ ചപലകളും അസൂയാലു ക്കളുമാണ്. പെണ്ണിന് ദേഷ്യം വന്നാൽ എത്ര അടികൊടുത്താലും അത് അടക്കാനാകില്ല. തന്റെ ഭാര്യമാരെ നുഗോത്തോ അധികമൊന്നും

തല്ലാറുണ്ടായിരുന്നില്ല. സമാധാനം കളിയാടുന്ന ഒരു സ്ഥലമായി അയാളുടെ വീട് അറിയപ്പെട്ടിരുന്നു. എന്നാലും സൂക്ഷിക്കുന്നത് നല്ല താണെന്ന് അയാൾക്ക് തോന്നി.

വയൽവരമ്പിലൂടെ അയാൾ നടന്നു. വലിയ നിരത്തിലൂടെയോ കുന്നിൻ താഴ്വരയിലൂടെയോ നടന്നാൽ ദൂരം കൂടുതലാണ്. ന്യോക്കാബി യോടും നുജേരിയോടും എന്തു പറയും എന്ന് അയാൾ ആലോചിച്ചു. വേഗം തിരിച്ചുവരാമെന്ന വാക്ക് അയാൾ പാലിച്ചില്ല. വേഗം തിരിച്ചുവരണ മെന്ന് ഉദ്ദേശിച്ചിരുന്നുമില്ല എന്നത് വേറെ കാര്യം. അയാളുടെ ഭാര്യമാർ നല്ല സ്ത്രീകളായിരുന്നു. ഇക്കാലത്ത് ഇത്ര നല്ല സ്ത്രീകളെ കിട്ടാൻ എളുപ്പമല്ല. കറുത്ത് തടിച്ച് വിയർക്കുന്ന പെണ്ണുങ്ങളെക്കുറിച്ച് ബാർബർ പറഞ്ഞത് എത്രയോ ശരി! താൻ പണിയെടുക്കുന്ന വീട്ടിലെ മദാമ്മയെ തന്നെ നോക്കൂ. അവർ എത്ര മെലിഞ്ഞിട്ടാണ്. ശരീരത്തിൽ മാംസമുണ്ടോ എന്നു തന്നെ സംശയം തോന്നിയിട്ടുണ്ട്. അങ്ങനെയുള്ള ഒരു ഭാര്യയെ കിട്ടിയിട്ട് എന്തു കാര്യം! തടിച്ച ഒരു പെണ്ണാണ് വേണ്ടത്. നുജേരിയും ന്യോക്കാബിയും തടിച്ച പെണ്ണുങ്ങളായിരുന്നു. അവരെ കല്യാണം കഴിച്ച കാലത്ത് പ്രത്യേകിച്ചും. എന്നാൽ കാലം അവരിലും മാറ്റമുണ്ടാക്കി. ബാർബർ പറഞ്ഞത് ശരി തന്നെയോ എന്നു സംശയമുണ്ട്. വെള്ളക്കാരി കളെ പാട്ടിലാക്കിയ കഥ. ഹൗലാൻഡ്സിന്റെ ഭാര്യയെപ്പോലുള്ള ഒരു മദാമ്മ പണത്തിനുവേണ്ടി ഒരു കറുത്തവന്റെ കൂടെ പോകുമെന്ന് ആരു വിശ്വസിക്കും? എന്നാൽ ഇക്കാലത്ത് ആരും എന്തും വിശ്വസിക്കും. തന്റെ മകൻ ബോറോ അങ്ങനെയെന്തെങ്കിലും ചെയ്തോ? ആർക്കറിയാം? അതു ശരിയെങ്കിൽ വലിയ കാര്യം തന്നെ. എന്നാൽ അത് വിലയ്ക്കു വാങ്ങു ന്നത്... ഛേ! അത് അത്ര നല്ലതല്ല. മറ്റു മികവുകൾ ഒന്നും തന്നെ വെളുത്ത വർഗ്ഗക്കാർക്കില്ലെങ്കിൽ കറുത്ത വർഗ്ഗക്കാരിയായ ഒരു സ്ത്രീയാണ് എപ്പോഴും നല്ലത്.

“നിങ്ങൾ ഇത്രവേഗം മടങ്ങിയെത്തിയോ?” ന്യോക്കാബി അയാളെ എതിരേറ്റു.

“നിനക്കറിഞ്ഞുകൂടേ ആണുങ്ങൾക്ക് വളരെ വേഗമുണ്ടെന്ന്?” നുജേരി അതേ പരിഹാസസ്വരത്തിൽ പറഞ്ഞു. രാത്രിയുടെ വേഗം കൂട്ടാനും നീളം കുറയ്ക്കാനും ഇവർ സാധാരണയായി ഒരുമിച്ചാണ് ഇരിക്കാറ്. നുഗോത്തോവിന് സന്തോഷം തോന്നി. അവരുടെ വാക്കുകളിൽ പരിഹാസസ്വരമുണ്ടെങ്കിൽ അവർക്ക് തന്നോടുള്ള സന്മനോഭാവം ഒട്ടും കുറഞ്ഞിട്ടില്ല എന്നാണർത്ഥം.

“ഞാൻ ബാർബറുടെ അടുത്തുപോയിരുന്നു.”

“നിങ്ങളുടെ മുടി മുറിച്ചുകളയാൻ ഞങ്ങളുടെ പക്കൽ ഒരു റേസർ ബ്ലേഡ് ഇല്ലാത്തതുപോലെ...”

“അതുകൊള്ളാം... കാലം മാറുന്നതൊന്നും നിങ്ങൾ അറിയുന്നില്ല അല്ലേ...! ഹൗലാൻഡ്സ് മുതലാളി പറയുമ്പോലെ...”

"ഓ... പിന്നേ... നിങ്ങൾക്ക് പുതിയ ഒരു സായിപ്പാവാനാണ് മോഹം."

"നിങ്ങൾ രണ്ടും കുഴപ്പം പിടിച്ച പെണ്ണുങ്ങളാണ്. ആദ്യം ഈ ഇറച്ചി വാങ്ങിവെക്കൂ."

ന്യോക്കോബിയും നുജേരിയും അവരവരുടെ പൊതികൾ എടുത്തു കൊണ്ടുപോയി.

"ഞാൻ പോയി കുഞ്ഞുങ്ങളെ വിളിക്കട്ടെ." നുജേരി പറഞ്ഞു. നുഗോത്തോവിന്റെ എല്ലാ മക്കളും മകാവൂകുന്നിൻപുറത്തെ മറ്റു ചെറുപ്പക്കാരായ ആൺകുട്ടികളോടും പെൺകുട്ടികളോടുമൊപ്പം നുജേരിയുടെ കുടിലിലായിരുന്നു. രാത്രികാലം ഉല്ലാസപ്രദമാക്കാൻ അവരെല്ലാം അവിടെയായിരുന്നു പോവുക. ചെറുപ്പക്കാരെ അവരുടെ പാട്ടിനുവിട്ട് നുജേരി ന്യോക്കാബിയുടെ കൂടെപോയിരിക്കും. ചെറുപ്പക്കാർ ന്യോക്കാബിയുടെ വീട്ടിലാണെങ്കിൽ അവൾ നുജേരിയുടെ വീട്ടിലേക്കു പോകും. എന്നാൽ ചില രാത്രികളിൽ ചെറുപ്പക്കാർക്ക് കഥ കേൾക്കണം. ഒന്നുകിൽ നുഗോത്തോ അല്ലെങ്കിൽ ഈ രണ്ടു പെണ്ണുങ്ങളിലൊരാൾ ആയിരിക്കും കഥ പറയുക. അപ്പോൾ മക്കളെല്ലാം ഒരിടത്തു തന്നെയിരിക്കും.

"ജൊറോഗെയോട് ഇവിടെ വന്ന് അവന്റെ പുതിയ വസ്ത്രങ്ങൾ അച്ഛനെ കാണിക്കാൻ പറയൂ." ന്യോക്കാബി നുജേരിയോട് പറഞ്ഞു. നുജേരി പോയി.

തന്റെ മകൻ പഠിക്കാൻ പോകുന്നുവെന്നറിഞ്ഞപ്പോൾ നുഗോത്തോവിന് വലിയ അഭിമാനം തോന്നി. തന്റെ ഏതെങ്കിലും പുത്രനെ സ്കൂളിൽ ചേർക്കുന്നുണ്ടോ എന്ന് ആരെങ്കിലും ചോദിച്ചാൽ നുഗോത്തോവിന് അഭിമാനത്തോടെ പറയാം.

"ഉവ്വ്." അത് പറയുമ്പോൾ താൻ ഏതാണ്ട് ജക്കോബോവിന് തുല്യനാണെന്ന് തോന്നും.

"എപ്പോഴാണ് അവൻ ചേരുന്നത്?"

"തിങ്കളാഴ്ച."

"അവന് സ്കൂളിൽ പോകുന്നതിഷ്ടമാണോ?"

"അതെ."

അതു ശരിയായിരുന്നു. ജക്കോബോവിന്റെ മകൾ മ്വിഹാകിയെപ്പോലെ താനും എഴുതാനും വായിക്കാനും പഠിക്കാൻ പോവുകയാണെന്നറിഞ്ഞതു മുതൽ ജൊറോഗെയുടെ ഹൃദയം സന്തോഷത്താൽ വീർപ്പുമുട്ടുകയായിരുന്നു.

രണ്ട്

തിങ്കളാഴ്ച ജൊറോഗെ സ്കൂളിൽ പോയി. സ്കൂൾ എവിടെയാണെന്ന് അവന് ശരിക്ക് അറിയില്ലായിരുന്നു. വഴിയറിയാമായിരുന്നു. എന്നാൽ ഇതു വരെ അവിടെപോയിട്ടില്ല. മിഹാകി കൂട്ടിക്കൊണ്ടുപോയി വഴികാണിച്ചു കൊടുത്തു. മിഹാകി ചെറിയ പെൺകുട്ടിയായിരുന്നു. ഒരിക്കൽ കുറെ തെമ്മാടിപ്പിള്ളേർ മിഹാകിയുടെ ആങ്ങളമാരുമായി ശണ്ഠ കൂടി. അവർ കല്ലെറിഞ്ഞപ്പോൾ അവൾക്കും കൊണ്ടു. ആ പിള്ളേർ ഓടിപ്പോയപ്പോൾ അവളുടെ ആങ്ങളമാർ അവരുടെ പിന്നാലെ ഓടി. അവൾ ഒറ്റയ്ക്ക് കരഞ്ഞുകൊണ്ടിരുന്നു. ജൊറോഗെ ഇത് ദൂരെനിന്ന് നോക്കിക്കാണുക യായിരുന്നു. അടുത്തുപോയി അവളെ സാന്ത്വനിപ്പിക്കണമെന്ന് തോന്നി യിരുന്നു. എന്നാൽ ഇപ്പോൾ ആ കുട്ടി അവനെ സ്കൂളിലേക്ക് കൂട്ടി ക്കൊണ്ടുപോവുകയാണ്. ജൊറോഗേയ്ക്ക് അവളോട് ആരാധന തോന്നി.

ജക്കോബോവിന്റെ മകളാണ് മിഹാകി. നുഗോത്തോ താമസിക്കുന്ന ഭൂമിയുടെ ഉടമയായിരുന്നു ജക്കോബോ. നുഗോത്തോ അയാളുടെ കുടി യാനായിരുന്നു. അച്ഛൻ ഒരു കുടിയാനായി തീർന്നതെങ്ങനെയെന്ന് ജൊറോഗെയ്ക്ക് ഒരിക്കലും മനസ്സിലായിട്ടില്ല. അവനെപ്പോലെത്തന്നെ പല കുട്ടികൾക്കും അത്തരം കാര്യങ്ങൾ അറിയാമായിരുന്നില്ല. ഇവളെ കൂടാതെ ജക്കോബോവിന് ഒരു മുതിർന്ന മകളും മകനുമുണ്ടായിരുന്നു. മൂത്ത മകൾ അധ്യാപികയാണ്. പേര് ലൂസിയ. ജൊറോഗെയുടെ അഭി പ്രായത്തിൽ ലൂസിയ എന്നത് നല്ലൊരു പേരായിരുന്നു. അവന്റെ സഹോ ദരിമാർക്കാർക്കും പേരുണ്ടായിരുന്നില്ല.

സ്കൂളിലെ മറ്റ് ആൺകുട്ടികളെല്ലാം പരുക്കൻ സ്വഭാവക്കാരാണ്. അവർ അവനെ കളിയാക്കുകയും ചൂളിപ്പോകുംവിധം വൃത്തികെട്ട തമാശ കൾ പറയുകയും ചെയ്തിരുന്നു. അത്തരം മോശമായ ഭാഷ താനൊരി ക്കലും ഉപയോഗിക്കുകയില്ലെന്ന് ജൊറോഗെ ഉറപ്പിച്ചിരുന്നു. അവൻ അങ്ങനെ പറഞ്ഞാൽ അമ്മ ന്യോക്കാബി ദേഷ്യപ്പെടും തീർച്ച.

ഒരു പയ്യൻ അവനോടു പറഞ്ഞു: "നീയൊരു നുജൂക്കാ (പുതുമുഖം) ആണ്.

"അല്ല. ഞാൻ നുജൂക്കാ അല്ല." അവൻ പറഞ്ഞു.

"പിന്നെ നീയാരാണ്?"

"ഞാൻ ജൊറോഗെയാണ്."

അവർ പൊട്ടിച്ചിരിച്ചു. അവന് ദേഷ്യം വന്നു. ഇതിൽ ചിരിക്കാനെന്തിരിക്കുന്നു?

മറ്റൊരു കുട്ടി അവനോടാജ്ഞാപിച്ചു: "ഈ ബാഗെടുത്തു നടക്കൂ. നീ പുതിയതല്ലേ?"

അവൻ അതെടുക്കാൻ ഭാവിക്കയായിരുന്നു. അപ്പോൾ മിഹാകി അവന്റെ രക്ഷയ്ക്കെത്തി.

"അവൻ എന്റെ നുജൂക്കാ ആണ്. നിങ്ങളൊന്നും അവനോടു കളിക്കണ്ട." ഇതു കേട്ടപ്പോൾ ചിലർ ചിരിച്ചു. ചിലർ കൂവി.

"മിഹാകിയുടെ നുജൂക്കായെ വെറുതെ വിടൂ."

"അവൻ മിഹാകിയുടെ ചെക്കനാണ്."

"അവൻ അവൾക്ക് നല്ലോണം ചേരും. മിഹാകിയുടെ കെട്ടിയോൻ ഒരു നുജൂക്കാ!"

"നുജൂക്കാ എന്നാൽ നുജൂക്കാ തന്നെ. അവൻ എന്റെ സഞ്ചിയെടുത്തു നടക്കും."

എന്തു ചെയ്യണമെന്ന് അവന് അപ്പോൾ മനസ്സിലായില്ല. മിഹാകിക്ക് ദേഷ്യം വന്നു. അവൾ പൊട്ടിത്തെറിച്ചു: "അതെ, അവൻ എന്റെ നുജൂക്കാ ആണ്. നിങ്ങളാരും അവനെ തൊട്ടുപോകരുത്."

ആരും ഒന്നും മിണ്ടിയില്ല. ജൊറോഗെയ്ക്ക് അവളോട് കൃതജ്ഞത തോന്നി. മറ്റു പിള്ളേർക്ക് അവളെ പേടിയായിരുന്നു. അവളുടെ ചേച്ചി ഒരു ടീച്ചറാണല്ലോ. അവരെപ്പറ്റി ടീച്ചറോട് അവൾ പരാതി പറഞ്ഞാലോ!

സ്കൂൾ ഒരു അപരിചിത സ്ഥലംപോലെ ജൊറോഗെയ്ക്ക് തോന്നി. എങ്കിലും അതിനു എന്തോ ഒരാകർഷണീയതയുമുണ്ട്. അവിടത്തെ ഗുഹപോലെയുള്ള വലിയ പള്ളി അവന് ഇഷ്ടമായി. ഭൂതബാധയുള്ള സ്ഥലംപോലെ തോന്നിയെങ്കിലും അതൊരു ദേവാലയമാണെന്ന് അവനറിയാമായിരുന്നു. ചില പിള്ളേർ കൂവി വിളിക്കുന്നുണ്ടായിരുന്നു. അതും അവനെ ഞെട്ടിച്ചു. ദൈവിക സ്ഥലങ്ങളെയൊക്കെ ബഹുമാനിക്കണമെന്നായിരുന്നു അവൻ വിചാരിച്ചിരുന്നത്. സെമിത്തേരിയും 'അത്തി' മരത്തിനു ചുറ്റുമുള്ള കാട്ടുപൊന്തയും മറ്റും അങ്ങനെയുള്ള സ്ഥലങ്ങളാണ്.

വെള്ള ബ്ലൗസും പച്ചപ്പാവാടയുമായിരുന്നു ടീച്ചർ ധരിച്ചിരുന്നത്. ഈ വേഷം ജൊറോഗെയ്ക്ക് ഇഷ്ടപ്പെട്ടു. പച്ചനിറമുള്ള ചെടിക്കു മുകളിൽ വിരിഞ്ഞു നിൽക്കുന്ന വെള്ളപുഷ്പംപോലെയുള്ള രൂപം എന്നാണ് അവനു തോന്നിയത്. മഴക്കാലത്ത് സസ്യലതാദികൾക്കൊക്കെ നല്ല

പച്ചപ്പായിരുന്നു. എങ്ങും വെള്ളപ്പൂക്കൾ വിരിഞ്ഞുനിൽക്കുമായിരുന്നു. പ്രത്യേകിച്ച് നുജാഹി ഋതുവിൽ. ക്ലാസ് ആരംഭിച്ച് രണ്ടു ദിവസം കഴിഞ്ഞപ്പോൾ ടീച്ചർ ഒരു കുട്ടിക്ക് രണ്ടടി കൊടുത്തു. അപ്പോൾ ജൊറോഗെയ്ക്ക് പേടി തോന്നി. രണ്ടു കയ്യിലും മാറിമാറി അടിച്ചപ്പോൾ വടി കഷണങ്ങളായി മുറിഞ്ഞു. അടികൊണ്ടത് വേറൊരു കുട്ടിക്കാണെങ്കിലും ജൊറോഗേയ്ക്ക് സങ്കടം വന്നു. അവന്റെ ശരീരത്തിലല്ലെങ്കിലും വേദന തന്നിലേക്ക് വ്യാപിക്കുന്നു. അടിക്കുമ്പോൾ ടീച്ചറുടെ മുഖം വികൃതമാകുന്നു. ആർക്കെങ്കിലും അടികൊള്ളുന്നത് കണ്ടുനിൽക്കുന്നത് ജൊറോഗെയ്ക്ക് ഇഷ്ടമുള്ള കാര്യമല്ല. ആ കുട്ടിയോട് അവന് സഹതാപം തോന്നി. എന്നാൽ അവൻ ഒരു പുതുമുഖത്തോട് കയർക്കേണ്ടിയിരുന്നുവോ? നുജൂക്കാ എന്ന വാക്കിന്റെ അർത്ഥം പുതുമുഖം എന്നാണെന്ന് അവനോർത്തു. അതുകേട്ട് മിഹാകി ശബ്ദം കൂടിയതും.

ജൊറോഗെ എപ്പോഴും തനിച്ചായിരുന്നു. മറ്റു കുട്ടികളേക്കാൾ മുമ്പേ അവൻ വീട്ടിൽ തിരിച്ചെത്തി. ഇരുട്ടാവുന്നതിനുമുമ്പേ തിരിച്ചെത്തണമെന്ന് അവന് നിർബന്ധമായിരുന്നു. സ്കൂളിൽനിന്ന് തിരിച്ചുപോവുമ്പോൾ വളരെ പതുക്കെ നടന്നിരുന്നത് ചീത്ത കുട്ടികളായിരുന്നു. നേരത്തെ എത്തിയാൽ വീട്ടുജോലികളിൽ സഹായിക്കേണ്ടിവരുമെന്ന് അവർക്കറിയാം. വീട്ടിൽ എത്തിയാൽ അവർ നുണ പറയും: "ലൂസിയ ടീച്ചർ (അല്ലെങ്കിൽ ഐസക്ക്) ഞങ്ങളെ വിട്ടില്ല."

ചിലപ്പോൾ അവരുടെ കള്ളം വെളിച്ചത്താവും. അപ്പോൾ അടിയും കൊള്ളും. അടികൊള്ളുന്നത് ജൊറോഗേയ്ക്ക് തീരെ ഇഷ്ടമുള്ള കാര്യമല്ല.

മൂന്നാഴ്ചയ്ക്കുശേഷം അമ്മ അവനോട് വല്ലാതെ ദേഷ്യപ്പെട്ടു. കുറ്റം മിഹാകിയുടേതായിരുന്നു. സ്കൂൾ വിട്ടപ്പോൾ അവൾ അവനോട് കാത്തു നിൽക്കാൻ പറഞ്ഞു. അവർക്ക് ഒന്നിച്ച് മടങ്ങാമല്ലോ. അവരുടെ വീടുകളാണെങ്കിൽ അടുത്തടുത്താണ്. മാത്രമല്ല അവൾക്ക് ചില തെമ്മാടി പിള്ളാരെ പേടിയായിരുന്നു. ജൊറോഗെയ്ക്ക് സന്തോഷം. അവരൊന്നിച്ച് സംസാരിച്ചുകൊണ്ട് വീട്ടിലേക്ക് നടക്കാൻ തുടങ്ങി. ഗ്രാമത്തിനടുത്തുള്ള കുന്നിന്റെ ഉച്ചിയിലെത്തിയപ്പോൾ അവർ അവിടെയിരുന്നു കളിക്കാൻ തുടങ്ങി. ഒരു പെൺകുട്ടിയുടെ കൂടെയിരുന്നു കളിക്കാൻ നല്ല രസം തന്നെ. പ്രത്യേകിച്ച് തന്നെക്കാൾ ഉയർന്ന കുടുംബത്തിൽ നിന്ന് വരുന്ന കുട്ടിയുമൊത്ത്. അപൂർവ്വവും വിലപിടിച്ചതുമായ വസ്തുവെപ്പോലെ അവൻ അവളെ കരുതി. ചെറുതും മൃദുലവുമായ ശരീരമായിരുന്നു അവളുടേത്. അവർ കല്ലെറിഞ്ഞ് കളിക്കുകയായിരുന്നു. ആർക്കാണ് കൂടുതൽ ദൂരം എറിയാൻ കഴിയുക എന്ന് മത്സരിച്ചു. അങ്ങനെ സമയം പോയി. സൂര്യനസ്തമിച്ചത് അറിഞ്ഞില്ല. അപ്പോഴാണ് അവന്റെ അമ്മ അവിടെ വന്ന് അവരെ കണ്ടത്. ഇരുട്ട് പരക്കുന്നത് കണ്ടപ്പോൾ മകനെ തേടി പുറപ്പെട്ടതായിരുന്നു അവർ. മകന് എന്തുപറ്റി എന്ന പരിഭ്രമമായിരുന്നു.

വേവലാതിയോടെ മകനെ തേടി പുറപ്പെട്ടതായിരുന്നു. അവന് അടി കൊണ്ടില്ലെന്നത് ശരിയാണെങ്കിലും ജൊറോഗേയ്ക്കറിയാമായിരുന്നു അമ്മയ്ക്ക് ദേഷ്യം വന്നുവെന്നത്. മകൻ പണക്കാരുമായി കൂട്ടുകൂടുന്നത് അവർക്കിഷ്ടപ്പെട്ടില്ല. അതവന് നല്ലതിനല്ലെന്ന് അവർ ചിന്തിച്ചു.

എല്ലാം മിഹാകി ചെയ്ത കുറ്റമാണെന്ന് ജൊറോഗെ കരുതി. അവളൊരു ചീത്ത കുട്ടി. ഇനി അവളൊന്നിച്ച് ഒരിക്കലും കളിക്കില്ല, സ്കൂൾ വിട്ടാൽ അവളെ കാത്തുനിൽക്കില്ല, അവൻ ഉറപ്പിച്ചു.

ഒരു ദിവസം വീട്ടിൽ തിരിച്ചെത്തിയപ്പോൾ അമ്മ ആവണക്കെണ്ണ ക്കുരുവിന്റെ തൊലികളയുന്നു. അവർ എപ്പോഴും ചെയ്തുകൊണ്ടിരുന്ന ജോലിയായിരുന്നു അത്. മാസങ്ങളോളം പണിയെടുത്ത് കുരു ശേഖരിച്ച് ചന്തയിൽ കൊടുത്ത് കാശ് വാങ്ങുക.

“ഞാൻ സഹായിക്കട്ടെ.” അവൻ ചോദിച്ചു.

“വേണ്ട. പോയി നിന്റെ ഹോംവർക്ക് ചെയ്യ്.”

സ്കൂളിൽ പോകുന്ന ഒരു മകനുണ്ടെന്നതിൽ ന്യോക്കാബി അഭി മാനിച്ചു. അവൻ സ്ലേറ്റിനു മുമ്പിൽ കൂനിക്കൂടിയിരിക്കുമ്പോഴും സ്കൂളിൽ കണ്ട കാര്യങ്ങൾ വിസ്തരിക്കുമ്പോഴും അവളുടെ ഹൃദയം ഭാരരഹിത മായി. സന്തോഷം നിറഞ്ഞു. പുസ്തകം വായിക്കാനോ കണക്കു ചെയ്യാനോ മകനോടു പറയുമ്പോൾ അഭിമാനം തോന്നി. തന്റെ മകൻ ഏതെങ്കിലുമൊരു ദിവസം കത്തെഴുതുന്നതോ കണക്കു ചെയ്യുന്നതോ ഇംഗ്ലീഷ് സംസാരിക്കുന്നതോ കാണുമ്പോഴാണ് ഒരമ്മയെന്ന നിലയിൽ തനിക്ക് ഏറ്റവും വലിയ സന്തോഷമുണ്ടാവുക. മകനും മകളും സ്കൂളിൽ പോകുന്നതിനെക്കുറിച്ച് ഹൗലാൻഡ്സ് സായ്പിന്റെ ഭാര്യ യ്ക്ക് എന്തു തോന്നുന്നുവെന്ന് അവർ വിഭാവനം ചെയ്തുനോക്കി. അവൾക്കും അതുപോലെതന്നെയാകണം. അല്ലെങ്കിൽ ജൂലിയാനയെ പ്പോലെ.

ജക്കോബോവിന്റെ ഭാര്യയായിരുന്നു ജൂലിയാന. സ്കൂൾ ടീച്ചറായ ഒരു മകളും അടുത്തുതന്നെ വിദേശത്തേക്ക് വിമാനത്തിൽ പറക്കാൻ പോകുന്ന ഒരു മകനും ഉണ്ടായതിൽ ജൂലിയാനയ്ക്കും അഭിമാനം തോന്നു ന്നുണ്ടാവണം. അതൊക്കെ വല്യ കാര്യങ്ങളല്ലേ? അതാണ് യഥാർത്ഥ ജീവിതം. നോക്ക്, ഈ നാട്ടിലെ ഏറ്റവും നല്ല, ഏറ്റവും വിദ്യാസമ്പന്നനായ ചെറുപ്പക്കാരനാണ് ‘എന്റെ മോൻ’ എന്ന് അഭിമാനിക്കാവുന്ന ഒരച്ഛനോ അമ്മയ്ക്കോ ദാരിദ്ര്യത്തിൽ തന്നെ മരിച്ചുപോയാലും അതൊരു വിഷയ മാവില്ല.

ഇത് മനസ്സിലാക്കുവാൻ അവനവന് തന്നെ വിദ്യാഭ്യാസം വേണ മെന്നൊന്നുമില്ല. അമ്മയുടെ സഹജാവബോധം മാത്രം മതി; തന്റെ കുടുംബസ്ഥിതിക്കും സാമൂഹികമായ ചുറ്റുപാടുകൾക്കുപരിയായ എന്തെങ്കിലും നേട്ടം കൈവരിക്കണമെന്ന ആഗ്രഹം തോന്നുവാൻ.

ഇതാണ് തന്റെ ഒരു മകനെയെങ്കിലും സ്കൂളിലയയ്ക്കണമെന്ന് ന്യോക്കാബി ഭർത്താവിനെ പ്രേരിപ്പിക്കാൻ കാരണം. അവരുടെ മറ്റേ മകൻ മഹായുദ്ധത്തിൽ മരിച്ചുപോയിരുന്നു. അത് അമ്മയ്ക്ക് ഒരു വലിയ മുറി വായിരുന്നു. വെള്ളക്കാരുടെ യുദ്ധത്തിൽ അവനെന്തിന് വേണ്ടി മരിച്ചു? അവർക്ക് സ്വന്തമായുള്ളതൊന്നും മറ്റുള്ളവർക്കുവേണ്ടി ത്യജിക്കാൻ അവർ ഒരുക്കമായിരുന്നില്ല. വെള്ളക്കാർക്ക് ലഭിക്കുന്ന വിദ്യാഭ്യാസം തന്റെ മകൻ ജൊറോഗെയ്ക്ക് ലഭിച്ചാൽ തന്റെ ഭർത്താവ് ഹൗലാൻഡ്സ് സായ്പിനുവേണ്ടി പണിയെടുക്കേണ്ടിവരുമോ? വിശേഷിച്ചും സായ്പിന്റെ മദാമ്മ ഒട്ടും ദയയില്ലാത്തവളാണെന്നറിഞ്ഞുകൊണ്ട്? പിന്നെ ഒരു കുടുംബമായി മറ്റൊരാളുടെ ഭൂമിയിൽ 'കുടിയാൻ' എന്ന നിലയിൽ ഇതു പോലെ താമസിക്കുമോ? അതും അയാൾക്കതിഷ്ടമല്ലെന്നറിഞ്ഞു കൊണ്ട്? ഇങ്ങനെ ഒരുപാട് കാര്യങ്ങൾ ഒരൊറ്റ മോഹത്തിൽ കേന്ദ്രീ കരിച്ചിരുന്നു; ഏറ്റവും നല്ല വിദ്യാഭ്യാസം ലഭിച്ച ഒരു മകനുണ്ടാവുക. പണമുണ്ടായിരുന്നെങ്കിൽ വിവാഹിതരായ തന്റെ പെൺമക്കളെപ്പോലും സ്കൂളിലയയ്ക്കണമെന്ന് അവർ ആഗ്രഹിച്ചു. അങ്ങനെയാണെങ്കിൽ എല്ലാവർക്കും വിദ്യാഭ്യാസം ലഭിക്കും. ചുരുങ്ങിയത് ഇംഗ്ലീഷ് സംസാരി ക്കാനെങ്കിലും കഴിയുമല്ലോ.

"അമ്മേ, എനിക്ക് ആ കഥകളൊക്കെ ഒരിക്കൽക്കൂടി പറഞ്ഞുതരൂ." താൻ സഹായിക്കാമെന്ന് പറഞ്ഞത് സ്വീകരിച്ചില്ലെങ്കിലും അവൻ അമ്മയുടെ അടുത്ത് ഇരുന്നു.

"ഹും!" അവർ ഒന്നു മൂളി. എന്നിട്ട് കൈയിലുള്ള ആവണക്കെണ്ണ ക്കുരുവിന്റെ തൊലി ഊതിപറപ്പിച്ചു. ഒരു നിമിഷം നിശ്ശബ്ദയായി. പിന്നെ പുഞ്ചിരിച്ചു.

"അമ്പട സൂത്രക്കാരാ! ഇതിനാണ് എന്നെ സഹായിക്കാമെന്ന് പറ ഞ്ഞത് അല്ലേ?"

"അമ്മേ, കഥ പറയൂ." അവൻ ചിണുങ്ങി.

"എന്തിന്?" അവൻ പറഞ്ഞത് ഗൗനിക്കാത്തതുപോലെ അവർ തന്റെ ജോലി തുടരുന്നതായി നടിച്ചു.

"ക്ലാസിൽവെച്ച് ടീച്ചർ ഒരു കഥ പറയാൻ ഇന്ന് എന്നോട് ആവശ്യ പ്പെട്ടു. അമ്മ പറഞ്ഞുതന്ന 'ഇരിമു'വിന്റെ കഥ ഓർമ്മ വന്നു. ഞാൻ ക്ലാസിൽ എഴുന്നേറ്റു നിന്നു. എല്ലാ കണ്ണുകളും എന്റെ മേലായപ്പോൾ ഞാൻ വിരണ്ടുപോയി." 'ഞാൻ കഥ മറന്നുപോയി' എന്ന് വളരെ നാടകീയമായ വിധത്തിൽ അവൻ പറഞ്ഞവസാനിപ്പിച്ചു; അത്തരം സംഭവ ങ്ങൾ ചുരുക്കമായേ സംഭവിക്കാറുള്ളൂ എന്നപോലെ.

"ഒരു പുരുഷൻ ഒരിക്കലും പേടിത്തൊണ്ടനാവാൻ പാടില്ല. നീ മറ്റൊരു കഥ കിട്ടാൻ വേണ്ടി തല ചൊറിഞ്ഞു നോക്കേണ്ടതായിരുന്നു. നിനക്കൊരുപാട് കഥകളറിയാമല്ലോ. പിന്നെ വെറുതെയാണോ നിന്റെ

മൂത്തമ്മയും ഞാനും നമ്മുടെ വർഗ്ഗത്തെക്കുറിച്ച് കഥകൾ പറഞ്ഞുതരാൻ ഒരുപാട് സമയം ചെലവാക്കുന്നത്?"

"ഞാനതൊക്കെ മറന്നുപോയമ്മേ." അവൻ ഉറപ്പിച്ചു പറഞ്ഞു. ന്യോക്കാബി ചിരിച്ചുപോയി. ചില കാര്യങ്ങളിൽ ജൊറോഗെയ്ക്ക് വലിയ പിടിവാശിയായിരുന്നു. എന്നാൽ ഇപ്പോൾ അവനും ചിരിച്ചു. അമ്മ ചിരിക്കുന്നതു കാണുവാൻ അവന് വലിയ ഇഷ്ടമായിരുന്നു. പാലുപോലെ നല്ല വെളുത്ത പല്ലുണ്ടായിരുന്നു അമ്മയ്ക്ക്. അവയിൽ ഒന്നിനുപോലും കാലം പോറലേൽപ്പിച്ചിട്ടില്ല.

"ശരി. വൈകുന്നേരം ഞാൻ കഥ പറഞ്ഞുതരാം. ഓ! ഞാൻ മറന്നുപോയി. നിന്റെ മൂത്തമ്മ നിന്നോട് നിന്റെ അനുജനെ നോക്കാൻ പറഞ്ഞു. ഉം ഓടിപ്പോകൂ."

അവൻ കുടിലിനുള്ളിലേക്ക് ഓടിക്കയറി. സ്ലേറ്റ് വലിച്ചെറിഞ്ഞ് ഉടനെ പുറത്തേക്കോടി വന്നു.

"ജൊറോഗെ, ജൊറോഗെ."

അവൻ തിരിച്ചുവന്നു.

"നീ സ്കൂൾ യൂണിഫോം മാറാത്തതെന്താ?"

അവൻ നാണിച്ചു. അത് മറക്കാൻ പാടില്ലാത്തതായിരുന്നു. കുടിലിനുള്ളിലേക്കുപോയി യൂണിഫോം അഴിച്ചുവെച്ചു. പരുക്കൻ കുപ്പായം ധരിച്ചു. അതും ഒരു 'ഉടമ്പടി'യുടെ ഭാഗമായിരുന്നു; സ്കൂൾ യൂണിഫോം കഴിയുന്നത്രകാലം കീറാതെ സൂക്ഷിക്കണം.

മിഹാകിയുടെ വീടിന്റെ തൊട്ടുതാഴെക്കൂടിയായിരുന്നു അവൻ പോയത്. വീടുകളെല്ലാം വലിയ ഫിർമരങ്ങൾക്കു പുറകിലായിരുന്നു. മരങ്ങൾക്കിടയിലെ വിടവുകളിലൂടെ ലോഹത്തകിടുകൊണ്ടുണ്ടാക്കിയ മേൽക്കൂരകളും മരച്ചുമരുകളും കാണാമായിരുന്നു. ജൊറോഗെയും കൂട്ടുകാരും ആ വീടിന്റെ മുറ്റത്ത് ഒരുപാട് തവണ പോയിട്ടുണ്ട്. ജക്കോബോവിനുവേണ്ടി സൂര്യകാന്തി പൂക്കൾ ശേഖരിച്ചതിന്റെ കൂലിക്കുവേണ്ടി. ആ വീട് ഒരു യൂറോപ്യൻ ബംഗ്ലാവ് പോലെയാണ്. അവിടത്തെ അന്തരീക്ഷം തന്നെ ജൊറോഗെയിൽ ഭയാദരവുകൾ സൃഷ്ടിച്ചിരുന്നു. ആ വലിയ കെട്ടിടത്തിനുള്ളിൽ അവൻ കടന്നിരുന്നില്ല. അതിനുള്ളിൽ എന്താണെന്നറിയാൻ അവന് കൗതുകം തോന്നി.

ഒരിക്കൽ അവൻ അവിടുത്തെ അടുക്കളയിൽ പോയിരുന്നു. അടുക്കള വീട്ടിൽനിന്ന് വേർപെട്ട, വട്ടത്തിലുള്ള ഒറ്റപ്പെട്ട ഒരു കെട്ടിടമായിരുന്നു. തണുപ്പുകിട്ടാൻ വേണ്ടി മൺചുമരുകൾകൊണ്ട് നിർമ്മിച്ചതും പുല്ല് മേഞ്ഞതുമായ ഒരു കുടിൽ. ഭക്ഷണം പാകം ചെയ്തിരുന്നത് അവിടെയായിരുന്നു. ഭൃത്യരൊക്കെ അവിടെ കിടന്നുറങ്ങുകയും ചെയ്തു. ക്രിസ്മസിനായിരുന്നു അവിടെ പോയിരുന്നത്. ജക്കോബോവിനു വേണ്ടി പണിയെടുക്കുന്ന കുട്ടികളെയെല്ലാവരെയും ഒരു പാർട്ടിക്ക് ജൂലിയാന

വിളിച്ചതായിരുന്നു. തടിച്ച ഒരു സ്ത്രീയായിരുന്നു അവർ. ചന്തമുള്ള വട്ടമുഖം. അഹങ്കാരം സ്ഫുരിക്കുന്ന കണ്ണുകൾ. കുട്ടികളോട് ദയയുള്ള വൾ. അന്ന് അവർ ഒരുപാട് റൊട്ടി വാങ്ങിവെച്ചിരുന്നു. വായിൽ വെള്ള മൂറും വിധം. മുകൾഭാഗം കൂർത്ത ഒരു വെളുത്ത കുന്നിന്റെ രൂപത്തിലാ യിരുന്നു അടുത്തുതന്നെയുള്ള ഒരു തട്ടത്തിൽ അപ്പമെല്ലാം കൂട്ടിവെച്ചി രുന്നത്. വായിൽ ഊറിക്കൂടിയ വെള്ളം ഇറക്കാൻ ജൊറോഗെ വളരെ പാടുപെട്ടു. വെള്ളമിറക്കുന്ന ഒച്ചയെങ്ങാൻ തന്റെ ആതിഥേയയും അവരുടെ മക്കളും കേട്ടാൽ നാണക്കേടല്ലേ? എന്നാൽ ഏറ്റവും ദയനീയ മായത് ഭക്ഷണത്തിനുമുമ്പ് അവരോടൊക്കെ പ്രാർത്ഥനയ്ക്കുവേണ്ടി കണ്ണടയ്ക്കുവാൻ ആവശ്യപ്പെട്ടപ്പോഴായിരുന്നു. ഒരു കുട്ടി എന്തോ വല്ലാത്ത ഒരു ശബ്ദമുണ്ടാക്കി. അതുകേട്ട് ജൊറോഗേയ്ക്ക് ചിരിയടക്കാൻ കഴിഞ്ഞില്ല. അവൻ ചിരിച്ചു തുടങ്ങിയതോടെ വേറൊരുത്തനും കൂടി ചിരിക്കാൻ തുടങ്ങി, വളരെ ഉച്ചത്തിൽ. അങ്ങനെ രണ്ടുപേരും കൂടി ഒച്ച വെച്ചു ചിരിച്ചപ്പോൾ മൗനപ്രാർത്ഥനയുടെ സമയം ചുരുക്കേണ്ടി വന്നു.

കുട്ടികൾക്കെല്ലാം വിശക്കുന്നുണ്ടായിരുന്നു. ജൂലിയാനയ്ക്ക് ദേഷ്യം വന്നു. ജൊറോഗെയോടും അവിടെ കൂടിയിരിക്കുന്ന മറ്റു കുട്ടികളോടും ഒരു നീണ്ട ഉപദേശപ്രസംഗം തന്നെ നടത്തി. തന്റെ മക്കളായിരുന്നു അവരെങ്കിൽ (നിർഭാഗ്യവാന്മാരായ ആ രണ്ടുപേർ!) അവർക്ക് രണ്ടു ദിവസം ഭക്ഷണം കൊടുക്കുകയില്ലായിരുന്നുവെന്ന് ജൂലിയാന തുറന്നു പറഞ്ഞു. എന്നാൽ അവരുടെ കുട്ടികൾ അങ്ങനെ പെരുമാറുമോ? ഒരിക്കലും ഇല്ല; തികഞ്ഞ മര്യാദക്കാരായിട്ടായിരുന്നു അവരെ വളർത്തി യത്. അവരുടെ നീണ്ട പ്രസംഗം അവർ അവസാനിപ്പിച്ചത് അച്ഛനമ്മ മാരെല്ലാം കുട്ടികളെ താൻ വളർത്തുന്നതുപോലെ തങ്ങളുടെ കുട്ടികളെ വളർത്തണമെന്ന ഉപദേശത്തോടെയായിരുന്നു. മറ്റുള്ളവർ അങ്ങനെ വളർത്താത്തതുകൊണ്ട് തന്റെ കുട്ടികൾ ആ അപരിഷ്കൃത ഗൃഹങ്ങളിൽ പോകുന്നത് അവർക്ക് ഇഷ്ടമല്ലായിരുന്നു. തന്റെ അച്ഛനമ്മമാരെ ജൂലിയാന കുറ്റം പറയുകയാണെന്ന് ജൊറോഗെയ്ക്ക് മനസ്സിലായി. അന്നു മുതലാണ് ജൊറോഗെ മിഹാകിയുമായി കൂടുതലടുത്തത്. കാരണം അവളുടെ അമ്മയുടെ പ്രസംഗത്തിനുശേഷം അവൾ അവനിൽ വലിയ താത്പര്യമെടുത്തു. ഒരുവേള അവന്റെ മുറിവേറ്റ മനസ്സിനെ സാന്ത്വനിപ്പി ക്കാനായിരിക്കാം. ഇതൊക്കെ കഴിഞ്ഞ കാര്യങ്ങൾ.

ജൊറോഗെ കുറെ ദൂരെ എത്തുന്നതിനുമുമ്പുതന്നെ അതേ വഴി യിലൂടെ എതിർഭാഗത്തുനിന്ന് അവൾ നടന്നുവരുന്നത് കണ്ടു. നടത്തം തുടർന്നിരുന്നെങ്കിൽ അവളെ കണ്ടുമുട്ടുമായിരുന്നു. തന്റെ വസ്ത്രത്തെ പ്പറ്റി അവൻ ഓർത്തു. ധരിച്ചിരുന്ന പരുക്കൻ 'കാലിക്കോ' കാറ്റിലാടി യുലഞ്ഞിരുന്നു. അപ്പോഴൊക്കെ തന്റെ ശരീരത്തിന്റെ കീഴ്ഭാഗം പുറത്തു കാണാമായിരുന്നു. കുറച്ചുനേരത്തേക്ക് എന്തു ചെയ്യണമെന്നറിയാതെ കുഴങ്ങി. തന്റെ വസ്ത്രങ്ങളെപ്പറ്റി മോശമായി വിചാരിച്ചതിന് തന്നെ

ത്തന്നെ കുറ്റപ്പെടുത്തി. സ്കൂളിൽ പോകുന്നതിനു മുമ്പായിരുന്നെങ്കിൽ അമ്മയുമായി വസ്ത്രങ്ങളെക്കുറിച്ച് ആ കരാറുണ്ടാക്കിയ സമയത്തു പോലും പരുക്കൻ 'കാലിക്കോ'യെച്ചൊല്ലി നാണിക്കുമായിരുന്നില്ല. അതു മാത്രമായിരുന്നല്ലോ ജനിച്ചപ്പോൾ മുതൽ ഉടുത്തിരുന്ന തുണി.

അവൻ ഇടത്തോട്ടുമാറി വേറൊരു വഴിക്കുപോയി. അവനു ചുറ്റും ജക്കോബോവിന്റെ സൂര്യകാന്തിപ്പൂക്കൾ വിരിഞ്ഞുനിന്ന താഴ്‌വാരമായിരുന്നു. താഴെ ഒരു കാട്. അതിനു താഴെ ഇന്ത്യക്കാരുടെയും ആഫ്രിക്കക്കാരുടെയും കടകൾ. എന്നാൽ കുറച്ചു മേൽക്കൂരകൾ മാത്രമേ കാണാനുണ്ടായിരുന്നുള്ളൂ. വലതുഭാഗത്തെ ചെറിയ ആ മലനിരകൾക്ക് തൊട്ടടുത്തായിരുന്നു മി. ഹൗലാൻഡ്സിന്റെ ഭൂമി. ജൊറോഗെയുടെ അച്ഛൻ നുഗോത്തോ പണിയെടുത്തിരുന്നത് അവിടെയായിരുന്നു. ജൊറോഗോ അതിനടുത്തു കൂടിയായിരുന്നു സ്കൂളിൽ പോയിരുന്നത്.

അവൻ സൂര്യകാന്തിപ്പൂക്കൾ വിരിഞ്ഞുനിന്ന വയൽ കടന്നു, ഒന്ന് തിരിഞ്ഞ് വീണ്ടും നേരത്തെ നടന്ന വഴിയിലെത്തി. അടുത്ത വയലിലേക്കു പ്രവേശിച്ചു. നുഗാണ്ടായുടെ വീട് അപ്പോൾ കാണാമായിരുന്നു. ഗ്രാമത്തിലെ ആശാരിയായിരുന്നു നുഗാണ്ടാ. കമാവു അയാളുടെ കീഴിലായിരുന്നു പരിശീലനം തേടിയിരുന്നത്. ആയതിന് നുഗോത്തോ ഒരു വലിയ മുട്ടനാടിനെയും അതിനു പുറമെ നൂറ്റമ്പത് ഷില്ലിങ്ങും നുഗാണ്ടോയ്ക്ക് കൊടുക്കേണ്ടിവന്നു. നുഗാണ്ടാ ഒരു പണക്കാരനായിരുന്നു. ഭൂവുടമയും. ഭൂമി സ്വന്തമായുള്ള എല്ലാവരും പണക്കാരായിരുന്നു. ഒരുപാടു പണവും മോട്ടോർ കാറുകളും എല്ലാമുണ്ടെങ്കിലും ഭൂസ്വത്തില്ലെങ്കിൽ ഒരാളെ ധനികനായി കണക്കാക്കിയിരുന്നില്ല. കീറിപ്പറിഞ്ഞ വസ്ത്രങ്ങൾ ധരിച്ചാലും ശരി ഒരേക്കർ ഭൂമിയെങ്കിലുമുണ്ടെങ്കിൽ അയാളായിരിക്കും പണം മാത്രമുള്ളവനേക്കാൾ ധനികൻ. നുഗോത്തോവിനേക്കാൾ പ്രായം കുറവായിരുന്നുവെങ്കിലും മൂന്നു ഭാര്യമാരെ വെച്ചുപോറ്റാനുള്ള കഴിവുണ്ടായിരുന്നു നുഗാണ്ടാവിന്. ആദ്യത്തെയോ രണ്ടാമത്തെയോ യുദ്ധത്തിൽ അയാൾ പങ്കെടുത്തിരുന്നില്ല. പരുക്കൻ സ്വഭാവക്കാരനായിരുന്നുവെങ്കിലും സമർത്ഥനായിരുന്നു. അത്ര വലിയ സത്യസന്ധനുമല്ലായിരുന്നു. ഗ്രാമത്തിലെല്ലാവരും വെട്ടുകത്തിയും കൈച്ചെണ്ടയും നന്നാക്കാൻ അയാളുടെ അടുത്താണ് കൊണ്ടുപോയിരുന്നത്. പൊട്ടിയ വേലി നന്നാക്കാനും കട്ടിലും മേശയും ഉണ്ടാക്കാനും അയാൾക്കറിയാമായിരുന്നു. കഥ പറയാനും അയാൾക്കറിയാം. അത് ആണുങ്ങളുടെ ഒരു വലിയ നേട്ടമായി കണക്കാക്കപ്പെട്ടിരുന്നു.

കമാവുവിന് അല്പം പ്രായക്കൂടുതലുണ്ടായിരുന്നുവെങ്കിലും അവർ ചങ്ങാതിമാരെപ്പോലെയായിരുന്നു.

"നമുക്കു പോകാം, അനിയാ." കമാവു ജൊറോഗേയുടെ കൈപിടിച്ചു വലിച്ചു. അവന്റെ മുഖത്ത് വിഷാദം പരന്നിരുന്നു.

"ഇന്ന് ചേട്ടൻ വൈകിപ്പോയല്ലോ."

“ആ മനുഷ്യനാണ് അതിന് കാരണം.”

എന്തോ പന്തികേടുണ്ടെന്ന് ജൊറോഗേയ്ക്കു തോന്നി. ചേട്ടന് ഇങ്ങനെ ദേഷ്യം വരുന്നത് കണ്ടിട്ടില്ല.

“അയാൾ അത്ര നല്ലയാളല്ലേ?”

“ങും. നല്ലയാൾ. ഇത്രയൊക്കെ പണം കൊടുത്തതുകൊണ്ട് നിർത്തുന്നത് അച്ഛന് ഇഷ്ടമാകില്ലെന്നറിയാം. അല്ലെങ്കിൽ അവിടെ പോകില്ലായിരുന്നു. ആറുമാസമായി അയാളുടെ കൂടെ പണിയെടുക്കുന്നു. എന്നിട്ട് ഇന്നലെയാണ് ആശാരിക്കോൽ ഒന്നു തൊടാൻ സമ്മതിച്ചത്. ‘അവിടെപ്പിടി, ഇവിടെപ്പിടി’ എന്നാണ് എപ്പോഴും പറയുക. നോക്കി കണ്ടു പഠിക്കാനും പറയും. പരിശീലനമില്ലാതെ എങ്ങനെയാണ് പഠിക്കുക? നോക്കിക്കണ്ടതുകൊണ്ടുമാത്രം? മുറ്റം അടിച്ചുവാരിയതു കൊണ്ടും ചപ്പും ചവറും കൊണ്ടുപോയിക്കളഞ്ഞതുകൊണ്ടും അയാളുടെ പണിസാധനങ്ങൾ പേറി നടന്നതുകൊണ്ടും ആർക്കെങ്കിലും ആശാരിപ്പണി പഠിക്കാൻ കഴിയുമോ? പിന്നെ ഞാനെന്തെങ്കിലും ഒന്നു തൊട്ടുപോയാലോ? പിന്നെ പറയണ്ട. മാത്രമല്ല അയാളുടെ ഏറ്റവും ചെറുപ്പക്കാരിയായ ഭാര്യ അവളുടെ കുഞ്ഞിനെ എന്നെ ഏൽപ്പിക്കും. വലിയ മദാമ്മയാണെന്നാണ് ഭാവം. ഞാൻ അവളുടെ ആയയും. ഹോ! ആ കുഞ്ഞോ? എപ്പോഴും അലറിക്കൊണ്ടിരിക്കുന്ന വൃത്തികെട്ടൊരു സാധനം!”

“അച്ഛനോട് പറഞ്ഞൂടെ?”

“നിനക്കറിയില്ല. അച്ഛൻ അയാളുടെ ഭാഗമേ പറയുകയുള്ളൂ. പ്രത്യേകിച്ചും പണിനോക്കി പഠിക്കുന്ന കാര്യത്തിൽ. പണ്ടൊക്കെ ആളുകൾ എല്ലാ പണിയും പഠിച്ചിരുന്നത് അങ്ങനെയായിരുന്നുപോലും. കാലം മാറുന്നത് ഇവർ അറിയുന്നില്ല.”

വീട്ടിലേക്കുള്ള വഴിയിലൂടെ അവർ തെല്ലിട മിണ്ടാതെ നടന്നു. സന്ധ്യമയങ്ങിയിരുന്നു. ഒട്ടൊന്നാലോചിച്ച്, ജൊറോഗെ ചോദിച്ചു.

“അയാളെന്തിനാണ് ചേട്ടനോട് അങ്ങനെ പെരുമാറുന്നത്? അയാളും കറുത്ത വർഗ്ഗക്കാരനല്ലേ?”

“കറുപ്പ് മാത്രമല്ല ഒരു മനുഷ്യന്റെ സ്വഭാവം നിർണ്ണയിക്കുന്നത്.” കമാവു വെറുപ്പോടെ പറഞ്ഞു. “ചില ആളുകളുണ്ട് കറുപ്പായാലും ശരി വെളുപ്പായാലും ശരി. ആരും അവരേക്കാളും ഉയരുന്നത് കണ്ടുകൂടാ. അവർക്ക് ജ്ഞാനികളായി നടക്കണം. എന്നിട്ട് അത് കുറേശ്ശെക്കുറേശ്ശെയായി താഴ്ന്ന നിലയിലുള്ളവർക്ക് കൊടുക്കണം. ഈ ആശാരിമാരുടെയെല്ലാം കുഴപ്പം അതാണ്. കുറച്ച് അറിവ് കൈമുതലായുള്ള എല്ലാവരും അങ്ങനെതന്നെ. പണക്കാരുടെ കുഴപ്പവും അതുതന്നെയാണ്. മറ്റുള്ളവർ പണക്കാരായി ഉയരുന്നത് ഒരു ധനികൻ ഇഷ്ടപ്പെടുമോ? പണമുള്ള ഏക വ്യക്തി താനായിരിക്കണമെന്ന് എല്ലാവരും ആഗ്രഹിക്കുന്നു.”

"ശരിയായിരിക്കാം." ജൊറോഗെ പറഞ്ഞു. ചേട്ടനോട് മതിപ്പുതോന്നി. ചേട്ടൻ ഇത്ര ദീർഘമായി സംസാരിക്കുന്നത് അവൻ ഇതുവരെ കേട്ടിട്ടില്ല.

"ചില യൂറോപ്യന്മാർ കറുത്തവരേക്കാൾ നല്ലവരാണ്." ജൊറോഗെയ്ക്ക് അത് നന്നെ ബോധിച്ചു.

"അതുകൊണ്ടാണ് അച്ഛൻ ഇടയ്ക്കിടെ പറയുന്നത് വെള്ളക്കാരനു വേണ്ടി പണിയെടുക്കുന്നതാണ് നല്ലതെന്ന്. വെള്ളക്കാരനെന്നാൽ വെള്ളക്കാരൻ തന്നെ. എന്നാൽ ഒരു കറുത്തവൻ വെള്ളക്കാരനാവാൻ നോക്കുമ്പോൾ അവൻ കൂടുതൽ മോശപ്പെട്ടവനും പരുക്കനും ആകുന്നു."

കമാവു പറയുന്നതെന്താണെന്ന് ജൊറോഗെയ്ക്ക് മുഴുവൻ മനസ്സിലായില്ല. ചേട്ടനോട് ദയ തോന്നി. താൻ ഒരിക്കലും ആശാരിയാവുകയില്ലെന്ന് പ്രതിജ്ഞ ചെയ്തു. വിദ്യാഭ്യാസം സമ്പാദിക്കലാണ് എല്ലാത്തിലും നല്ലത്. അവൻ വിഷയം മാറ്റാൻ നോക്കി.

"അമ്മ നമുക്ക് ഒരു കഥ പറഞ്ഞുതരും."

"നേരോ?"

രണ്ടുപേർക്കും കഥ ഇഷ്ടമായിരുന്നു. കഥ പറച്ചിൽ ആ കുടുംബത്തിന് ഇഷ്ടപ്പെട്ട വിനോദമായിരുന്നു. നുഗോത്തോവിനെപ്പോലെത്തന്നെ കോറിയും നല്ല കഥകൾ പറയുമായിരുന്നു. ഒരു വലിയ സദസ്സിനെ ഏകാഗ്രതയോടെ ഇരുത്തുവാനും ചിരിപ്പിക്കുവാനും അയാൾക്ക് കഴിയുമായിരുന്നു. യുദ്ധത്തിന് പോയിരുന്ന ബോറോവിന് അവരുടെ വർഗ്ഗത്തെക്കുറിച്ചുള്ള കഥകൾ വളരെയൊന്നും അറിയാമായിരുന്നില്ല. അവൻ ഒരുപാടു കുടിക്കുകയും ഏകനായിരിക്കുവാൻ ഇഷ്ടപ്പെടുകയും ചെയ്തു. യുദ്ധരംഗത്തെ അനുഭവങ്ങളെക്കുറിച്ചുപോലും കുടിച്ചാലല്ലാതെ സംസാരിച്ചില്ല. വെള്ളക്കാരായ കുടിയേറ്റക്കാരോടും സർക്കാരിനോടും പക മൂക്കുമ്പോഴൊക്കെ അവൻ ഒരുപാട് സംസാരിക്കുമായിരുന്നു.

"നാം അവർക്കുവേണ്ടി പൊരുതി... അവരുടെ വെള്ളക്കാർ തന്നെയായ സഹോദരരിൽ നിന്ന് അവരെ രക്ഷിക്കാൻ വേണ്ടിയാണ് നാം പൊരുതിയത്..."

അത്തരം സന്ദർഭങ്ങളിൽ, യുദ്ധരംഗത്തെ യഥാർത്ഥ അനുഭവങ്ങളെക്കുറിച്ച് അവൻ കുറച്ചു സംസാരിക്കും. എന്നാൽ മൂവാംഗിയുടെ മരണത്തെക്കുറിച്ച് സൂചിപ്പിക്കാതിരിക്കാൻ അവൻ ശ്രദ്ധിച്ചു. അവർ തമ്മിൽ വളരെ ഇഷ്ടമായിരുന്നുവെന്ന് എല്ലാവർക്കും അറിയാമായിരുന്നു. സഹോദരന്മാർ തമ്മിൽ അത്തരം ഗാഢമായ സ്നേഹം നല്ലതിനല്ലെന്നും എന്തെങ്കിലും അനർത്ഥം ഉണ്ടാകുന്നതിന്റെ സൂചനയാണതെന്നും യുദ്ധം തുടങ്ങുന്നതിന് മുമ്പ് എല്ലാവരും പറഞ്ഞിരുന്നു.

നുഗോത്തോവിന്റെ ആദ്യഭാര്യ നുജേരിയുടെ മക്കളായിരുന്നു ബോറോ, കോറി, കമാവു എന്നിവർ. ജൊറോഗെയുടെ നേർസഹോദരൻ

മുവാംഗിയായിരുന്നു. അവൻ യുദ്ധത്തിൽ മരിച്ചുപോയി. അവരെല്ലാവരും ഒരമ്മയുടെ മക്കളെപ്പോലെ ജീവിച്ചു. 'ഗ്രീൻ ഹോട്ടൽ' എന്നു പേരുള്ള ഒരാഫ്രിക്കൻ ചായക്കടയിലായിരുന്നു കോറി പണിയെടുത്തിരുന്നത്. നിറയെ ഈച്ചകളുള്ള സ്ഥലം. മഴക്കാറുപോലെ ദുർഗന്ധം തങ്ങിനിൽക്കുന്ന വൃത്തികെട്ട ചായക്കട. അവിടെ ഒരു റേഡിയോ ഉണ്ടായിരുന്നതിനാൽ അത് ജനങ്ങൾക്ക് പ്രിയപ്പെട്ടൊരിടമായി. കോറി വീട്ടിൽ വരുന്നതു ജൊറോഗെ എപ്പോഴും നോക്കിക്കൊണ്ടിരിക്കും. കാരണം അവനാണ് ടൗണിലെ വർത്തമാനങ്ങളൊക്കെ കൊണ്ടുവന്നിരുന്നത്. നാട്ടിൽ എന്തു സംഭവിക്കുന്നു എന്നതിനെക്കുറിച്ചുള്ള വിവരങ്ങളും. ജോമോ ബ്രിട്ടനിൽനിന്ന് മടങ്ങിവന്നു എന്നു പറഞ്ഞതും കോറിയായിരുന്നു.

വീട്ടിലിരിക്കാൻ എല്ലാവർക്കും ഇഷ്ടമായിരുന്നു. വിശേഷിച്ചും ചില വൈകുന്നേരങ്ങളിൽ. അപ്പോൾ സഹോദരന്മാരെല്ലാം അവിടെയെത്തും. ചുറ്റുവട്ടത്തിലുള്ള ആൺകുട്ടികളും പെൺകുട്ടികളുമെല്ലാം അവിടെ കൂടും. തീ കത്തിച്ച് അതിനുചുറ്റും വട്ടമിട്ടിരുന്ന് അവർ വർത്തമാനങ്ങൾ പറയുകയും ചിരിക്കുകയും കളിക്കുകയും ചെയ്തു. വേഗം ഒരു മുതിർന്ന ആളാവാൻ ജൊറോഗെയ്ക്ക് തിടുക്കമായിരുന്നു. കാരണം, എന്നാൽ മാത്രമേ അവന്, യുവാക്കൾ ചെയ്യുന്നതുപോലെ മുതിർന്ന പെൺകുട്ടികളുടെ കൂടെയിരിക്കാനും അവരെ തൊടുവാനും സാധിക്കുകയുള്ളൂ. ചിലപ്പോൾ അവന്റെ സഹോദരന്മാർ വരാറുണ്ടായിരുന്നില്ല. അപ്പോൾ അമ്മമാർ കഥ പറഞ്ഞുതരും. നല്ല മാനസികാവസ്ഥയിലാണെങ്കിൽ നുഗോത്തോവും കഥ പറയും.

"മൂത്തമ്മ നിന്നെ വിളിക്കുന്നു." വീട്ടിലെത്തിയപ്പോൾ ജൊറോഗെ പറഞ്ഞു. നേരം ഇരുട്ടിയിരുന്നു. നുജേരിയെ എപ്പോഴും നമ്മുടെ അല്ലെങ്കിൽ എന്റെ 'മൂത്തമ്മ' എന്നാണ് വിളിക്കാറ്. ന്യോക്കാബി, രണ്ടാം ഭാര്യയും പ്രായം കുറഞ്ഞവളുമായതിനാൽ വെറും 'അമ്മ'യാണ്.

"എന്തിനാണ്?"

"എനിക്കറിയില്ല."

കമാവു പോകാൻ തുടങ്ങി. ജൊറോഗെ നിശ്ശബ്ദം നോക്കിനിന്നു. എന്നിട്ട് ശബ്ദമുയർത്തി പറഞ്ഞു: "ഇങ്ങോട്ട് വരാൻ മറക്കല്ലേ, കഥയുടെ കാര്യം ഓർമ്മയുണ്ടല്ലോ."

"ഉവ്വ്." കമാവു മറുപടി പറഞ്ഞു. ഇരുട്ടിൽ അവന്റെ ശബ്ദം വളരെ നേർത്തതായി തോന്നി.

കുറേക്കഴിഞ്ഞപ്പോൾ കമാവു ന്യോക്കാബിയുടെ കുടിലിലേക്ക് തിരിച്ചുവന്നു.

"കഥ പറഞ്ഞുതരൂ." അവൻ ന്യോക്കാബിയോട് ആവശ്യപ്പെട്ടു.

"അതൊക്കെ പിന്നെ, ശല്യം ചെയ്യല്ലേ."

"ഇതെന്തൊരു അമ്മയാണ്. ഞാൻ എന്റെ അച്ഛനായിരുന്നെങ്കിൽ ഇവരെ ഒരിക്കലും കല്യാണം കഴിക്കില്ലായിരുന്നു." കമാവുവിന് ന്യോക്കാബിയെ കളിയാക്കാൻ ഇഷ്ടമായിരുന്നു. എന്നാൽ അന്നുരാത്രി അവന്റെ കളിയാക്കൽ വേണ്ടത്ര ചിരിയുമുണർത്തിയില്ല.

"ഓ പിന്നേ... നിന്റച്ഛന് എന്നെ വലിയ ഇഷ്ടമായിരുന്നു."

"അത് ശരിയല്ല." നുഗോത്തോ പെട്ടെന്ന് അവിടേക്ക് കടന്നുവന്നു കൊണ്ട് പറഞ്ഞു. "ഞാൻ അവൾക്ക് കല്യാണാലോചന നടത്തിയപ്പോൾ അവൾക്ക് എന്തു സന്തോഷമായിരുന്നുവെന്ന് നീയൊന്നു കാണേണ്ട തായിരുന്നു! അവളെ കല്യാണം കഴിക്കാൻ ആരുമുണ്ടായിരുന്നില്ല. അതു കൊണ്ട് എനിക്കവളോട് ദയ തോന്നി."

"എത്ര ചെറുപ്പക്കാരായിരുന്നെന്നോ എനിക്ക് കല്യാണമാലോചിച്ചി രുന്നത്! അവരെയെല്ലാം ഞാൻ വേണ്ടെന്നു വെച്ചു. നിന്റച്ഛനെ ഞാൻ വേണ്ടെന്നു വെച്ചിരുന്നെങ്കിൽ അങ്ങേര് ചത്തുകളയുമായിരുന്നു."

"ഇവൾ പറയുന്നതൊന്നും വിശ്വസിക്കരുത്."

നുഗോത്തോവിന് ഭക്ഷണം കൊടുത്തു. അയാൾ കഴിക്കാൻ തുടങ്ങി. കുറച്ചുനേരത്തേക്ക് അവിടെ അസുഖകരമായ മൗനം തളംകെട്ടിനിന്നു. അച്ഛന്റെ മുന്നിൽവെച്ച് തമാശ പറയാൻ കുട്ടികൾക്ക് തോന്നിയില്ല. ജൊറോഗെ പറഞ്ഞു.

"ഒരു കഥ പറയാമെന്നേറ്റിരുന്നില്ലേ? ഉം... ഓർമ്മയില്ലേ?"

"ഹോ! വല്ലാത്ത കുട്ടികൾ! അച്ഛനോടെന്താ കഥ പറഞ്ഞുതരാൻ പറയാത്തത്?" ഇന്നു രാത്രി അച്ഛൻ ഒരു കഥ പറഞ്ഞുതരും." അവൾ ചിരിച്ചുകൊണ്ട് ഭർത്താവിനെ നോക്കി. അവൾ സന്തോഷവതിയായിരുന്നു.

"നിങ്ങളെല്ലാം എന്റെ വിശ്രമമുറിയിൽ വരാമെങ്കിൽ ഒന്നോ രണ്ടോ കഥ പറഞ്ഞുതരാം."

ജൊറോഗെയ്ക്ക് അച്ഛനെ പേടിയായിരുന്നു. എങ്കിലും അദ്ദേഹം പറയുന്നത് കേട്ടിരിക്കാൻ വലിയ ഇഷ്ടമായിരുന്നു.

"അന്ന് കാറ്റും മഴയും ഇടിയും മിന്നലും ഉണ്ടായിരുന്നു. കെരിന്യാഗ യ്ക്ക് ചുറ്റുമുള്ള നാടും കാടുമൊക്കെ ഞെട്ടിവിറച്ചു. ദൈവം ആയിടെ മാത്രം ആ കാടിനു നൽകിയ മൃഗങ്ങൾക്കുപോലും പേടി. സൂര്യ പ്രകാശമില്ലാത്ത ദിനങ്ങൾ. കുറെ ദിവസം അങ്ങനെ തുടർന്നു. നാടു മുഴുവൻ ഇരുട്ടായിരുന്നു. മൃഗങ്ങൾക്കൊന്നും സഞ്ചരിക്കാൻ വയ്യാതിരു ന്നതുകൊണ്ട് അവർ ഇരുന്ന് കാറ്റിനോടൊപ്പം കരഞ്ഞു. മരങ്ങളും ചെടി കളുമെല്ലാം വെറുങ്ങലിച്ചുനിന്നു. നമ്മുടെ പൂർവ്വികർ പറഞ്ഞപോലെ, ഇടിമിന്നലൊഴിച്ച് മറ്റെല്ലാം ചത്തുപോയിരുന്നു. ജീവനെ ഞെരിച്ചു കൊല്ലുന്ന വിധത്തിലുള്ള ഭീകരത. ആ രാത്രിയുടെ ആഴം അളക്കാൻ ആർക്കും സാധിക്കുമായിരുന്നില്ല. നമുക്കൊന്നും സങ്കല്പിക്കാൻകൂടി

വയ്യാത്തവിധത്തിൽ അത്രയും കട്ടിയായ ആ ഇരുട്ടിനെ പിളർക്കാൻ സൂര്യനുപോലും കഴിഞ്ഞില്ല.

അങ്ങനെയുള്ള ഇരുട്ടിൽ, കെരിന്യാഗായുടെ അടിവാരത്ത്, ഒരു മരം തലയുയർന്നുവന്നു. അതൊരു ചെറിയ മരമായിരുന്നു. പിന്നെ വളർന്നു, ഇരുട്ടിലൂടെ വളർന്നുവലുതായി. അതിന് പ്രകാശത്തെ, സൂര്യഗോളത്തെ എത്തിപ്പിടിക്കണമായിരുന്നു. മരത്തിന് ജീവനുണ്ടായിരുന്നു. അത് ഉയർന്നുയർന്നു പോയി. പൂത്തുലഞ്ഞു നിൽക്കുന്ന മരത്തിന്റെ ഊഷ്മളത പ്രസരിപ്പിച്ചു. മേഘഗർജ്ജനത്തിന്റെയും വിലാപത്തിന്റെയും കറുത്തരാത്രിയിൽ ഒരു ദിവ്യവൃക്ഷം. അത് 'മുകുയു' ആയിരുന്നു. ദൈവത്തിന്റെ മരമായിരുന്നു.

നിനക്കറിയാമല്ലോ, സൃഷ്ടിയുടെ ആരംഭത്തിൽ ഒരു പുരുഷനും ഒരു സ്ത്രീയും മാത്രമേ ഉണ്ടായിരുന്നുള്ളൂ. അവരാണ് ഗികുയുവും മുംബിയും. ദൈവത്തിന്റെ വൃക്ഷമായിരുന്ന ദൈവമരത്തിന്റെ ചുവട്ടിലായിരുന്നു ദൈവം അവരെ സൃഷ്ടിച്ചത്. പൊടുന്നനെ സൂര്യനുദിച്ചു. ഇരുട്ട് അലിഞ്ഞലിഞ്ഞില്ലാതായി. എല്ലാറ്റിനും ജീവനും പ്രവർത്തനശേഷിയും നൽകാൻ സൂര്യനുണ്ടായിരുന്നു. കാറ്റും മിന്നലും ഇടിവെട്ടും അവസാനിച്ചു. മൃഗങ്ങൾ സഞ്ചരിക്കാൻ തുടങ്ങി. അവർ വിലാപം നിർത്തി സ്രഷ്ടാവിനെയും ഗികുയുവിനെയും മുംബിയെയും വന്ദിച്ചു. മുരുംഗു എന്നുകൂടി പേരുള്ള സ്രഷ്ടാവ് ഗികുയുവിനെയും മുംബിയെയും വിശുദ്ധശൈലത്തിനു പുറത്തേക്കു കൊണ്ടുവന്നു. സിറിയാനയ്ക്കടുത്തുള്ള മലപ്രദേശത്ത് നിർത്തി. 'മുക്കുരുവെ വാ ഗതാങ്ങാ' എന്നു ഏറെത്തവണ കേട്ടിട്ടില്ലേ? അവിടേക്കാണ് അവസാനമായി സ്രഷ്ടാവ് അവരെ ആനയിച്ചത്. എന്നാൽ എല്ലാ ഭൂപ്രദേശങ്ങളും സ്രഷ്ടാവ് അതിനുമുമ്പ് അവർക്ക് കാണിച്ചുകൊടുത്തിരുന്നു. അതേ കുട്ടികളെ, എല്ലാ പ്രദേശങ്ങളും ഗികുയുവിനും മുംബിക്കും കാണിച്ചുകൊടുത്തുകൊണ്ട് ദൈവം അവരോടു പറഞ്ഞു.

"ഈ ഭൂമി ഞാൻ നിങ്ങൾക്കു തരുന്നു.
അല്ലയോ പുരുഷാ, അല്ലയോ സ്ത്രീയേ,
ഇത് നിങ്ങൾ കയ്യടക്കി കൃഷി ചെയ്യുക.
ബലിദാനം നിങ്ങളുടെ ദൈവമായ എനിക്കുമാത്രം.
ഈ വിശുദ്ധവൃക്ഷത്തിന്റെ ചുവട്ടിൽ."

നുഗോത്തോവിന്റെ കണ്ണുകളിൽ അനിർവചനീയമായ എന്തോ ഒന്നുണ്ടായിരുന്നു. കഥകേട്ട് സമയം കൊല്ലാൻ അവിടെയെത്തിച്ചേർന്ന എല്ലാവരേയും കമാവുവിനെയും ജൊറോഗോവിനെയും ബോറോവിനെയും കോറിയേയും മറ്റനേകം യുവതീയുവാക്കളെയും അയാൾ മറന്നതുപോലെ. ആദ്യമായി അയാൾ തന്നോടുതന്നെ ഒരു രഹസ്യം പറയുന്നതുപോലെ. ബോറോ ഒരു മൂലയിലിരിക്കുകയായിരുന്നു. അവന്റെ

മുഖഭാവം വ്യക്തമായിരുന്നില്ല. അവൻ ഇളകുകപോലും ചെയ്തില്ലെങ്കിലും അച്ഛന്റെ തലയ്ക്കു മുകളിലൂടെ നോട്ടം പായിച്ചു. കഥയിൽ പറയുന്ന കാര്യങ്ങളൊക്കെ സംഭവിക്കുമ്പോൾ അവർ രണ്ടുപേരും മാത്രമേ അവിടെ ഉണ്ടായിരുന്നുള്ളുവെന്ന് തോന്നി. ജൊറോഗെയ്ക്കും ആ രംഗം വിഭാവനം ചെയ്യുവാൻ കഴിഞ്ഞു. രാത്രിയിൽ സൂര്യൻ ഉദിക്കുന്നതും അവൻ കണ്ടു. ജീവജാലങ്ങളിലുള്ള ഭയവും വിഷാദവും എല്ലാം ആ ദിവ്യവൃക്ഷത്തിന്റെ ഊഷ്മാവിൽ ഉരുകിയൊലിച്ചുപോകുന്നത് കണ്ടു. അതൊരു പുതിയ ലോകമായിരിക്കണം. പുതിയ സാമ്രാജ്യത്തിൽ ദൈവവുമൊത്ത് നടക്കാൻ പുരുഷനും സ്ത്രീയും അനുഗ്രഹിക്കപ്പെട്ടിരിക്കണം. ദൈവത്തിനൊപ്പം താനും അന്നവിടെ ഉണ്ടായിരുന്നുവെങ്കിൽ എന്ന് അവൻ ആഗ്രഹിച്ചു. എങ്കിൽ ദൈവത്തിന്റെ സാമ്രാജ്യം മുഴുവൻ നോക്കിക്കാണാമായിരുന്നു. ജൊറോഗെയ്ക്ക് ആകാംക്ഷ അടക്കാനായില്ല.

"ആ ഭൂമി എവിടെപ്പോയി?"

എല്ലാവരുടെയും നോട്ടം അവനിലേക്ക് തിരിഞ്ഞു.

....എനിക്ക് വയസ്സായി. രാപകൽ ഞാനും ഇതേ ചോദ്യം തന്നെ ചോദിച്ചിരുന്നു. ഞാൻ ചോദിച്ചത് ഇങ്ങനെയായിരുന്നു. "ഓ! ദൈവമേ! ഞങ്ങൾക്കു തന്ന വാഗ്ദത്തഭൂമി എവിടെപ്പോയി?" ദൈവികമായി ലഭിച്ച മണ്ണിൽനിന്നും പുറന്തള്ളപ്പെട്ട ശാപത്തെയോർത്ത് എനിക്ക് ചിലപ്പോൾ കരയാനും സ്വയം പീഡകൾ ഏല്പിക്കാനും തോന്നാറുണ്ട്. ഞാൻ ചോദിച്ചു. "ഹേ, ദൈവമേ! നീ നിന്റെ മക്കളെ ഉടുതുണിയില്ലാത്തവരാക്കിയോ?"

"ഞാൻ പറയാം. ദൈവപുത്രരുടെ സമ്പന്നതയിൽ അസൂയാലുക്കളായ ചിലരുണ്ടായിരുന്നു. അവർ നാട്ടിൽ വലിയ ക്ഷാമം സൃഷ്ടിച്ചു. ഒരുപക്ഷേ മുംബിയുടെ മക്കളും ദൈവത്തിന് ബലികൊടുക്കാൻ മറന്നുപോയിരിക്കാം. അതുകൊണ്ട് ഭൂമിയിൽ സസ്യജാലങ്ങൾ വളർത്തുന്ന തന്റെ വിശുദ്ധമായ കണ്ണീരുപൊഴിക്കാൻ ദൈവവും മറന്നുപോയി. സൂര്യൻ കത്തിജ്വലിച്ചുനിന്നു. നാട്ടിലെങ്ങും പ്ലേഗ് പരന്നു. കന്നുകാലികൾ ചത്തൊടുങ്ങി. ആളുകൾ മെലിഞ്ഞുണങ്ങി ചെറുതായി. അപ്പോഴാണ് ഗികുയു പ്രവാചകനായ മുഗോ വാ കിബിറോ പണ്ട് പ്രവചിച്ചതുപോലെ വെള്ളക്കാരൻ വരുന്നത്. ദൂരെയുള്ള മലയിടുക്കുകളിലൂടെ അവൻ ഇറങ്ങി വന്നു. വെള്ളക്കാരന്റെ വരവിനെക്കുറിച്ച് മുഗോ ഗോത്രത്തിലെ അംഗങ്ങൾക്ക് മുന്നറിയിപ്പു കൊടുത്തിരുന്നു. അങ്ങനെ വെള്ളക്കാരൻ വന്നു. രാജ്യം കൈക്കലാക്കി. മുഴുവൻ രാജ്യവും ആദ്യം കൈക്കലാക്കിയിരുന്നില്ല.

പിന്നെ യുദ്ധം വന്നു. ആദ്യത്തെ വലിയ യുദ്ധമായിരുന്നു അത്. ഞാൻ അന്നൊരു ചെറിയ കുട്ടിയായിരുന്നു. മാർക്കക്കല്യാണം കഴിഞ്ഞിരുന്നുവെങ്കിലും ഞങ്ങളെയെല്ലാം അവർ വന്നു ബലമായി പിടിച്ചുകൊണ്ടുപോയി. പടയ്ക്കു വന്ന വെള്ളക്കാരുടെ യാത്ര സുഗമമാക്കാൻ വേണ്ടി

കാടുകൾ വെട്ടിത്തെളിക്കുകയും റോഡുണ്ടാക്കുകയും ചെയ്തത് ഞങ്ങളായിരുന്നു. യുദ്ധം അവസാനിച്ചു. ഞങ്ങളെല്ലാം ക്ഷീണിച്ചു. വീട്ടിലേക്കു മടങ്ങി. ബ്രിട്ടീഷുകാർ തരുന്ന എന്തു സമ്മാനവും സ്വീകരിക്കാൻ ഞങ്ങൾ തയ്യാറായിരുന്നു. എന്നാൽ അതിലുപരിയായി, മണ്ണിലേക്കു മടങ്ങി ഞങ്ങൾക്ക് നല്ല വിള തരണേയെന്ന് പ്രാർത്ഥിക്കാനായിരുന്നു മോഹം. ഞങ്ങളെ നശിപ്പിക്കരുതെന്ന് ഭൂമിയോട് കെഞ്ചിപ്പറയുവാനും ആഗ്രഹിച്ചു. എന്നാൽ ഭൂമിയൊക്കെ നഷ്ടപ്പെട്ടു. എന്റെ അച്ഛനും മറ്റു പലരും പൈതൃകമായി ലഭിച്ച ഭൂമിയിൽ നിന്ന് മാറ്റിത്താമസിപ്പിക്കപ്പെട്ടിരുന്നു. വെള്ളക്കാർ നാടുവിട്ടുപോകണമെന്നാശിച്ചുകൊണ്ട് ദരിദ്രനും അശരണനുമായി എന്റെ അച്ഛൻ മരിച്ചു. ഇങ്ങനെയൊക്കെ സംഭവിക്കുമെന്ന് അച്ഛനായ മുഗോ ദീർഘദർശനം ചെയ്തിരുന്നു. വെള്ളക്കാരൻ പോയതുമില്ല. അച്ഛൻ തന്റെ ഭൂമിയിൽ ഒരു കുടിയാനായി ചത്തൊടുങ്ങുകയും ചെയ്തു. പിന്നെ ആ നിലം ചാഹിറായുടെ കൈയിൽ വന്നു. അവൻ അത് ജക്കോബോവിന് വിറ്റു. ഞാനിവിടെയാണ് വളർന്നത്. കൂലിപ്പണിക്കാരനായി." നുഗോത്തോ തന്റെ ചുറ്റും നിശ്ശബ്ദരായിരിക്കുന്നവരുടെയെല്ലാം മുഖത്തുനോക്കി. പിന്നെ തുടർന്നു. "നമ്മുടെ പൂർവ്വികരുടെ ഈ ഭൂമിയിൽ ഞാൻ ഒരു കൂലിക്കാരനായി പണിയെടുക്കുന്നു."

"ഹൗലാൻഡ്സ് കൃഷി ചെയ്യുന്ന ഭൂമിയാണോ ഉദ്ദേശിക്കുന്നത്?" ബോറോവിന്റെ ശബ്ദം ഇടറിയിരുന്നുവെങ്കിലും സുവ്യക്തമായിരുന്നു.

"അതെ, ആ ഭൂമി തന്നെ. അച്ഛൻ എനിക്ക് അതെല്ലാം കാണിച്ചുതന്നിരുന്നു. ഞാനും അവിടെ പണിയെടുത്തു. പ്രവാചകന്റെ വാക്കുകൾ നിറവേറ്റപ്പെടുന്നതും കാത്തുകൊണ്ട്."

"ആ വാക്കുകൾ എന്നെങ്കിലും സത്യമായിത്തീരുമെന്ന് തോന്നുന്നുണ്ടോ?" കോറി ചോദിച്ചു. കുറച്ചുനേരത്തേക്ക് എല്ലാവരും നിശ്ശബ്ദരായി. നുഗോത്തോ മറുപടി പറഞ്ഞു.

"എനിക്കറിയില്ല. കുന്നുകളും മലനിരകളും സിംഹങ്ങളെപ്പോലെ കൂടിയിരിക്കുന്ന ആ പ്രദേശത്ത് ഒരിക്കൽ ഒരു മനുഷ്യൻ പിറന്നു. വെള്ളക്കാരനെ തുരത്തിയോടിക്കാൻ പ്രത്യേകം അയയ്ക്കപ്പെട്ടവനാണ് അയാളെന്ന് ജനങ്ങൾ വിചാരിച്ചു. എന്നാൽ, ജനങ്ങൾ ഒത്തൊരുമയോടെയിരിക്കണമെന്ന് അയാൾ പറഞ്ഞതുകൊണ്ട് ക്രൂരരായ ചിലർ അയാളെ കൊന്നു. ഞാനും ആ പ്രവചനം പൂർത്തീകരിക്കുന്നത് കാത്തിരുന്നു. എന്റെ ജീവിതകാലത്ത് ഇനി അതുണ്ടാവുമെന്ന് തോന്നുന്നില്ല. എന്നാൽ എന്റെ ദൈവമേ, അത് സംഭവിച്ചിരുന്നെങ്കിൽ!"

ആരോ ചുമച്ചു. തെല്ലിട നിശ്ശബ്ദത. ഒരു ചെറുപ്പക്കാരൻ വെള്ളക്കാരന്റെ വരവിനെക്കുറിച്ചും അവന്റെ തൊലിയുടെ നിറത്തെക്കുറിച്ചും ഒരു തമാശ പറഞ്ഞു. അതാരും ശ്രദ്ധിച്ചില്ല. അവൻ ഒറ്റയ്ക്ക് ചിരിച്ചു.

ജൊറോഗെയ്ക്ക് ഇത് അവിശ്വസനീയമായ ഒരു വെളിപാടുപോലെ തോന്നി, ഹൗലാൻഡ്സിന്റെ കൈയിലുള്ള ഭൂമി പണ്ട് അവരുടെ കുടുംബ സ്വത്തായിരുന്നുവെന്ന കാര്യം.

ബോറോ ചിന്തിച്ചിരുന്നത് തന്റെ ഭൂമിയിൽ നിന്നും പുറന്തള്ളപ്പെടുവാൻ മാത്രം വെള്ളക്കാർക്കുവേണ്ടി യുദ്ധം ചെയ്തിരുന്ന തന്റെ അച്ഛനെക്കുറിച്ചായിരുന്നു. അവൻ യുദ്ധത്തിനുപോയിരുന്നു. ഹിറ്റ്ലർക്കെതിരായി. ഈജിപ്തിലും ജറുസലേമിലും ബർമ്മയിലും പോയി. ഒരുപാട് കാഴ്ചകൾ കണ്ടു. മരണത്തിൽനിന്ന് പലപ്പോഴും തലനാരിഴകൊണ്ട് രക്ഷപ്പെട്ടു. എന്നാൽ അവന് ഒരിക്കലും മറക്കാൻ കഴിയാതിരുന്ന കാര്യം അവന്റെ സഹോദരൻ മുവാംഗിയുടെ മരണമായിരുന്നു. ആർക്കുവേണ്ടി, എന്തിനുവേണ്ടിയായിരുന്നു അവൻ മരിച്ചത്?

യുദ്ധമവസാനിച്ചപ്പോൾ ബോറോ വീട്ടിൽ തിരിച്ചെത്തി. യുദ്ധത്തിന് പോകുമ്പോഴത്തെ പയ്യനല്ലായിരുന്നു അവൻ, അനുഭവസമ്പത്തും സ്വന്തം അഭിപ്രായങ്ങളും ഉള്ള ഒരു യുവാവ്. എന്നാൽ പണിയൊന്നും ഉണ്ടായിരുന്നില്ല. കാട്ടിൽ കുടിൽ കെട്ടി താമസിക്കാൻ ആഗ്രഹിച്ചിരുന്നെങ്കിലും അതിനുവേണ്ട നിലവും ഉണ്ടായിരുന്നില്ല.

കഥ കേട്ടുകൊണ്ടിരുന്നപ്പോൾ ഇക്കാര്യങ്ങളെല്ലാം തികഞ്ഞ വീറോടെ അവന്റെ മനസ്സിൽ തികട്ടി വന്നു. ഭൂമി കൈയടക്കുവാൻ ഇവരെങ്ങനെ അനുവദിച്ചു? പ്രവചനത്തെക്കുറിച്ചും മറ്റുമുള്ള അന്ധവിശ്വാസങ്ങളിൽ ഇവരെങ്ങനെ കുടുങ്ങി? മനസ്സിനുള്ളിൽ നിന്ന് ഒരു മർമ്മരശബ്ദം പൊട്ടിത്തെറിയായി ഉയർന്നുവരുന്നതുപോലെ തോന്നി.

“പ്രവചനങ്ങളെല്ലാം പോയി തുലയട്ടെ!”

“അതെ.” അതൊരു മർമ്മരം മാത്രമായിരുന്നു.

അവൻ അച്ഛനോട് പറഞ്ഞു.

“നിങ്ങളുടെ ഭൂമി കൈയടക്കിയവനുവേണ്ടി പണിയെടുക്കുവാൻ നിങ്ങൾക്കെങ്ങനെ കഴിയുന്നു?”

മറുപടിക്ക് കാത്തുനിൽക്കാതെ അവൻ പുറത്തേക്ക് നടന്നുപോയി.

മൂന്ന്

നുഗോത്തോ രാവിലെതന്നെ ജോലിക്കുപോയി. പതിവുപോലെ വയലിൽ കൂടിയല്ല. എങ്ങും പച്ചപ്പ് നിറയുകയും വിളകളൊക്കെ വിളഞ്ഞു നിൽക്കുകയും ചെയ്യുന്ന വർഷകാലം നുഗോത്തോവിന് ഇഷ്ടമായിരുന്നു. ഇലത്തുമ്പുകളിലൊക്കെ ഹിമകണങ്ങൾ തങ്ങിനിൽക്കുന്നു. ചില വെട്ടു വഴികളിൽ വെള്ളം വാർന്നുപോകാൻ വേണ്ടി ചാലുകൾ കീറിക്കൊടു ത്തിരുന്നു. താൻതന്നെ ചെയ്തതാണെങ്കിലും അതു കണ്ടപ്പോൾ നുഗോത്താവിന് നഷ്ടബോധം തോന്നി. മഞ്ഞുതുള്ളികൾ തൊട്ടു നോക്കുവാൻ മോഹം തോന്നിയ ഒരു കാലമുണ്ടായിരുന്നു. ചിലപ്പോൾ ഒരു മഞ്ഞുതുള്ളി തുറന്നുനോക്കി അതിനുള്ളിലെന്താണെന്ന് കാണാനുള്ള കൗതുകം. മഞ്ഞുതുള്ളികൾ തൊട്ടുനോക്കിയപ്പോൾ നനുത്ത് അവയുടെ രൂപം മാറിയപ്പോൾ ലജ്ജയും കുറ്റബോധവും തോന്നി. നുഗോത്തോ നടത്തം തുടർന്നു. ആ ഭൂപ്രദേശം മുഴുവനും മരണ ത്തിന്റെ ശാന്തത ആവാഹിച്ചുനിൽക്കുമ്പോൾ, ഒറ്റയ്ക്ക് ആ കൃഷിയിട ങ്ങളിലൂടെ നടന്നുപോകുമ്പോൾ, കാരണങ്ങളൊന്നുമില്ലാത്ത ദൈവ ത്തോട് നന്ദി പറയാൻ തോന്നി.

എന്നും വയലിലൂടെ നടന്നുപോകുന്ന നുഗോത്തോ അന്നുരാവിലെ റോഡിലൂടെ നടന്നു. നഗരത്തിലേക്കു പോകുന്ന, നീളംകൂടിയ, വീതി യുള്ള, ആദിയും അന്തവുമില്ലാത്ത റോഡിലൂടെ. കാറുകൾ, കുടിയേറ്റ ക്കാരുടെ കൃഷിഭൂമിയിലും ഷൂഫാക്ടറിയിലും ജോലി ചെയ്യുന്ന ആണു ങ്ങൾ, പെണ്ണുങ്ങൾ കലപില ശബ്ദമുണ്ടാക്കിക്കൊണ്ട് അയാളെ കടന്നു പോയി. എന്നാൽ നുഗോത്തോവിന് തന്റെ ചുറ്റുപാടും എന്തു സംഭവി ക്കുന്നു എന്നതിനെക്കുറിച്ച് ബോധമില്ലായിരുന്നു. കുട്ടികളുടെ മുമ്പിൽ താനെന്തിനാണ് അങ്ങനെ പറഞ്ഞത്? അയാൾ ആലോചിച്ചു. അനേക വർഷമായി കാത്തിരുന്ന അയാളുടെ സ്വപ്നങ്ങൾക്കുമേൽ ബോറോവിന്റെ വാക്കുകൾ അഗാധമായ ഒരു മുറിവുണ്ടാക്കി. താനും കൂട്ടാളികളും വേണ്ടതിലധികം സമയം കാത്തിരിക്കുകയായിരുന്നില്ലേ? നിഷ്ക്രിയത്വ ത്തിനുള്ള ഒരു ന്യായമായി ഇത് കണക്കാക്കപ്പെടുമെന്ന് അയാൾ പേടിച്ചു.

അല്ലെങ്കിൽ അതിലും മോശപ്പെട്ട രീതിയിൽ വഞ്ചനയാണെന്നുപോലും മറ്റുള്ളവർ ഇത് കണക്കാക്കപ്പെടാം.

അയാൾ ഇന്ത്യക്കാരുടെ കടകളിലെത്തി. കൊല്ലങ്ങൾക്കു മുമ്പ് താൻ അവിടെ പണിയെടുത്തിരുന്നു. രണ്ടാം ലോകമഹായുദ്ധത്തിനു കുറെ മുമ്പായിരുന്നു അത്. ജോലി ചെയ്തിരുന്ന ഇന്ത്യക്കാരനായ കടയുടമ എപ്പോഴും ഒരു മാസത്തെ ശമ്പളം ബാക്കിവെച്ചിരുന്നു. അത് കരുതിക്കൂട്ടിയായിരുന്നു. തന്നെ എപ്പോഴും ജോലിയിൽ പിടിച്ചുനിർത്താനുള്ള ഒരു വിദ്യ. ജോലിയുപേക്ഷിച്ചുപോയാൽ ഒരു മാസത്തെ ശമ്പളം നഷ്ടപ്പെടും. അവസാനം അത് നഷ്ടപ്പെടുത്തേണ്ടി വരികയും ചെയ്തു. ഹൗലാൻഡ്സിന്റെ കീഴിൽ ജോലിക്കു പോയപ്പോഴായിരുന്നു അത്. ആദ്യമൊക്കെ അവിടെ എല്ലാ പണിയും ചെയ്തിരുന്നു. ചായത്തോട്ടത്തിൽ പണിയെടുക്കും. വീടു വൃത്തിയാക്കും, വിറക് ചുമക്കും. ആഫ്രിക്കൻ കടകളുടെ മുന്നിലൂടെയായിരുന്നു ഇപ്പോൾ നടന്നു പൊയ്ക്കൊണ്ടിരുന്നത്. ബാർബർഷോപ്പിന്റെ അരികിലൂടെ തന്റെ രണ്ടു മക്കളെയും കൊണ്ടുപോയ – ഒരാൾ കൊല്ലപ്പെടുകയും മറ്റേയാൾക്ക് എന്ത് സംഭവിച്ചിരിക്കാമെന്ന് അയാൾക്ക് അറിയില്ല – രണ്ടാമത്തെ മഹായുദ്ധത്തിനുമുമ്പ് താൻ നടന്നുപോയിരുന്ന അതേ വഴിയിലൂടെയായിരുന്നു ഇപ്പോഴും നടക്കുന്നത് – അയാൾ ഓർത്തു.

ഹൗലാൻഡ്സ് ഉറക്കത്തിൽനിന്ന് എഴുന്നേറ്റിരുന്നു. അയാൾ ഏറെ നേരം ഉറങ്ങുന്ന പതിവില്ല. മദാമ്മ അങ്ങനെയായിരുന്നില്ല. ചിലപ്പോൾ പത്തുമണിവരെ കിടന്നുറങ്ങും. അവർക്ക് മറ്റൊന്നും ചെയ്യാനുണ്ടായിരുന്നില്ല. നുഗോത്തോവിന് നിഗൂഢത തോന്നിക്കുന്ന എന്തോ ഒന്നുണ്ടായിരുന്നു ഹൗലാൻഡ്സിൽ.

"ഗുഡ്മോണിങ്ങ്, നുഗോത്തോ."

"ഗുഡ്മോണിങ്ങ്, ബാനാ."

"രാത്രി നല്ലവണ്ണം ഉറങ്ങിയോ?"

"ഉവ്വ്, ബാനാ."

ഹൗലാൻഡ്സ് ഇപ്രകാരം സ്വാഗതം ചെയ്തിരുന്ന ഒരേ ഒരാളായിരുന്നു നുഗോത്തോ. ഈ രീതി ഒരിക്കലും മാറിയിരുന്നില്ല. മനസ്സിൽ എന്തോ ഒരു വലിയ കാര്യം കൊണ്ടുനടക്കുന്നതുപോലെയായിരുന്നു അയാൾ സംസാരിച്ചിരുന്നത്. പരിപൂർണ്ണമായ ശ്രദ്ധ ആവശ്യമുള്ള എന്തോ ഒന്ന്. മനസ്സിൽ എപ്പോഴും തന്റെ കൃഷിയെക്കുറിച്ചുള്ള ചിന്തയായിരുന്നു. അദ്ദേഹത്തിന്റെ ജീവിതവും ആത്മാവും ഒക്കെ കൃഷിക്കു വേണ്ടി അർപ്പിക്കപ്പെട്ടിരുന്നു. മറ്റെല്ലാം തന്നെ ഏതെങ്കിലും വിധത്തിൽ കൃഷിയോട് ബന്ധപ്പെട്ടതിനാൽ മാത്രം പ്രാധാന്യമുള്ളവയായിരുന്നു. തനിക്ക് വീടിനെക്കുറിച്ച് വ്യാകുലപ്പെടാതെ കൃഷിയിൽ ശ്രദ്ധിക്കാൻ

അവസരമുണ്ടാക്കിത്തരുന്ന ആളെന്ന നിലയിലാണ് ഭാര്യയെപോലും പരിഗണിച്ചിരുന്നത്. വീടിന്റെ നിയന്ത്രണമെല്ലാം ഭാര്യയ്ക്ക് വിട്ടുകൊടുത്തിരുന്നു. വീട്ടിൽ എന്താണ് സംഭവിക്കുന്നതെന്നുപോലും അയാൾ ശ്രദ്ധിച്ചില്ല. ആരെയെങ്കിലും വീട്ടിൽ ജോലിക്കു നിർത്തിയിരുന്നുവെങ്കിൽ തന്നെ അത് ഭാര്യയുടെ ആവശ്യപ്രകാരമായിരുന്നു. അവർ പിന്നീട് ആ ഭൃത്യനെ അടിക്കുകയും പിരിച്ചുവിടാൻ ആവശ്യപ്പെടുകയും ചെയ്താൽ തന്നെ അദ്ദേഹം അതിലൊന്നും ശ്രദ്ധിക്കാറില്ല. കൂലിക്കാരൻ പയ്യന്മാർക്ക് കറുത്ത തൊലിയുണ്ടായിരുന്നുവെന്നത് മാത്രമായിരുന്നില്ല കാര്യം, ഭൃത്യരെപ്പറ്റി കൂടുതലെന്തെങ്കിലും അറിയണം എന്ന ചിന്തപോലും അയാളുടെ മനസ്സിലുണ്ടായിരുന്നില്ല.

ഭാര്യ ശ്രമിച്ചിട്ട് അയാൾ പിരിച്ചുവിടാതിരുന്ന ഒരേ ഒരാൾ നുഗോത്തോ ആയിരുന്നു. നുഗോത്തോവിനോട് തനിക്കുള്ള മനോഭാവം വിശകലനം ചെയ്യാൻ അയാൾ മിനക്കെട്ടിരുന്നു എന്നൊന്നും ഇതിനർത്ഥമില്ല. അയാൾ കൃഷി സ്ഥലത്ത് പണിയെടുക്കുന്നതു കാണാൻ ഇഷ്ടപ്പെട്ടു എന്നു മാത്രം. വളരെ കരുതലോടെയാണ് നുഗോത്തോ മണ്ണിൽ കൈവെച്ചിരുന്നത്. ചായച്ചെടികളെയാകട്ടെ വളരെ അരുമയോടെ, തന്റേതെന്നപോലെ ശുശ്രൂഷിച്ചു. ആ കൃഷിയിടത്തിൽനിന്ന് പറിച്ചു മാറ്റാനാകാത്തവിധം അതിന്റെ ഒരു ഭാഗമായിരുന്നു അയാൾ. മാത്രമല്ല, മറ്റു ജോലിക്കാരെ കൈകാര്യം ചെയ്യുന്ന കാര്യത്തിലും അയാൾ മറ്റാർക്കുമില്ലാത്ത മികവ് കാണിച്ചിരുന്നു. തന്റെ സാമ്പത്തികസ്ഥിതി മോശമായിരുന്ന കാലത്തായിരുന്നു നുഗോത്തോ കൂടെ വന്നതെന്ന് ഹൗലാൻഡ്സ് ഓർത്തു. അയാളുടെ വരവോടുകൂടി താൻ പച്ചപിടിക്കാൻ തുടങ്ങി.

നല്ല ഉയരമുള്ള, തടിച്ച ഒരാളായിരുന്നു ഹൗലാൻഡ്സ്. ഒരിരട്ടത്താടിയിലവസാനിക്കുന്ന ദീർഘചതുരാകൃതിയിലുള്ള മുഖം. വലിയ കുടവയർ. പുറംകാഴ്ചയിലില്ലെങ്കിലും അയാൾ ഒരു കുടിയേറ്റക്കാരനെപ്പോലെ തോന്നിച്ചു. ഒന്നാം ലോകമഹായുദ്ധത്തിന്റെ ഒരു സന്തതി. കുറേക്കാലം വീട്ടിൽ സുഖമായി കഴിഞ്ഞശേഷം പെട്ടെന്നായിരുന്നു യുദ്ധസേവനത്തിന് വിളിക്കപ്പെട്ടത്. യുദ്ധമെന്നത് മഹത്തായ ഒരു കാര്യമാണെന്നു കരുതുന്ന യുവത്വത്തിന്റെ ചോരത്തിളപ്പോടെയാണ് യുദ്ധത്തിന് പോയിരുന്നത്. എന്നാൽ നാലുകൊല്ലത്തെ രക്തച്ചൊരിച്ചിലിനും നാശനഷ്ടങ്ങൾക്കും ശേഷമുണ്ടായ 'സമാധാനം' കണ്ട്, മറ്റു പലരേയുംപോലെ പാടെ നിരാശയിലാണ്ടു. എവിടേക്കെങ്കിലും ഓടിപ്പോകണമെന്ന് തോന്നി. കിഴക്കൻ ആഫ്രിക്ക ഒരു നല്ല സ്ഥലമായിത്തോന്നി. വിശാലമായ ഒരു ഭൂപ്രദശം. അവിടെ ആക്രമിക്കപ്പെടാൻ തയ്യാറായിക്കിടക്കുന്നുണ്ടായിരുന്നു.

ഏറെക്കാലത്തേക്ക് ഇംഗ്ലണ്ട് ഒരു വിദൂരസ്മരണയായി ഉള്ളിൽ കിടന്നു. കയ്പേറിയ ഓർമ്മകൾ മനസ്സിലുണ്ടായിരുന്നതുകൊണ്ട്

അവിടേക്ക് തിരികെപ്പോകാൻ ഇഷ്ടപ്പെട്ടില്ല. ഏറെക്കഴിയുംമുന്നേ ഭാര്യ വേണമെന്ന തോന്നലുണ്ടായി. നാട്ടിലേക്ക് മടങ്ങിപ്പോയി ആദ്യം കണ്ട സ്ത്രീയെത്തന്നെ ഭാര്യയാക്കി. സൂസന്ന നല്ല പെൺകുട്ടിയായിരുന്നു. സുന്ദരിയുമല്ല, വിരൂപയുമല്ല. അവൾക്കും ഇംഗ്ലണ്ടിലെ ജീവിതം മടുത്തിരുന്നു. എന്നാൽ എന്തു ചെയ്യണമെന്ന് അറിയില്ലായിരുന്നു. ആഫ്രിക്ക ഒരു നല്ല സ്ഥലമായിത്തോന്നി. അതുകൊണ്ട് അവളുടെ ജീവിതത്തിൽ ഒരു മാറ്റത്തിന്നവസരം നൽകിയ മനുഷ്യനെ പൂർണ്ണമനസ്സോടെ സ്വീകരിച്ചു. എന്നാൽ ആഫ്രിക്കയെന്നാൽ കഷ്ടപ്പാടുകളാണെന്നും യൂറോപ്പുമായുള്ള ബന്ധവിച്ഛേദമാണെന്നും മനസ്സിലാക്കിയിരുന്നില്ല. വീണ്ടും വിരക്തി അനുഭവപ്പെട്ടു. അവളുടെ മടുപ്പിനെക്കുറിച്ച് ഹൗലാൻഡ്സ് അറിഞ്ഞിരുന്നില്ല. ആഫ്രിക്കൻ കാട്ടുപൊന്തകളിലെ ജീവിതം അവൾക്കിഷ്ടമാണെന്ന് ഇംഗ്ലണ്ടിൽവെച്ച് പറഞ്ഞപ്പോൾ അയാൾ വിശ്വസിച്ചിരുന്നു. എന്നാൽ ഒരു പുത്രനെ ലഭിച്ചതോടെ അവൾക്കാശ്വാസമായി. എല്ലാ ശ്രദ്ധയും പുത്രനിൽ കേന്ദ്രീകരിച്ചു. പിന്നെ വീട്ടിലെ ഭൃത്യരിലും.

അവൾ ദിവസം മുഴുവൻ കുഞ്ഞിനോടു സംസാരിച്ചും കളിച്ചും കഴിച്ചുകൂട്ടി. ഭൃത്യന്മാരെ ശകാരിക്കുന്നതിലും അടിക്കുന്നതിലും അവൾ ആനന്ദം കണ്ടെത്തി. മകൻ പീറ്റർക്കു ശേഷം അവൾക്കു മകൾ ജനിച്ചു. കുറേക്കാലം അമ്മയും മകളും മകനും മാത്രം പകൽസമയത്ത് വീട്ടിൽ കഴിച്ചുകൂട്ടി. അച്ഛൻ വൈകുന്നേരങ്ങളിൽ മാത്രം വീട്ടിൽ വന്നു. അവരുടെ വീട് നൈറോബിക്കടുത്തായിരുന്നത് ഭാഗ്യം. കുട്ടികൾക്ക് അവിടെ സ്കൂളിൽ പോകാമായിരുന്നു. കുട്ടികൾ പരസ്പരം സ്നേഹിച്ച് ഒരുമിച്ച് വളരുന്നതു കണ്ടപ്പോൾ അവൾ അഭിമാനിച്ചു. അവരാകട്ടെ അവരുടേതായ രീതിയിൽ അമ്മയെ സ്നേഹിച്ചു. പീറ്റർ അച്ഛനെപ്പോലെയായിരുന്നു. ഹൗലാൻഡ്സിന് മകനോടുള്ള ഇഷ്ടം കൂടിവന്നു. അവരിരുവരും കൂടി കൃഷിയിടങ്ങളിൽ കറങ്ങിനടന്നു. ഇത് അയാളുടെ പ്രകടനപരത കൊണ്ടു മാത്രമായിരുന്നില്ല. തനിക്ക് ശേഷം തന്റെ കൃഷി ഏല്പിച്ചു കൊടുക്കാൻ ഒരാളുണ്ട് എന്ന ചിന്ത ആനന്ദത്തിന്റെ പൂത്തിരി കത്തിച്ചു. ഓരോ ദിവസം കഴിയുന്തോറും ഒരു കുടുംബസ്നേഹിയായി. കൊല്ലങ്ങളേറെക്കഴിഞ്ഞപ്പോൾ, താൻ ഇട്ടെറിഞ്ഞോടിപ്പോന്ന ഇംഗ്ലണ്ടിനോടു പോലും പൊരുത്തപ്പെട്ടു. രണ്ടു കുട്ടികളേയും വിദ്യാഭ്യാസത്തിന് ഇംഗ്ലണ്ടിലേക്കയച്ചു. യൂറോപ്യൻ സംസ്കാരത്തിൽ വീണ്ടും അഭിരമിച്ചു. മകന് യുദ്ധത്തിൽ ചേരേണ്ടിവന്നു. ആ യുദ്ധത്തിൽ പീറ്റർ കൊല്ലപ്പെട്ടു.

അതോടെ ഹൗലാൻഡ്സിന് എല്ലാ വിശ്വാസവും നഷ്ടമായി. അയാൾ ആത്മനശീകരണത്തിന്റെ വക്താവായി. അപ്പോഴാണ് ഭൂമി എന്ന ദൈവം അയാളെ രക്ഷിച്ചത്. അദ്ദേഹം തന്റെ മുഴുവൻ അദ്ധ്വാനവും ശ്രദ്ധയും കൃഷിയിൽ കേന്ദ്രീകരിച്ചു. അയാൾ മണ്ണിനെ ആരാധിച്ചു. ചിലപ്പോൾ ദിവസങ്ങളോളം കുറച്ച് കപ്പ് ചായ മാത്രം കഴിച്ചുകൊണ്ട് കഴിച്ചുകൂട്ടി. തന്റെ ജീവിതം സമർപ്പിച്ച കൃഷിയിടത്തെ നന്നാക്കാനുള്ള കണക്കു

കൂട്ടലിലായിരുന്നു സദാസമയവും മുഴുകിയിരുന്നത്. വീട്ടിൽ സൂസന്ന ഒറ്റയ്ക്കായി. ഭൃത്യന്മാരെ ഓരോരുത്തരെയായി തല്ലുകയും പിരിച്ചുവിടുകയും ചെയ്തു. എന്നാൽ ദൈവം അവളോട് ദയ കാണിച്ചു. അവൾക്ക് മറ്റൊരു പുത്രനുണ്ടായി. സ്റ്റീഫൻ. അവൻ അവളുടെ ഏകസന്താനമായിത്തീർന്നു. കാരണം, പീറ്റർ യുദ്ധത്തിൽ മരിച്ചതിനുശേഷം മകൾ ഒരു കന്യാസ്ത്രീയായി.

ഹൗലാൻഡ്സും നുഗോത്തോയും അവിടമെല്ലാം നടന്നുനോക്കി. ഒരു വെള്ളക്കാരനും ഒരു കറുത്തവനും. ചിലപ്പോൾ എവിടെയെങ്കിലും നിന്ന് സമൃദ്ധമായി വളരുന്ന ഒരു ചായച്ചെടി പരിശോധിക്കും. അല്ലെങ്കിൽ കള പറിക്കും. ഇരുവരും ആ കൃഷിയിടത്തെ സ്നേഹിച്ചു. ആ കൃഷിസ്ഥലത്ത് സംഭവിക്കുന്നതിനെല്ലാം താനാണ് ഉത്തരവാദി എന്ന് നുഗോത്തോവിന് തോന്നിയിരുന്നു. ആ കൃഷിയിടത്തെ സംരക്ഷിക്കുന്നത് മരിച്ചുപോയവരും ജീവിച്ചിരിക്കുന്നവരും ഇനി ജനിക്കാനിരിക്കുന്നവരുമായ തന്റെ വംശക്കാരോടെല്ലാമുള്ള കടമയായി നുഗോത്തോ കരുതി. തന്റെ കൃഷിസ്ഥലത്തിലൂടെ നടക്കുമ്പോൾ ഹൗലാൻഡ്സിന് ഒരുതരം വിജയലഹരിയായിരുന്നു. ഈ കാട്ടുപ്രദേശത്തെ മെരുക്കിയെടുത്തതിന്റെ പങ്ക് അയാൾക്കു മാത്രമായിരുന്നു. അവർ ഒരുയർന്ന മൺതിട്ടിൽ കയറി നിന്നു. ആ തിട്ട് ഒരു ഭാഗത്തേക്ക് ചെരിഞ്ഞുകിടന്നു. ആ ചെരിവ് ചെന്നവസാനിക്കുന്നത് മറ്റൊരു മൺതിട്ടയിലായിരുന്നു. അങ്ങനെ അതങ്ങ് നീണ്ടുപോയി. അവ ചെന്നവസാനിക്കുന്നത് ആഫ്രിക്കൻ റിസർവ്വ് വനങ്ങളിലും.

"നിനക്കിതൊക്കെ ഇഷ്ടപ്പെട്ടോ?" ഹൗലാൻഡ്സ്, പ്രത്യേകിച്ച് ഒരു ഭാവഭേദവുമില്ലാതെ ചോദിച്ചു. തന്റെ മുമ്പിൽ പരന്നുകിടക്കുന്ന കൃഷിയിടത്തെ ആരാധനയോടെ നോക്കി.

"ഇന്നാട്ടിലെ ഏറ്റവും നല്ല കൃഷിയിടമാണിത്." നുഗോത്തോ ഉറപ്പിച്ചു പറഞ്ഞു. ഹൗലാൻഡ്സിൽ നിന്ന് ഒരു ദീർഘനിശ്വാസമുയർന്നു. തന്റെ കാലശേഷം സ്റ്റീഫൻ അതെങ്ങനെ നോക്കി നടത്തുമെന്ന് അയാൾ അദ്ഭുതപ്പെടുകയായിരുന്നു.

"എന്റെ കാലശേഷം ഇതാര് നോക്കി നടത്തുമെന്നെനിക്കറിയില്ല..."

നുഗോത്തോവിന്റെ ഹൃദയം ത്രസിച്ചു. അയാളും സ്വന്തം മക്കളെക്കുറിച്ച് ആലോചിക്കുകയായിരുന്നു. ഭൂമിയെക്കുറിച്ചുള്ള പ്രവാചകന്റെ വചനങ്ങൾ സാക്ഷാത്കരിക്കപ്പെടുമോ?

"അങ്ങ് മടങ്ങിപ്പോവുകയാണോ?"

"അല്ല." ഹൗലാൻഡ്സ് തറപ്പിച്ചു പറഞ്ഞു.

"നാട്ടിലേക്ക്?"

"ഇതാണെന്റെ നാടും വീടും."

നുഗോത്തോവിന് അതു മനസ്സിലായില്ല. ഇവർ ഒരിക്കലും പോവുകയില്ലേ? ഗിക്കുയൂവിന്റെ ആ പഴയ പ്രവാചകൻ പറഞ്ഞിരുന്നുവല്ലോ ഇവർ വന്ന വഴിയെ മടങ്ങിപ്പോകുമെന്ന്! അപ്പോൾ ഹൗലാൻഡ്സ് ചിന്തിക്കുകയായിരുന്നു. സ്റ്റീഫന് അതിനുള്ള കഴിവുണ്ടോ? അവൻ ചേട്ടനെപ്പോലെയായിരുന്നില്ല. ഒരു നഷ്ടബോധം ഹൗലാൻഡ്സിന്റെ ഹൃദയത്തെ മഥിച്ചു.

"അവനെ യുദ്ധം കൊണ്ടുപോയി."

പീറ്റർ എവിടെപ്പോയി എന്ന് നുഗോത്തോവിന് അറിയുമായിരുന്നില്ല. ഇപ്പോൾ മനസ്സിലായി. തന്റെ മരിച്ചുപോയ മകനെപ്പറ്റി പറയണമെന്ന് നുഗോത്തോ ആശിച്ചു. 'നിങ്ങളാണ് അവനെ എന്നിൽനിന്ന് കവർന്നുകൊണ്ടുപോയത്' എന്ന്. എന്നാൽ ഒന്നും പറയാൻ കഴിഞ്ഞില്ല. ഹൗലാൻഡ്സ് പരാതിപ്പെടുന്നതിലെന്തർത്ഥം? അത് അവരുടെ യുദ്ധമായിരുന്നല്ലോ?

നാല്

സ്കൂളിൽ വായനയിൽ മിടുക്കനായിരുന്നു ജൊറോഗെ. അവനെപ്പോഴും അവന്റെ ആദ്യപാഠം ഓർത്തു. അധ്യാപകൻ മുന്നിൽ നിന്നിരുന്നു. ചെറിയ മീശയുള്ള ഒരു കുറിയ മനുഷ്യൻ. അയാൾ എപ്പോഴും മീശ മിനുക്കുകയും ഓമനിക്കുകയും ചെയ്തിരുന്നു. ഇസാക്കാ എന്നായിരുന്നു പേര്. ഐസക് എന്ന ക്രിസ്ത്യൻ പേരിന്റെ രൂപാന്തരം. ഇസാക്കയെക്കുറിച്ച് നിരവധി കഥകൾ പ്രചരിപ്പിച്ചിരുന്നു. അയാൾ ഒരു സത്യക്രിസ്ത്യാനിയായിരുന്നില്ലെന്ന് ചിലർ പറഞ്ഞു. എന്നുവെച്ചാൽ അയാൾ കുടിക്കുകയും പുകവലിക്കുകയും പെണ്ണുങ്ങളുമായി ഇടപെടുകയും ചെയ്യുമെന്നായിരുന്നു അതിനർത്ഥം. ഇത്തരം കൃത്യങ്ങളൊന്നും അധ്യാപകർ ചെയ്യാൻ പാടില്ലാത്തതാണല്ലോ. എന്നാൽ ഇസാക്ക എപ്പോഴും സന്തോഷമുള്ള പ്രകൃതക്കാരനായതുകൊണ്ട് കുട്ടികൾക്ക് അയാളെ ഇഷ്ടമായിരുന്നു. ജൊറോഗെയ്ക്ക് അയാളുടെ മീശ വലിയ ഇഷ്ടമായിരുന്നു. സ്കൂളിലെ അധ്യാപികമാരുമായി സംസാരിക്കുമ്പോഴെല്ലാം നിഗൂഢമായ അർത്ഥത്തിൽ ഇസാക്കാ തന്റെ മീശ പിരിക്കുമായിരുന്നു എന്ന ഒരു കഥ പ്രചരിച്ചിരുന്നു. ആൺകുട്ടികൾ, അവർ തനിയെ ഉള്ളപ്പോഴാണ് ഇത്തരം കഥകൾ പറഞ്ഞിരുന്നത്. മാഷ് ക്ലാസിൽ വന്ന ഉടനെ ബോർഡിൽ ഒരു രൂപം വരച്ചു. 'A' ഇതെന്താണെന്ന് ജൊറോഗെയ്ക്കും കൂട്ടുകാർക്കും മനസ്സിലായില്ല.

മാഷ് : "ഏ" എന്നു പറയൂ.

ക്ലാസ് : "ഏ...."

മാഷ് : ഒന്നുകൂടി

ക്ലാസ് : "ഏ..."

സ്കൂളിന്റെ മേൽക്കൂര പൊളിഞ്ഞു താഴെ വീഴുമെന്നു തോന്നി.

മാഷ് ബോർഡിൽ മറ്റൊരു രൂപം വരച്ചുകൊണ്ട് 'ഈ' എന്നു പറയൂ.

ക്ലാസ് : "ഈൗൗ..."

ഈ ശബ്ദം ജൊറോഗെ എവിടെയോ കേട്ടിരുന്നുവെന്ന് തോന്നി. ഒരു കുട്ടി കരയുമ്പോൾ ഈ ശബ്ദമാണല്ലോ.

മാഷ് : ഐ

ക്ലാസ് : ഐെയ്....

മാഷ് : ഒന്നുകൂടി

ക്ലാസ് : ഐെയ്....

മാസ്റ്റർ ഇത് പഴയ 'ഗികുയു' രീതിയിൽ 'ഹോഡി' എന്നു പറയുന്ന താണ്. "ഞാൻ വന്നോട്ടെ?"

കുട്ടികൾ ചിരിച്ചു. മാഷ് നർമ്മം തുളുമ്പുന്ന രീതിയിലായിരുന്നു പറ ഞ്ഞിരുന്നത്. മാസ്റ്റർ ബോർഡിൽ മറ്റൊരു രൂപം കൂടി വരച്ചു. ജോറോഗെ യുടെ ഹൃദയമിടിപ്പ് വേഗത്തിലായി. താൻ ശരിക്കു പഠിക്കുകയാണല്ലോ. വീട്ടിൽ പോകുമ്പോൾ അമ്മയോട് ഒരുപാട് കാര്യങ്ങൾ പറയാനുണ്ട്.

മാഷ്: ഓ

ക്ലാസ് : ഓാ...

മാഷ്: ഒന്നുകൂടി

ക്ലാസ് : ഓാ...

അടുത്ത അക്ഷരം

മാഷ്: യു....

ക്ലാസ് : യൂ....

മാഷ്: ഒരു സ്ത്രീ അപകടത്തിൽപ്പെടുമ്പോൾ എന്താണ് പറയുക?

ക്ലാസ് : (ആൺകുട്ടികൾ വിജയഭാവത്തോടെ പെൺകുട്ടികളുടെ നേരെനോക്കി) യൂ....

എല്ലാവരും ചിരിച്ചു.

മാഷ്: യൂ.... എന്നു പറയൂ...

ക്ലാസ് : യൂൂ...

മാഷ്: ഏതു മൃഗമാണ് ഇങ്ങനെ പറയുന്നത്?

ഒരു കുട്ടി കൈപൊക്കി. എന്നാൽ അവൻ ഉത്തരം പറയുന്നതിന് മുമ്പ് ക്ലാസ് മുഴുവൻ അലറി. 'നായ'. എല്ലാവരും ചിരിച്ചു. അതോടൊപ്പം മർമ്മരശബ്ദവുമുണ്ടായിരുന്നു.

മാഷ്: നായ എന്താണ് ചെയ്യുന്നത്?

ഇക്കാര്യത്തിൽ എല്ലാവർക്കും ഏകാഭിപ്രായമായിരുന്നില്ല. ചില കുട്ടികൾ പറഞ്ഞു. നായ 'ഊ.... ഊ' എന്ന് ഒച്ചയിടുന്നു എന്ന്. മറ്റു ചിലർ നായ കുരയ്ക്കുന്നു എന്നു മാത്രം പറഞ്ഞു.

മാഷ്: നായ കുരയ്ക്കുന്നു.

ക്ലാസ് : നായ കുരയ്ക്കുന്നു.

മാഷ്: നായ കുരയ്ക്കുമ്പോൾ എന്ത് ശബ്ദമാണുണ്ടാക്കുന്നത്?

ക്ലാസ് : ഊ... ഊ... ഊ...

അന്നുമുതൽ മാഷിന്റെ പേര് തന്നെ ഊ... ഊ... എന്നായി മാറി.

ഇത്തരത്തിലുള്ള പഠനം ജൊറോഗെ ഇഷ്ടപ്പെട്ടു. പ്രത്യേകിച്ചും ഉച്ചത്തിൽ വർത്തമാനം പറയലും ചിരിക്കലും അലറലും മറ്റും. ആദ്യമൊക്കെ അവൻ വീട്ടിൽ തിരിച്ചെത്തിയാൽ കമാവുവിനെ പഠിപ്പിക്കാൻ ശ്രമിക്കും. എന്നാൽ കമാവുവിന് അതിഷ്ടപ്പെട്ടില്ല. അതുകൊണ്ട് പഠിപ്പിക്കാനുള്ള പദ്ധതിയും നിർത്തി.

മിഹാകി ഒരിക്കൽ പറഞ്ഞു: "എന്തിനാ എപ്പോഴും ഒറ്റയ്ക്കു നടക്കുന്നത്? എന്നെ ഒഴിവാക്കാനാണോ?"

ജൊറോഗെയ്ക്ക് ലജ്ജ തോന്നി. രണ്ടുപേരും കുന്നിൻപുറത്ത് കളിച്ചുകൊണ്ടിരുന്നത് അമ്മ കണ്ടുപിടിച്ച ദിവസത്തെക്കുറിച്ച് ജൊറോഗെ ഓർമ്മിക്കുകയായിരുന്നു. അമ്മ അവനെ ശകാരിച്ചില്ല. എന്നാൽ ആ മൗനമായിരുന്നു ഏറ്റവും വലിയ ശിക്ഷ. അമ്മയുടെ മനസ്സിലെന്തായിരുന്നു എന്ന് ഭാവന ചെയ്ത് കണ്ടുപിടിക്കണമല്ലോ. മിഹാകിയുടെ മുന്നിൽ ഗൗരവം വിടാതെ മാന്യമായി പെരുമാറണമെന്ന് ജൊറോഗോവിനു തോന്നി.

"നീ എപ്പോഴും വൈകിയാണല്ലോ ക്ലാസിൽ നിന്നു വരുന്നത്." അവൻ അല്പം സങ്കോചത്തോടെ പറഞ്ഞു. അവർ ഒരുമിച്ച് നടന്നു. സ്കൂൾ സമയം കഴിഞ്ഞിരുന്നു. അവർ അങ്ങനെ നടക്കുമ്പോൾ കൃഷിയിടങ്ങൾക്ക് കുറുകെ പക്ഷികൾ പറക്കുന്നത് കണ്ടു. അവൾ പറഞ്ഞു.

"അല്ല. ഞാനല്ല നേരം വൈകിവരുന്നത്. നീയാണ്. നീ എന്നെ ഒഴിവാക്കാൻ ശ്രമിക്കുകയാണ്."

"നിന്റെ അച്ഛനും അമ്മയും നിന്നെ തല്ലാറുണ്ടോ?" അല്പനേരത്തെ മൗനത്തിനുശേഷം അവൾ ചോദിച്ചു.

"ഇല്ല. എപ്പോഴുമില്ല. തെറ്റു ചെയ്താൽ മാത്രം."

ഈ പയ്യനെങ്ങനെങ്ങനെയാണ് തെറ്റു ചെയ്യാൻ കഴിയുക? മിഹാകി അതിശയിച്ചു. ജൊറോഗെ സാധുവായിരുന്നു. തന്നിലേക്കു തന്നെ ഉൾവലിയുന്ന പ്രകൃതക്കാരൻ. ആ കുട്ടി എപ്പോഴും വീട്ടിൽ സമയത്തു തന്നെ തിരിച്ചെത്തുന്നവൻ.

"എന്താ അങ്ങനെ ചോദിക്കുന്നത്?" ജൊറോഗെ ചോദിച്ചു.

"അവർ നിന്നെ അടിക്കാറില്ലെങ്കിൽ അവരെ നിനക്ക് പേടിയുണ്ടാകില്ലെന്ന് ആലോചിക്കുകയായിരുന്നു."

"നിന്റെ അച്ഛനുമമ്മയും നിന്നെ അടിക്കാറുണ്ടോ?" അവൻ സഹാനുഭൂതിയോടെ ചോദിച്ചു. മൃദുവും പതിഞ്ഞ സ്വഭാവക്കാരിയുമായ ഒരു കൊച്ചുപെൺകുട്ടിയാണ് മിഹാകി. ഒരുപക്ഷേ മറ്റു പെൺകുട്ടികളെല്ലാം കുസൃതിക്കാരായിരിക്കും!

"ചിലപ്പോൾ എനിക്ക് അടികിട്ടാറുണ്ട്. മറ്റു ചിലപ്പോൾ അമ്മ ചീത്ത പറയും. അതാണെനിക്ക് അടിയേക്കാൾ പേടി. എനിക്കമ്മയെ ഭയമാണ്."

"എനിക്കും അച്ഛനേയും അമ്മയെയും പേടിയാണ്." അവളുടെ മുമ്പിൽ വെച്ച് അവരെ വിമർശിക്കുന്നത് നല്ലതല്ലെന്നു തോന്നി. തന്നോട് ചങ്ങാത്തം കൂടുവാൻ ഒരിക്കൽ ഒരു ഇന്ത്യൻ കുട്ടി മിഠായി തന്നത് അവൻ ഓർത്തു. അതുംകൊണ്ട് അവൻ അമ്മയുടെ അടുത്തെത്തി. ഇന്ത്യക്കാർ തീരെ ദയയില്ലാത്തവരാണെന്നാണ് അവൻ വിചാരിച്ചിരുന്നത്. അതു കൊണ്ട് ഒരു ഇന്ത്യൻകുട്ടി മിഠായി തന്നപ്പോൾ അവർക്ക് അങ്ങനെയൊക്കെ പെരുമാറാൻ കഴിയുമോ എന്ന് അതിശയിച്ചു. അത് വായിലിടാൻ പോവുകയായിരുന്നു. ഇതുകണ്ട് അമ്മ അവന്റെനേരെ തിരിഞ്ഞ് ഉച്ചത്തിൽ ചോദിച്ചു: "നീ ഒരു കൊല്ലമായി മുഴുപ്പട്ടിണിയായിരുന്നോ? ആരെങ്കിലും എന്തെങ്കിലും തന്നാൽ നീ അതുടനെ വായിലാക്കുമോ? അതും ഒരു വൃത്തികെട്ട ഇന്ത്യൻകുട്ടിയുടെ സമ്മാനം!"

ജൊറോഗെ അതെറിഞ്ഞു കളഞ്ഞു. എന്നാൽ മനസ്സ് വേദനിച്ചു. അവനങ്ങനെ ചെയ്യുന്നത് ആ കുട്ടി കാണുന്നുണ്ടായിരുന്നു. അവന്റെ അടുത്തു പോയി വല്ലതും പറയാൻ പേടി. മനോവിഷമവും. അതുകൊണ്ട് പോയില്ല. കുറെദിവസം കഴിഞ്ഞ് ചെന്നപ്പോൾ ആ കുട്ടിയെ കണ്ടില്ല.

"അച്ഛനും അമ്മയും പറയുന്നതെല്ലാം ശരിയാണെന്ന് നിനക്കു തോന്നാറുണ്ടോ?"

"ഉണ്ട്, എങ്കിലും..... എനിക്കറിയില്ല... ചിലപ്പോൾ നമുക്കും ചിലതൊക്കെ അറിയാമെന്നു തോന്നും. നിനക്കും ചിലപ്പോൾ അങ്ങനെ തോന്നാറില്ലേ?

"ഉണ്ട്." തീരെ അറിവില്ലാത്തവനാണെന്നു ഭാവിക്കുവാൻ അവനും ആഗ്രഹിച്ചില്ല.

അവർ അച്ഛനമ്മമാരെയൊക്കെ മറന്ന് ചിരിക്കാൻ തുടങ്ങി. ചിലപ്പോൾ ഒന്നിച്ചു കളിച്ചു. ജൊറോഗെ ഗൗരവപ്രകൃതിക്കാരനായിരുന്നു. മിഹാകിക്കായിരുന്നു കളിയും ചിരിയും കൂടുതൽ. അവൾ പൂക്കൾ പറിച്ചു അവന്റെ നേരെ എറിയും. അവനതിഷ്ടപ്പെട്ടു. തിരിച്ചും എറിയുവാൻ തോന്നിയെങ്കിലും വിടർന്നു നിൽക്കുന്ന പൂക്കൾ പറിച്ചെടുക്കാൻ അവനിഷ്ടമല്ല.

അവയുടെ നിറം മങ്ങിപ്പോകുമല്ലോ. അതുകൊണ്ട് അവൻ പറഞ്ഞു. “നമ്മൾ പൂക്കൾ കൊണ്ട് കളിക്കാൻ പാടില്ല.”

“അതെയോ, എനിക്ക് പൂക്കൾ ഇഷ്ടമാണ്.”

അവർ ഹൗലാൻഡ്സിന്റെ വീടിനടുത്തുകൂടെ നടന്നു. വളരെ വലിയ വീടാണത്. മിഹാകിയുടെ അച്ഛന്റെ വീടിനേക്കാൾ വളരെ വലുത്.

“എന്റെ അച്ഛൻ ഇവിടെയാണ് പണിയെടുക്കുന്നത്.”

“ഇത് ഹൗലാൻഡ്സിന്റെതല്ലേ?”

“നിനക്കയാളെ അറിയാമോ?”

“അച്ഛൻ അയാളെക്കുറിച്ച് പറയാറുണ്ട്. അച്ഛൻ പറയുന്നത് ഇന്നാട്ടിലെ ഏറ്റവും നല്ല കൃഷിക്കാരനാണയാൾ എന്നാണ്.”

“അവർ ചങ്ങാതിമാരാണോ?”

“എനിക്കറിയില്ല. ആണെന്ന് എനിക്ക് തോന്നുന്നില്ല. യൂറോപ്യന്മാർ എങ്ങനെയാണ് കറുത്തവർഗ്ഗക്കാരുമായി ചങ്ങാത്തം കൂടുന്നത്, അവർ വലിയവരല്ലേ?”

“നീ അയാളുടെ കൃഷിയിടത്തിൽ പോയിട്ടുണ്ടോ?”

“ഞാനവിടെ അച്ഛനെക്കാണാൻ പലതവണ പോയിട്ടുണ്ട്. ഏതാണ്ട് എന്റെ ഉയരമുള്ള ഒരു കുട്ടി അവിടെ ഉണ്ട്. നന്നായി വെളുത്ത തൊലി. ഹൗലാൻഡ്സിന്റെ മകനാണെന്നു തോന്നുന്നു. അവനെപ്പോഴും അവന്റെ അമ്മയുടെ പാവാടത്തുമ്പിലാണ്. എനിക്ക് അതിഷ്ടപ്പെട്ടില്ല. അവൻ എന്നെത്തന്നെ നോക്കുകയായിരുന്നു. എന്നെ കണ്ടയുടനെ അവനെന്റെ നേരെ നടന്നുവന്നു. അവനെന്താണ് ചെയ്യാൻ പോകുന്നതെന്നറിയാത്ത തുകൊണ്ട് ഞാൻ പേടിച്ച് ഓടി. പക്ഷേ അവൻ അവിടെത്തന്നെ നിന്നു. എന്നെത്തന്നെ തുറിച്ചുനോക്കിക്കൊണ്ട്. എന്നിട്ട് തിരിച്ചുനടന്നു. ഞാൻ അവിടെ പോകുമ്പോഴെല്ലാം അച്ഛന്റെ അടുത്തുതന്നെയിരിക്കാൻ ഏറെ ശ്രദ്ധിച്ചു.”

“അവൻ നിന്നോട് സംസാരിക്കാൻ താത്പര്യം കാണിച്ചോ?”

“എന്തോ എനിക്കറിയില്ല. ഒരുപക്ഷേ എന്നോട് ശണ്ഠ കൂടാനാ യിരിക്കും. നിനക്കറിയാമല്ലോ അവൻ അവന്റെ അച്ഛനെപ്പോലെയാണ്.”

നുഗോത്തോ പറഞ്ഞുകൊടുത്ത കഥ ജൊറോഗെ ഓർമ്മിച്ചു. മിഹാകിയോട് അത് പറയാൻ തോന്നിയില്ല. അത് തന്റെ ഒരു രഹസ്യ മായിരുന്നല്ലോ.

“ഈ ഭൂമിയെല്ലാം കറുത്ത വർഗ്ഗക്കാരുടേതാണ്.”

“അ.... അതെ. അച്ഛനങ്ങനെ പറയുന്നത് ഞാൻ കേട്ടിട്ടുണ്ട്. ജനങ്ങൾക്ക് വിദ്യാഭ്യാസമുണ്ടായിരുന്നെങ്കിൽ ഈ ഭൂമിയത്രയും

വെള്ളക്കാർ കൈവശപ്പെടുത്തുകയില്ലായിരുന്നുവെന്ന് അച്ഛൻ പറയുന്നു. വെള്ളക്കാർ ഇവിടെ വന്ന അവസരത്തിൽ മരിച്ചു മണ്ണടിഞ്ഞ നമ്മുടെ പൂർവ്വികർക്ക് വിദ്യാഭ്യാസമില്ലാതിരുന്നതെന്താണെന്ന് ഞാൻ അദ്ഭുത പ്പെടുകയാണ്."

"അവരെ ഇംഗ്ലീഷ് പഠിപ്പിക്കാൻ ആരുമുണ്ടായിരുന്നില്ല."

"അ... അതെ! ശരിയായിരിക്കാം." അവൾ സംശയിച്ചു കൊണ്ടു പറഞ്ഞു.

"നിന്റെ ക്ലാസിൽ ഇംഗ്ലീഷ് പഠിപ്പിക്കാറുണ്ടോ?

"ഇല്ലല്ലോ. നാലാം സ്റ്റാൻഡേർഡിൽ മാത്രമേ ഇംഗ്ലീഷ് പഠിപ്പിക്കു ന്നുള്ളൂ."

"നിന്റെ അച്ഛന് ഇംഗ്ലീഷ് സംസാരിക്കാനറിയാമോ?"

"അറിയാമെന്നു തോന്നുന്നു."

"എവിടെനിന്ന് പഠിച്ചു?"

"മിഷൻകാരുടെ അടുത്ത് നിന്ന്... സിറിയാനയിൽ നിന്ന്."

"നീ എന്നെക്കാൾ മുമ്പ് ഇംഗ്ലീഷ് പഠിക്കും."

"അതെങ്ങനെ?"

"നീ എന്നെക്കാളും ഒരു ക്ലാസ് മേലെയാണല്ലോ."

അവൾ കുറച്ചുനേരം ഇതിനെക്കുറിച്ചാലോചിച്ചു. പിന്നെ, പെട്ടെന്ന് സന്തോഷത്തോടെ പറഞ്ഞു. "ഞാൻ പഠിപ്പിക്കാം..."

ജൊറോഗെ അതിഷ്ടപ്പെട്ടില്ല. എന്നാൽ ഒന്നും പറഞ്ഞില്ല.

അടുത്ത വർഷം ആദ്യം അവൻ മൂന്നാം ക്ലാസിലേക്ക് പാസ്സായി. ഒന്നാം സ്റ്റാൻഡേർഡ് എന്നാണ് ആ ക്ലാസിനെ വിളിച്ചിരുന്നത്. ആദ്യത്തെ രണ്ടു ക്ലാസുകൾ പ്രിപ്പറേറ്ററി ക്ലാസുകൾ മാത്രമായിരുന്നുവല്ലോ. രണ്ടാംവർഷത്തെ പ്രിപ്പറേറ്ററി ക്ലാസ് ഒരനാവശ്യമാണെന്ന് തോന്നി. മിഹാകിയും ഒന്നാം സ്റ്റാൻഡേർഡിലാണ് പഠിക്കുക. ജൊറോഗെ അവളോടൊപ്പമെത്തിയിരുന്നു. അവന് സന്തോഷമായി. സ്കൂൾ തുറക്കു ന്നതിന് മുമ്പ് ജൊറോഗെ കമാവുവിനോടൊപ്പം ഒരു കാട് കാണാൻ പോയി. കലമാനുകളെ കണ്ടുപിടിക്കുകയായിരുന്നു ലക്ഷ്യം. എന്നാൽ ഒന്നിനെയും കണ്ടില്ല.

വെറുതെയായിപ്പോയ നീണ്ട തിരച്ചിലുകൾക്കൊടുവിൽ ജൊറോഗെ കമാവുവിനോടു ചോദിച്ചു. "ചേട്ടനെന്താ സ്കൂളിൽ പോയി തുടങ്ങാ ത്തത്?"

"നീ എപ്പോഴും ഇതു തന്നെയാണല്ലോ ചോദിക്കുന്നത്?" കമാവു ചിരിച്ചു. എന്നാൽ ജൊറോഗെ ഗൗരവത്തിലായിരുന്നു. ഒരു കുട്ടിക്ക്

കിട്ടാവുന്ന ഏറ്റവും സൗഭാഗ്യം സ്കൂൾ വിദ്യാഭ്യാസമാണെന്നാണ് അവൻ വിചാരിച്ചിരുന്നത്. മനുഷ്യരുടെ പരമമായ ലക്ഷ്യംതന്നെ അതാണ്. എല്ലാവരും സ്കൂളിൽ പോകണമെന്ന് അവൻ ആഗ്രഹിച്ചു.

‘‘കഴിയില്ല’’, കമാവു തുടർന്നു. അവൻ നിഷേധാർത്ഥത്തിൽ തലയാട്ടി.

എന്തുകൊണ്ട്?”

“നിനക്കതിന്റെ ഉത്തരം അറിയില്ലെന്ന് നടിക്കുന്നതെന്തിന്? വീട്ടിലെ കാര്യമൊക്കെ നിനക്കറിയാവുന്നതല്ലേ? സ്വന്തമായി ഭൂമിയില്ലാത്തവർ വല്ല തൊഴിലും പഠിക്കണം. അച്ഛന്റെ കാര്യത്തിലാകട്ടെ ഇതൊന്നുമില്ല. അതുകൊണ്ട് ഞാൻ ചെയ്യുന്ന തൊഴിൽ കാര്യമായതാണ്. നുഗാങ്ങ സ്വാർത്ഥത കാണിച്ചില്ലെങ്കിൽ അധികം വൈകാതെ ഞാനൊരു നല്ല ആശാരിയാകും. എന്റെ കൈയിൽ പണമുണ്ടായാൽ ഞങ്ങളെല്ലാവരും നിന്നെ സ്കൂളിൽ പോകാൻ സഹായിക്കാം. നീ പഠിക്കുന്നത് ഞങ്ങൾക്കെല്ലാവർക്കും വേണ്ടിയാണ്. അച്ഛനും അതാണ് പറയുന്നത്. നീ പഠിത്തം തുടർന്ന് നമ്മുടെ വീടിന് വിളക്കായിത്തീരണമെന്നാണ് അച്ഛന്റെ ആഗ്രഹം. കെനിയയുടെ വെളിച്ചം വിദ്യാഭ്യാസമാണ്. ജോമോ അങ്ങനെയാണ് പറയുന്നത്.”

ജൊറോഗെ ജോമോയെക്കുറിച്ച് കേട്ടിരുന്നു. അദ്ദേഹം കടൽ കടന്നു വന്നപ്പോൾ ഒരുപാടാളുകൾ അദ്ദേഹത്തെ കാണാൻ നൈറോബിയിലേക്ക് പോയിരുന്നു. ജോമോയെപ്പോലെ താനും പഠിക്കണമെന്നും കടൽ കടന്ന് വെള്ളക്കാരുടെ നാട്ടിൽ പോകണമെന്നും ജൊറോഗെ ആഗ്രഹിച്ചു. മിഹാകിയുടെ ചേട്ടൻ അങ്ങനെ പോവുകയാണല്ലോ.

വൈകുന്നേരം നുഗോത്താ ജൊറോഗെയോട് ചോദിച്ചു.

“നിന്റെ സ്കൂൾ എപ്പോഴാണ് തുറക്കുന്നത്?”

“തിങ്കളാഴ്ച.”

“ങ്ും”, നുഗോത്തോ ഒരു ദീർഘനിശ്വാസം വിട്ടു. മകനെ ഒന്നുകൂടി നോക്കി. ന്യോക്കാബി ചോളവും ബീൻസും പച്ചക്കറികളും ഒക്കെ ചേർത്ത് ഉണ്ടാക്കുന്ന ഒരുതരം ഭക്ഷണം ഉണ്ടാക്കുകയായിരുന്നു. “വിദ്യാഭ്യാസമാണ് എല്ലാം,” നുഗോത്തോ പറഞ്ഞു. എങ്കിലും അയാളുടെ ഉൾമനസ്സിൽ അല്പം ശങ്കയുണ്ടായിരുന്നു. “ഭൂമിയല്ലേ എല്ലാം. നഷ്ടപ്പെട്ട ഭൂമി തിരിച്ചെടുക്കാനുള്ള ഒരു വഴി മാത്രമല്ലേ വിദ്യാഭ്യാസം?”

“നമ്മൾ ജീവിക്കുന്ന അവസ്ഥകളിൽ നിന്ന് രക്ഷപ്പെടാനായിരിക്കണം നീ ശ്രമിക്കേണ്ടത്. അത് ഏറെ ബുദ്ധിമുട്ടുള്ള പണിയാണ്. ഒരു തുണ്ട് ഭൂമി സ്വന്തമായില്ലാതെ നമുക്കധികമൊന്നും ചെയ്യാൻ സാധ്യമല്ല.”

ആവലാതികളില്ലാത്ത മനുഷ്യനാണ് നുഗോത്തോ. മഹത്തായതെന്തോ ഒന്ന് തന്റെ ജീവിതത്തിൽ സംഭവിക്കുമെന്ന പ്രതീക്ഷയിലാണ്

അയാൾ ഇക്കാലമത്രയും ജീവിച്ചത്. മണ്ണിനെയും അതിലുള്ള സകല തിനെയും അരുമയോടെ പരിപാലിച്ചുകൊണ്ട് തന്റെ പൂർവ്വികരുടെ ഭൂമി യിൽനിന്ന് അയാൾ മാറാതിരുന്നത് അതുകൊണ്ട് തന്നെയാണ്. മകൻ വന്നതും അയാൾക്ക് ആ മണ്ണിനോടും ഹൗലാൻഡ്സിനോടുമുള്ള വിശ്വ സ്തതയിൽ സംശയം തുടങ്ങി. ഈ ശങ്കയോടൊപ്പമാണ് ഒരു വൃദ്ധന് തന്റെ പുത്രനോടു സഹജമായി തോന്നുന്ന ഭയവും ആരംഭിച്ചത്. യുദ്ധം കാരണം, ബോറോ തീരെ മാറിപ്പോയിരുന്നു, യുദ്ധം തന്നോട് തീരെ നീതി കാട്ടിയില്ല എന്ന് നുഗോത്തോവിന് തോന്നി. ഒരു മകൻ യുദ്ധത്തിൽ മരിച്ചു. മറ്റവനാകട്ടെ തന്നെ കുറ്റപ്പെടുത്തുകയും ചെയ്യുന്നു. ഹൗലാൻ ഡ്സിനുവേണ്ടി വിശ്വസ്തതയോടെ പണിയെടുക്കുന്നതും അതുകൊണ്ടു തന്നെ.

“ഹൗലാൻഡ്സ് എത്ര നന്നായി കൃഷിഭൂമിയെ പരിചരിക്കുന്നു.” അയാൾ സ്വയം പറഞ്ഞു. ഹൗലാൻഡ്സിന് ഭൂമിയോടുള്ള ഈ അർപ്പണ ബോധം നുഗോത്തോവിന് മനസ്സിലാക്കാനാകുമായിരുന്നില്ല. മറ്റെന്തിൽ നിന്നോ രക്ഷപ്പെടുവാനെന്നപോലെ അയാൾ അതിൽ അത്രമാത്രം മുഴുകിയിരുന്നു.

ജൊറോഗെ അച്ഛൻ പറയുന്നത് ശ്രദ്ധിച്ചു. ചെറിയ കുട്ടിയായിരുന്നു വെങ്കിലും തന്നിൽനിന്ന് അവ്യക്തമായ എന്തോ ഒരു കടമ അച്ഛൻ പ്രതീക്ഷിക്കുന്നുവെന്ന് മനസ്സിലാക്കി. വലുതും ഏറെ പ്രധാനപ്പെട്ടതു മായ ഒരു സ്വപ്നത്തിന്റെ സാക്ഷാത്കാരത്തിനുള്ള മാർഗ്ഗമാണ് വിദ്യാ ഭ്യാസമെന്ന് അറിയുന്നു. അച്ഛൻ മാത്രമല്ല, അമ്മയും സഹോദരന്മാരും ഗ്രാമം മുഴുവനും തന്നിൽ അർപ്പിച്ച പ്രതീക്ഷയുമായി ആ സ്വപ്നം ബന്ധ പ്പെട്ടിരിക്കുന്നു.

മഹത്തായ ഏതോ ഒരു കാര്യം ചെയ്യാനാണ് താൻ ജനിച്ചതെന്ന ബോധം അവനിലുണ്ടായി. ആ ചിന്ത അവന്റെ ഹൃദയത്തിൽ ആളി ക്കത്തി.

അഞ്ച്

നുഗോത്തോവിന്റെ പുരയിടത്തിന് അരികിലായി സാമാന്യം വലിയ ഒരു 'കുന്നു'ണ്ടായിരുന്നു. പാഴ്‌വസ്തുക്കൾ വർഷങ്ങളോളം കൂട്ടിയിട്ടാണ് ഇതുണ്ടായത്. പകൽസമയത്ത് അതിൽ കയറിനിന്നാൽ ജക്കോബോവിന്റെ ഭൂമി ഏതാണ്ട് മുഴുവനും കാണാമായിരുന്നു. വളരെ വിസ്താരമുള്ള ഒരു കൃഷിയിടമായിരുന്നു അത്. ഒരു കുടിയേറ്റക്കാരന്റെ ഭൂമിയുടെ അത്രതന്നെ വിസ്താരമുണ്ട്. അവിടെ മുഴുവൻ സൂര്യകാന്തിപൂക്കളും കറുത്തനിറമുള്ള വാട്ടിൽ മരങ്ങളും നിറഞ്ഞുനിന്നു. ജക്കോബോ ഭാഗ്യവാനായിരുന്നു. എത്രയോ കൊല്ലങ്ങളായി സൂര്യകാന്തിപ്പൂവ് കൃഷി ചെയ്യാനനുവദിക്കപ്പെട്ട ഒരേയൊരു കറുത്ത വർഗക്കാരനായിരുന്നു അയാൾ. മറ്റുള്ളവർക്ക് അതിനുള്ള അനുമതി കൊടുക്കുന്നതിന് അയാൾ എതിരാണെന്നാണ് കേട്ടിരുന്നത്. സൂര്യകാന്തിപ്പൂവ് പോലുള്ള ഒരു നാണ്യവിള കൃഷി ചെയ്യാൻ ആഫ്രിക്കയ്ക്കാരെ അനുവദിക്കുന്ന കാര്യത്തിൽ ഇതേ കൃഷി ചെയ്തിരുന്ന വെള്ളക്കാരും എതിരായിരുന്നു. വിളയുടെ നിലവാരവും ഗുണവും കുറയുമെന്ന് അവർ പേടിച്ചു.

അമ്മയോ ചേട്ടനോ ദൂരെനിന്ന് വരുന്നതു കാണുവാൻ ജൊറോഗെ നിന്നിരുന്നത് ഈ 'കുപ്പക്കുന്നി'ന്റെ മുകളിലായിരുന്നു. അവരെ കണ്ടാലുടൻ അവൻ ഓടിപ്പോയി അവരുടെ കൈയിലുള്ള സാധനങ്ങൾ വാങ്ങും. നുജേരിയോ അവരുടെ മക്കളിലാരെങ്കിലുമോ ആണ് വരുന്നതെങ്കിലും ഈ പതിവിന് മാറ്റമില്ലായിരുന്നു. ബഹുഭാര്യത്വം നിലവിലുണ്ടായിരുന്ന മറ്റു കുടുംബങ്ങളിൽ നിന്ന് നുഗോത്തോവിന്റെ കുടുംബത്തെ വേർതിരിക്കുന്ന ഒരു പ്രത്യേകത അവർ തമ്മിലുള്ള ഐക്യമായിരുന്നു. നുജേരിയും ന്യോക്കാബിയും കൃഷിയിടത്തിലും മാർക്കറ്റിലും പോയിരുന്നത് ഒരുമിച്ചാണ്. പണിയെടുക്കുന്ന കാര്യത്തിലും അവർ ഒരു ധാരണയിലെത്തിയിരുന്നു. ഒരാൾ ഒരു പ്രത്യേക ജോലി ചെയ്യുമ്പോൾ മറ്റേയാൾ മറ്റെന്തെങ്കിലും ചെയ്യും. ഇതിനൊക്കെ കാരണം നുഗോത്തോ ആയിരുന്നു. കുടുംബത്തിന്റെ കേന്ദ്രബിന്ദുവാണയാൾ. ഗൃഹനാഥന്റെ കഴിവനുസരിച്ചിരിക്കും കുടുംബത്തിലെ ഒരുമ.

അതൊരു കറുത്ത രാത്രിയായിരുന്നു. ജൊറോഗെയും കമാവുവും കുപ്പക്കുന്നിന്മേൽ നിന്നു. ആകാശത്ത് കുറച്ച് നക്ഷത്രങ്ങൾ പ്രകാശിച്ചിരുന്നു. അവ മനുഷ്യരുടെ കണ്ണുകളെപ്പോലെ തോന്നിച്ചു. ദൈവം കത്തിച്ചുവെച്ച തീയിന്റെ വെളിച്ചം നമ്മെ കാണാൻ സഹായിക്കുന്ന ചെറിയ ദ്വാരങ്ങളാണ് അവയെന്ന് ന്യോക്കാബി ഒരിക്കൽ ജൊറോഗെയോട് പറഞ്ഞിരുന്നു. അവൻ അത് വിശ്വസിച്ചിട്ടില്ല.

"ദൂരെയുള്ള ആ പ്രകാശബിന്ദുക്കൾ കാണാമോ?"

"കാണാം"

"അത് നൈറോബിയാണ്, അല്ലേ?" ജൊറോഗെയുടെ ശബ്ദം അല്പം വിറച്ചിരുന്നു.

"അതെ," ഒരു സ്വപ്നത്തിലെന്നപോലെ കമാവു പറഞ്ഞു.

ജൊറോഗെ ഇരുട്ടിന്റെ അപ്പുറത്തേക്കു നോക്കി, വളരെയകലെ വെളിച്ചത്തിന്റെ അനേകം നുറുങ്ങുകൾ കാണാമായിരുന്നു. അതിനു മുകളിൽ ആകാശത്തിന്റെ ചാരനിറം വ്യാപിച്ചിരുന്നു. ജൊറോഗെ അങ്ങോട്ട് തറപ്പിച്ചു നോക്കി. നൈറോബി എന്ന മഹാനഗരം. നിഗൂഢതകൾ ഒരുപാടുള്ള ഒരു നഗരം. തന്റെ സഹോദരന്മാരെ വീട്ടിൽനിന്നും വിളിച്ചിറക്കിക്കൊണ്ടു പോയത് ആ നഗരമായിരുന്നു. കാഴ്ചയിൽ അടുത്ത്, എന്നാൽ എത്തിപ്പെടാൻ കഴിയാത്ത അകലത്തിൽ നിലകൊള്ളുന്ന ആ മഹാനഗരത്തിനോടുള്ള ആകർഷണീയത അവനെ ദുർബലനാക്കി. അവൻ നെടുവീർപ്പിട്ടു. തന്റെ സഹോദരന്മാർ എന്തിനാണ് അങ്ങോട്ടു പോയതെന്ന് അവന് മനസ്സിലായിട്ടില്ല.

"അവർക്കു വല്ല ജോലിയും കിട്ടിയെന്നു ചേട്ടന് തോന്നുന്നുണ്ടോ?"

"അവിടെ ധാരാളം ജോലിയുണ്ടെന്നാണ് കോറി പറഞ്ഞത്."

"അതെയോ?"

"അതൊരു വലിയ പട്ടണമാണ്."

"അതെ... മഹാ... നഗരം"

"മി. ഹൗലാൻഡ്സ് പലപ്പോഴും അവിടെ പോകാറുണ്ട്."

"ജക്കോബോയും... അവർ വീടിനെ മറന്നു കളയുമെന്ന് തോന്നുന്നുണ്ടോ?"

ഏയ് ഇല്ല, വീടിനെ ആർക്കും മറക്കാനാവില്ല."

"അവർക്കത് ഇഷ്ടമില്ലാഞ്ഞിട്ടാണെന്നാണോ നീ വിചാരിക്കുന്നത്? ഈ സ്ഥലത്തെക്കുറിച്ച് നിനക്കറിയാമല്ലോ. കൃഷി ചെയ്യാൻ ഒരു തുണ്ട് ഭൂമിയില്ലാതെ വെറും ശമ്പളം കൊണ്ട് ഒന്നുമാവില്ലെന്നു അവിടെവെച്ചും അവർ മനസ്സിലാക്കും. ഹൗലാൻഡ്സിനെ നോക്കൂ. അയാൾ ആരുടെയും

കീഴിലല്ല ജോലി ചെയ്യുന്നത്. എന്നിട്ടും അയാൾ സമ്പന്നനും സന്തുഷ്ടനുമാണ്. സ്വന്തം ഭൂമിയുള്ളതുകൊണ്ടല്ലേ അത്? അല്ലെങ്കിൽ ജക്കോബോവിനെ നോക്കൂ, അയാൾ ഈ സ്ഥിതിയിലെത്തിയത് ഭൂസ്വത്തുള്ളതുകൊണ്ടല്ലേ? ബോറോവിന് ഭൂമിയില്ല അവന് ജോലിയുമില്ല. അച്ഛനോട് അവന് വലിയ ഈർഷ്യയുണ്ട്. നമ്മുടെ പൂർവ്വികരുടെ വിഡ്ഢിത്തം കൊണ്ടാണ് ഭൂമി നഷ്ടപ്പെട്ടതെന്നാണ് അവൻ കരുതുന്നത്. അവന് ഇവിടെ താമസിക്കാൻ കഴിയുമോ? അവന് പറ്റിയ സ്ഥലമല്ല ഇത്."

ജൊറോഗെ ഇതിനെക്കുറിച്ച് ആലോചിച്ചു. ഇതൊന്ന് നേരെയാക്കാൻ തനിക്ക് കഴിഞ്ഞിരുന്നുവെങ്കിൽ എന്ന് അവൻ ആഗ്രഹിച്ചു. ഒരുപക്ഷേ വിദ്യാഭ്യാസം അതിന് സഹായിച്ചേക്കാം...

"അതെ... ബോറോ ഒരു വല്ലാത്ത പ്രകൃതക്കാരനാണ്."

"അച്ഛനോടോ?"

മുൻതലമുറക്കാരോടെല്ലാം. അവർ ശ്രമിക്കാതെയല്ല."

"ഭൂമി തിരികെ കിട്ടാനോ?"

"അതെ, യുദ്ധം കഴിഞ്ഞ് മടങ്ങിയെത്തിയ കാലം അവർ അവരുടെ ആവശ്യങ്ങൾക്കുവേണ്ടി വാദിക്കാൻ തുടങ്ങി എന്ന് അച്ഛൻ പറഞ്ഞു. ആദ്യത്തെ യുദ്ധത്തിനുശേഷം കുറെപേർ ജാഥയായി നൈറോബിയിൽ പോയി; അറസ്റ്റു ചെയ്യപ്പെട്ട തങ്ങളുടെ നേതാവിനെ വിട്ടയയ്ക്കണമെന്നാവശ്യപ്പെട്ടു. അവരുടെ നേരെ വെടിവെച്ചു. മൂന്നുപേർ മരിച്ചു. യുവാവായ അവരുടെ നേതാവാണ് വെള്ളക്കാരെ അവരുടെ നാട്ടിലേക്ക് ഓടിക്കുക. എന്ന് അവർ വിശ്വസിച്ചിരുന്നു."

"അച്ഛൻ പറഞ്ഞതാണോ?"

"അതെ, ബോറോവിനോട് പറയുന്നത് ഞാൻ കേട്ടു. അച്ഛന് ബോറോവിനെ ഒരുതരം പേടിയാണെന്ന് നിനക്കറിയാമല്ലോ."

"ബോറോ എന്തു പറഞ്ഞു?"

"ഒന്നും പറഞ്ഞില്ല. എന്തോ ആലോചിച്ചുകൊണ്ട് അവിടെത്തന്നെ ഇരുന്നു. ബോറോവിന്റേത് വല്ലാത്ത ഒരു പ്രകൃതമാണ്. മൂത്തമ്മ പറയുന്നത് യുദ്ധമാണ് അവനെ അങ്ങനെ ആക്കിത്തീർത്തതെന്നാണ്. എന്നാൽ വേറെ ചിലർ പറയുന്നത് മരിച്ചുപോയ നമ്മുടെ മറ്റേ സഹോദരനാണ് അതിന്റെ കാരണമെന്നാണ്."

"മുവാംഗിയോ?"

"അതെ. ബ്രിട്ടീഷുകാരാണ് അവനെ കൊന്നതെന്ന് അവർ പറയുന്നു. ബ്രിട്ടീഷുകാരനായാലും അല്ലെങ്കിലും ഒരു വെള്ളക്കാരനാണ് അത് ചെയ്തത്.

"അതെ."

ബോറോയും കോറിയും ഇപ്പോഴുള്ള ആ നഗരത്തിനു നേരെ ഇരുട്ടി ലൂടെ നോക്കി. അവരും അവിടെ അപ്രത്യക്ഷരാകുമെന്ന് കമാവുവും ജൊറോഗെയും പേടിച്ചു. അതോടെ യുവതീയുവാക്കളുടെ സായാഹ്ന സമ്മേളനം അവസാനിക്കും. എന്നാൽ താൻ ഇടയ്ക്കിടെ വീട്ടിൽ വരു മെന്ന് കോറി പറഞ്ഞിരുന്നതാണല്ലോ.

"എനിക്കും ഇവിടം വിട്ടുപോകണമെന്നുണ്ട്."

"എന്തിന്?" ജൊറോഗെ പെട്ടെന്ന് ചോദിച്ചു. പണവും വിദ്യാഭ്യാസ വുമൊക്കെയുണ്ടായാൽ കുടുംബത്തിനു വേണ്ടി എന്തൊക്കെ ചെയ്യാം എന്ന് ആലോചിക്കുകയായിരുന്നു അവൻ. ഈ ആലോചന പെട്ടെന്ന് തടസ്സപ്പെട്ടു.

"ഒന്നുമില്ല; വെറുതെ ഒരു തോന്നൽ. നുഗാങ്ങയ്ക്കുവേണ്ടി പണി യെടുക്കുന്നത് ആദ്യം നിർത്തണം."

"നീ പരിശീലനം പൂർത്തിയാക്കിയിട്ടില്ലല്ലോ."

"അത്യാവശ്യം വേണ്ടുന്ന ആശാരിപ്പണിയൊക്കെ ഞാൻ പഠിച്ചു വെന്നു തോന്നുന്നു. ഒരു കസേരയോ കട്ടിലോ അതുപോലെ മറ്റു വല്ല തുമോ ഉണ്ടാക്കാൻ ഇപ്പോൾ എനിക്കറിയാം."

"നീ എവിടെ പോകും?"

"കുടിയേറ്റക്കാരുടെ സ്ഥലത്ത്. അല്ലെങ്കിൽ നൈറോബിയിലേക്ക്."

കമാവുവിനെ അവിടെത്തന്നെ പിടിച്ചുവെക്കണമെന്ന് ജൊറോഗെ ആഗ്രഹിച്ചു. അവൻ പോയാൽ താൻ വല്ലാതെ ഒറ്റപ്പെടും.

"നിനക്കവിടെ ഒരു ജോലി കിട്ടില്ല."

"കിട്ടും."

"പണിമുടക്കിനെക്കുറിച്ച് മറന്നുപോയോ?"

"ഓ."

"അതെ. ആ പണിമുടക്കുതന്നെ. വരാനിരിക്കുന്ന ആ പണിമുടക്കിനെ ക്കുറിച്ച് അച്ഛൻ എപ്പോഴും സംസാരിക്കാറുണ്ടല്ലോ."

"എനിക്കറിയില്ല. പണിമുടക്കൊക്കെ അച്ഛനെപ്പോലുള്ള ആൾക്കാർ ക്കുള്ളതാണ്."

"എന്നാൽ അച്ഛൻ പറയുന്നത് പണിമുടക്ക് എല്ലാവരുടേതുമാണെ ന്നാണ്. കറുത്തവർഗ്ഗക്കാരുടെ സ്വാതന്ത്ര്യമാഗ്രഹിക്കുന്ന എല്ലാവരു ടേയും."

"ശരിയാവാം. എനിക്കറിയില്ല."

നുജേരി വിളിക്കുന്നത് അവർ കേട്ടു. അവർ 'കുപ്പകുന്നി'റങ്ങി. അങ്ങനെ നടക്കുമ്പോൾ തങ്ങളുടെ ഭൂമിയെപ്പറ്റി എന്തോ ചോദിക്കാനുദ്ദേശിച്ചിരുന്നത് ജൊറോഗെ ഓർത്തു.

"അച്ഛൻ പറയുന്നത് നേരാണെന്ന് നിനക്ക് തോന്നുന്നുണ്ടോ? ഈ ഭൂമിയെല്ലാം കറുത്ത വർഗ്ഗക്കാരുടെ സ്വന്തമാണെന്ന്?"

"ഉവ്വ്. കറുത്തവർഗ്ഗക്കാർക്ക് ഭൂമിയുള്ളത് കറുത്തവർഗ്ഗക്കാരുടെ രാജ്യത്താണ്. വെള്ളക്കാരുടെ ഭൂമി അവരുടെ രാജ്യത്തും. എത്ര ലളിതമായ കാര്യം! ദൈവത്തിന്റെ ഉദ്ദേശ്യം അതായിരുന്നുവെന്ന് ഞാൻ കരുതുന്നു."

"ഇംഗ്ലണ്ടിൽ കറുത്തവരുണ്ടോ?"

"ഇല്ല. ഇംഗ്ലണ്ട് വെളുത്തവർഗ്ഗക്കാർക്ക് മാത്രമുള്ളതാണ്."

"അവരെല്ലാം അവരുടെ സ്വന്തം നാടു വിട്ടു വന്നത് നമ്മളെ കൊള്ളയടിക്കാനും നമ്മുടെ ഭൂമി കൈക്കലാക്കാനുമാണോ?"

"അതെ. അവർ കൊള്ളക്കാരാണ്."

"എല്ലാവരും?"

"അതെ. എല്ലാവരും. ഹൗലാൻഡ്സ് പോലും."

"ഹൗലാൻഡ്സ്.... എനിക്കയാളെ ഇഷ്ടമല്ല. അയാളുടെ മകൻ ഒരിക്കൽ എന്റെ പിന്നാലെ വന്നത് എനിക്കു തീരെ ഇഷ്ടപ്പെട്ടിട്ടില്ല."

"ആട്ടിൻകുട്ടികൾ തള്ളയാടുകളെപ്പോലെത്തന്നെയായിത്തീരുമല്ലോ?"

ജൊറോഗയ്ക്ക് എന്തോ ഉള്ളിൽ തടഞ്ഞതുപോലെ തോന്നി.

"ജക്കോബോ ഒരു വൃത്തികെട്ട മനുഷ്യനാണ്. നീ വിചാരിക്കുന്നുണ്ടോ മി..." അവൻ പാതിയിൽ നിർത്തി. ഉടനെ വിഷയം മാറ്റി. "ആരാണീ ജോമോ?" അവൻ ചോദിച്ചു.

"അദ്ദേഹത്തെ കാപ്പിരികളുടെ മോസസ് എന്നാണ് ബോറോ വിശേഷിപ്പിച്ചത്."

"ബൈബിളിലെയോ?"

"എനിക്കറിയില്ല."

"ബൈബിളിൽ അങ്ങനെയൊരു പേര് പറയുന്നുണ്ടെന്നാണെനിക്കു തോന്നുന്നത്."

നുജേരിയുടെ ശബ്ദം ഇരുളിൽ മുഴങ്ങിക്കേട്ടു. സംഭാഷണം നിലച്ചു.

അന്നു രാത്രി ജൊറോഗെ കുറച്ചുനേരം കിടക്കയിൽ ഉറക്കം വരാതെ കിടന്നു.

ഒരു വെള്ളക്കാരനുവേണ്ടി അച്ഛനെപ്പോലെ പണിയെടുക്കുന്നത് ജൊറോഗെയ്ക്ക് ഇഷ്ടമായിരുന്നില്ല. ഒരിന്ത്യക്കാരനു കീഴിൽ ജോലി

ചെയ്യുന്നത് ഓർക്കാനേ വയ്യ. പണി വളരെ ബുദ്ധിമുട്ടുള്ളതാണെന്നും അത്തരം ഒരു സാഹചര്യത്തിൽ നിന്ന് രക്ഷപ്പെടുന്നതാണ് നല്ലതെന്നും അച്ഛൻ പറഞ്ഞത് ഓർത്തു. അതെ, രക്ഷപ്പെടണം. തനിക്കുവേണ്ടത് വ്യത്യസ്തമായ ഒരു ജീവിതമാണ്. സഹോദരന്മാരെയൊക്കെ സഹായിക്കണം. ഉറങ്ങാൻ പോകുന്നതിന്നുമുമ്പ് അവർ പ്രാർത്ഥിച്ചു: "ദൈവമേ എനിക്ക് വിദ്യാഭ്യാസം തരിക. എനിക്ക് എന്റെ അച്ഛനെയും അമ്മമാരെയും സഹായിക്കണം. കമാവുവിനെയും മറ്റു സഹോദരന്മാരെയും സഹായിക്കണം. കർത്താവായ യേശുവിലൂടെയാണ് ഞാനിതെല്ലാം ആവശ്യപ്പെടുന്നത്. ആമേൻ."

അവൻ മറ്റെന്തൊക്കെയോ ഓർത്തു:

"...ദൈവമേ! മിഹാകി ക്ലാസിൽ വെച്ച് എന്നെ അടിക്കരുതേ, പിന്നെ ദൈവമേ..."

അതിനിടയിൽ ജൊറോഗെ ഉറങ്ങിപ്പോയി. ഉറക്കത്തിൽ ഇംഗ്ലണ്ടിൽ പഠിക്കുന്നതിനെക്കുറിച്ച് സ്വപ്നം കണ്ടു.

മിഹാകിക്ക് ജൊറോഗെയെ കാണുന്നത് വലിയ സന്തോഷമായിരുന്നു. അവൻ അടുത്തുള്ളപ്പോൾ അവൾക്ക് സ്വന്തം സഹോദരങ്ങളുടെ കൂടെ നിൽക്കുന്നതിലുമധികം സുരക്ഷിതബോധം തോന്നി. അവളുടെ സഹോദരന്മാർ അവളെ ശ്രദ്ധിച്ചിരുന്നില്ല. അവൾ തന്റെ രഹസ്യങ്ങളെല്ലാം അവനോട് പറയുകയും അവനോടൊപ്പം വീട്ടിലേക്ക് പോവുകയും ചെയ്തു. അവൾ വലിയ സാമർത്ഥ്യക്കാരിയായിരുന്നു. ക്ലാസ്സിലെ ആൺകുട്ടികൾക്കു പോലും അവളെ പേടിയായിരുന്നു. ഇപ്പോൾ ജൊറോഗെ ക്ലാസിലുള്ളതുകൊണ്ട് പഠിപ്പിനെക്കുറിച്ചുള്ള സംശയങ്ങൾ അവനോടു ചോദിച്ചു തീർക്കാൻ കഴിയുന്നു. നാലാം സ്റ്റാൻഡേർഡിലാണ് ഇംഗ്ലീഷ് പഠിച്ചു തുടങ്ങിയിരുന്നത്.

മിഹാകിയുടെ ചേച്ചി ലൂസിയ ആണ് അവരെ പഠിപ്പിച്ചിരുന്നത്. അവരെല്ലാം അവരുടെ ഡസ്കിനരികിൽ പ്രതീക്ഷയോടെ ബോർഡിൽ കണ്ണുനട്ടുകൊണ്ട് ഇരിക്കും. ഇംഗ്ലീഷിലുള്ള വിജ്ഞാനമാണല്ലോ ഏതൊരാളുടെയും അറിവിന്റെ മാനദണ്ഡം.

സ്റ്റാന്റ് : റുഗാമാ

ടീച്ചർ : ഐ ആം സ്റ്റാന്റിങ്. വാട്ട് ആം ഐ ഡൂയിങ്ങ്

ക്ലാസ് : യൂ ആർ സ്റ്റാന്റിങ് അപ്പ്.

ടീച്ചർ : വീണ്ടും പറയൂ.

ക്ലാസ് : യൂ ആർ സ്റ്റാന്റിങ് അപ്പ്.

ടീച്ചർ : (വിരൽ ചൂണ്ടി) യൂ... നോ യൂ യെസ്

വാട്ട് ഈസ് യുവർ നെയിം?

കുട്ടി : ജൊറോഗെ

ടീച്ചർ : ജൊറോഗെ, സ്റ്റാന്റ് അപ്പ്.

അവൻ എഴുന്നേറ്റ് നിന്നു. ഇംഗ്ലീഷ് പറയുന്നത് രസമുണ്ട്. പക്ഷേ എല്ലാവരും കാൺകെ ക്ലാസിൽ എഴുന്നേറ്റ് നില്ക്കുന്നതും മറ്റു കുട്ടികൾ തന്റെ നേരെ നോക്കി കൊഞ്ഞനം കാട്ടുന്നതുമാണ് സഹിക്കാൻ പറ്റാത്തത്.

ടീച്ചർ : വാട്ട് ആർ യു ഡൂയിങ്

ജൊറോഗെ: (മെല്ലെ) യൂ ആർ സ്റ്റാന്റിങ്ങ് അപ്പ്

ടീച്ചർ : (അല്പം ദേഷ്യത്തോടെ) വാട്ട് ആർ യു ഡൂയിങ്ങ്?

ജോറോഗെ: (തൊണ്ടയനക്കി, കുറച്ചുകൂടി മെല്ലെ) യൂ ആർ സ്റ്റാന്റിങ് അപ്പ്.

ടീച്ചർ : നോ, നോ! (ക്ലാസിനോട്) കമോൺ. വാട്ട് ആർ യു, യു ഡൂയിങ്ങ്

ജൊറോഗെ ആശങ്കാകുലനായി. അവന്റെ ചുറ്റുമിരുന്ന കുട്ടികളെല്ലാം കൈകൾ പൊക്കി. അതോടെ താൻ ഒരു മണ്ടശിരോമണിയാണെന്ന് ജൊറോഗെയ്ക്ക് തോന്നി. ഉത്തരം പറയാനുള്ള ശ്രമം തന്നെ ഉപേക്ഷിക്കുകയും ചെയ്തു.

ടീച്ചർ : (മിഹാകിയെ ചൂണ്ടി) : സ്റ്റാന്റ് അപ്. വാട്ട് ആർ യു ഡൂയിങ്?

മിഹാകി : (തല ഒരു ചുമലിലേക്ക് ചെരിച്ചുപിടിച്ചു കൊണ്ട്) ഐ ആം സ്റ്റാന്റിങ് അപ്പ്.

ടീച്ചർ : ഗുഡ്. ജൊറോഗെ, വാട്ട് ഈസ് ഷി ഡൂയിങ്ങ്?

ജൊറോഗെ: ഐ ആം സ്റ്റാന്റിങ് അപ്പ്. ക്ലാസ് മുഴുവൻ ചിരിച്ചു.

ടീച്ചർ : (വളരെ ദേഷ്യത്തോടെ) വാട്ട് ഈസ് ഷി ഡൂയിങ്?

ക്ലാസ് : (പാട്ടുപാടുന്ന പോലെ) യൂ ആർ സ്റ്റാന്റിങ് അപ്പ്.

ടീച്ചർ : (കൂടുതൽ ദേഷ്യത്തോടെ) എന്റെ ചോദ്യം ഇതാണ്. വാട്ട് ഈസ് ഷി ഡൂയിങ്?

ക്ലാസ് : (പേടിച്ച്. പതിഞ്ഞ, പാട്ടുപാടുന്ന മട്ടിൽ) യു ആർ സ്റ്റാന്റിങ് അപ്പ്.

ടീച്ചർ : ഇങ്ങോട്ട് നോക്കൂ. അലസന്മാരും വിഡ്ഢികളുമായ കുട്ടികളേ, എന്തെങ്കിലും മനസ്സിലാകാൻ നിങ്ങൾക്ക് എത്രസമയം വേണം? ഇന്നലെയും നാം ഇതു തന്നെ

യല്ലേ പഠിച്ചത്? നാളെയും നിങ്ങൾ തെറ്റ് പറയു മെങ്കിൽ നിങ്ങൾക്കെല്ലാം നല്ല ശിക്ഷ കിട്ടും.

ശക്തമായ ഈ ഭീഷണിയോടെ ടീച്ചർ ക്ലാസ്സു വിട്ടിറങ്ങി. ക്ലാസിൽ ശരിയായ ഉത്തരം പറയാത്തതിൽ ജൊറോഗെയ്ക്ക് കുണ്ഠിതം തോന്നി. തന്റെ നില വീണ്ടെടുക്കാനെന്നവണ്ണം അവൻ കൂട്ടുകാരോട് പറഞ്ഞു: 'ഷീ ഈസ് സ്റ്റാന്റിങ് അപ്പ്' എന്നാണ് നാം പറയേണ്ടിയിരുന്നത്. എന്നാൽ ഒരു കുട്ടി (ക്ലാസിലെ ഏറ്റവും വലിയ മണ്ടൻ) അവനെ കുറ്റപ്പെടുത്തി: "താൻ ഇത്ര വലിയ സമർത്ഥനാണെങ്കിൽ ടീച്ചർ ക്ലാസിലുള്ളപ്പോൾ എന്തുകൊണ്ട് വാ തുറന്നില്ല?"

കുറേ ആഴ്ചകൾ അങ്ങനെ കടന്നുപോയി. ചീത്തവിളിയും ഭീഷ ണിയും തുടർന്നു. അതിന് ഫലമുണ്ടായി കുട്ടികൾ കുറേയൊക്കെ പഠിച്ചു. അതിൽ അവർക്ക് അഭിമാനവുമുണ്ടായിരുന്നു. ജൊറോഗെ പാട്ടുപാടുന്ന മട്ടിൽ പറയാൻ തുടങ്ങി.

ഐ ആം സ്റ്റാന്റിങ് അപ്പ്

യു ആർ സ്റ്റാന്റിങ് അപ്പ്

ഷി ഈസ് സ്റ്റാന്റിങ് അപ്പ്

വി ആർ സ്റ്റാന്റിങ് അപ്പ്

യു ആർ സ്റ്റാന്റിങ് അപ്പ്

ദേ ആർ സ്റ്റാന്റിങ് അപ്പ്

വേർ ആർ യു ഗോയിങ്?

ഐ ആം ഗോയിങ് ടു ദ ഡോർ

വി ആർ ഗോയിങ് ടു ദ ഡോർ

വാട്ട് ആർ യു ഡൂയിങ്?

"ഐ ആം പോയിന്റിങ് ടു ദി ബ്ലാക്ക് ബോർഡ്."

ഒരു ദിവസം ഒരദ്ധ്യാപകൻ ക്ലാസിൽ വന്നപ്പോൾ അയാൾ കുട്ടി കളോട് പറഞ്ഞു:

"ഗുഡ് മോണിങ്, ചിൽഡ്രൻ..." ക്ലാസ് പ്രതിവചിച്ചു. (എഴുന്നേറ്റു നിന്ന് പാട്ടുപാടുന്ന പോലെ ഗുഡ് മോണിങ്, സർ)"

ഒരു ദിവസം ഒരു യൂറോപ്യൻ വനിത ക്ലാസിൽവന്നു. അവർ വരുമെ ന്നറിയാമായിരുന്നതുകൊണ്ട് ക്ലാസുമുറിയൊക്കെ വൃത്തിയും വെടുപ്പു മാക്കി വെച്ചിരുന്നു. അവരോട് എങ്ങനെ പെരുമാറണമെന്നൊക്കെ കുട്ടി കളെ പരിശീലിപ്പിച്ചിരുന്നു. ജൊറോഗെയ്ക്ക് യൂറോപ്യന്മാരുടെ അടുത്തു പെരുമാറി പരിചയമുണ്ടായിരുന്നില്ല. ആ സ്ത്രീയുടെ തൊലിയുടെ വെളുപ്പും മാർദ്ദവവുമൊക്കെ കണ്ടപ്പോൾ ജൊറോഗെയ്ക്ക് അതിശയം

തോന്നി. അവരുടെ തൊലി തൊട്ടാൽ എങ്ങനെയിരിക്കുമെന്നോർത്ത് അവൻ അദ്ഭുതപ്പെട്ടു. അവർ ക്ലാസിലേക്ക് കടന്നപ്പോൾ എല്ലാവരും എഴുന്നേറ്റ് അറ്റൻഷനിൽ നിന്നു. പ്രതീക്ഷിച്ചിരുന്ന അഭിവാദനത്തിന് മറുപടി പറയാൻ ചിലർ നേരത്തെതന്നെ വായതുറന്നു വെച്ചിരുന്നു.

"ഗുഡ് ആഫ്റ്റർനൂൺ, ചിൽഡ്രൻ"

"ഗുഡ്മോണിങ്, സർ."

ലൂസിയയ്ക്ക് കരച്ചിൽ വന്നു. ശരിയായ അഭിവാദനമെന്തെന്ന് എത്ര പ്രാവശ്യം അവരെ പഠിപ്പിച്ചിരുന്നതാണ്? കുട്ടികൾ തന്നെ ചതിച്ചു. ഉച്ച ഭക്ഷണം കഴിഞ്ഞ സമയമായതുകൊണ്ട് പന്ത്രണ്ടുമണിക്കു ശേഷമായതിനാൽ 'ആഫ്റ്റർനൂൺ' എന്നു പറയണമെന്ന് ആ സന്ദർശക കുട്ടി കളോട് വിശദീകരിച്ചു. അവർ ഒരു സ്ത്രീയായതിനാൽ മാഡം എന്നാണ് പറയേണ്ടതെന്നും ഉപദേശിച്ചു.

"മനസ്സിലായോ?"

"യേസ്, സർ!"

"മാഡം." ലൂസിയ ഭ്രാന്തിയെപ്പോലെ അലറിക്കൊണ്ട് കുട്ടികളെ തിരുത്തി. ആരെയെങ്കിലും കൊല്ലാനുള്ള ദേഷ്യമുണ്ടായിരുന്നു അവരുടെ മനസ്സിൽ.

"യേസ് മാഡം."

"ഗുഡ് ആഫ്റ്റർ നൂൺ"

"ഗുഡ് ആഫ്റ്റർ നൂൺ, മാഡം." എന്നിട്ടും ചിലർ 'സർ' എന്നുതന്നെ പറഞ്ഞു. അത് അവരുടെ അഭിവാദനശൈലിയുടെ ഒരു ഭാഗമായിരുന്നു. ഒരു കുട്ടി വേറൊരു കുട്ടിയെ അഭിവാദ്യം ചെയ്യുമ്പോഴും മറുപടിയിൽ 'സർ' ഉണ്ടായിരുന്നു.

ആ യൂറോപ്യൻ സ്ത്രീ പോയതിനുശേഷം കുട്ടികൾ തങ്ങൾ വരു ത്തിയ തെറ്റ് ഓർത്തു പശ്ചാത്തപിച്ചു. ലൂസിയയാകട്ടെ അവരുടെ ദേഷ്യവും നാണക്കേടും തീർക്കാൻ അവരെ കണ്ടമാനം അടിച്ചു. മേലി ലെങ്കിലും അവർ മോണിങ്ങും ആഫ്റ്റർ നൂണും തമ്മിലും സാറും മാഡവും തമ്മിലുള്ള വ്യത്യാസം അറിയണം.

വീട്ടിലേക്കു മടങ്ങുമ്പോൾ ജൊറോഗെ മിഹാകിയോട് പറഞ്ഞു. "ഞാൻ ആ സ്ത്രീയെ എവിടെയോ കണ്ടിട്ടുണ്ടെന്നു തോന്നുന്നു."

"കണ്ടിട്ടുണ്ടോ, എവിടെ?"

"അറിയില്ല. വെറും ഒരു തോന്നൽ"

അവർ നുഗോത്തോ പണിയെടുക്കുന്ന സ്ഥലത്തെത്തിയപ്പോൾ മിഹാകി ചോദിച്ചു. "നീ ഇപ്പോഴും ആ കുട്ടിയെ കാണാറുണ്ടോ?"

"ഇല്ല, അവൻ സ്കൂളിലേക്ക് പോയി എന്നാണ് തോന്നുന്നത്."

"അവൻ പിന്നീടെപ്പോഴെങ്കിലും നിന്നോട് സംസാരിക്കാൻ ശ്രമിച്ചോ?"

"ഇല്ല. ഞാൻ എപ്പോഴും അവനെ ഒഴിവാക്കുകയാണ്. അവൻ എല്ലായ്പോഴും ഒറ്റയ്ക്കാണ് താനും."

"ഒരുപക്ഷേ, അവന് സഹോദരീസഹോദരന്മാരൊന്നും ഉണ്ടായിരിക്കില്ല.

"അവന് മറ്റു കുട്ടികളോടൊപ്പം കളിക്കാമല്ലോ?"

"എവിടെ?"

കുറച്ചുവാരകൾമാത്രം മുന്നിലെത്തിയപ്പോൾ ജൊറോഗെ ആവേശത്തോടെ പറഞ്ഞു. "എനിക്ക് മനസ്സിലായി."

"എന്ത്?"

"ആ സ്ത്രീയെ എവിടെയാണ് ഞാൻ കണ്ടതെന്ന്. ഒന്നോ രണ്ടോ തവണ ഹൗലാൻഡ്സിന്റെ വീട്ടിൽ ഞാൻ അവരെ കണ്ടിട്ടുണ്ട്. അവരുടെ മകളാണെന്നു തോന്നുന്നു, ഒരു 'മിഷൻ'കാരിയാണവരെന്നാണ് അച്ഛൻ പറയുന്നത്."

"നേരോ? ഇങ്ങനെയൊന്ന് അച്ഛൻ പറയുന്നത് ഞാനും കേട്ടിട്ടുണ്ട്."

"അവർ ഒരു മിഷനറിയായതെങ്ങനെയെന്നാണ് ഞാനദ്ഭുതപ്പെടുന്നത്. ഒരു കുടിയേറ്റക്കാരന്റെ മകളാണല്ലോ അവർ."

"ഒരുപക്ഷേ അവർ വേറിട്ട സ്വഭാവക്കാരിയാവാം"

"ഒരാട്ടിൻകുട്ടി തള്ളയാടിനെപ്പോലെതന്നെയായിത്തീരുന്നു." കമാവുവിന്റെ ആ പഴഞ്ചൊല്ല് വീണ്ടും മനസ്സിൽ തികട്ടി വന്നു. ഒപ്പം തന്റെ ബുദ്ധിശക്തിയിൽ മതിപ്പും.

കമാവു നുഗാങ്ങയെ വിട്ട് ആഫ്രിക്കൻ കടകളിലെ മറ്റൊരാശാരിയുടെ കൂടെ ജോലിക്കു ചേർന്നു. ആദ്യം പറഞ്ഞതുപോലെ അവൻ നൈറോബിയിലോ കുടിയേറ്റക്കാരുടെ പ്രദേശത്തോ പോയില്ല. ജൊറോഗെ ജയിച്ചു. കമാവു ആകട്ടെ മാർക്കക്കല്യാണം ചെയ്യാൻ തക്കവിധം വളർന്ന ഒരു ചെറുബാല്യക്കാരൻ ആയിത്തീർന്നിരുന്നു. സമയമായിട്ടും മാർക്ക കല്യാണം ചെയ്യാത്തവരെ കളിയാക്കി 'കിഹി' എന്ന് വിളിക്കാറുണ്ട്. ജൊറോഗെ അവനെ ഭയത്തോടെ നോക്കി. സുന്നത്ത് കർമ്മം കഴിഞ്ഞാൽ ഒരുപക്ഷേ അവൻ അവന്റെ സമപ്രായക്കാരായ മറ്റു പുരുഷന്മാരുടെകൂടെ നടക്കുമായിരിക്കാം. എന്നാൽ ഇതായിരുന്നില്ല അവൻ പേടിച്ചത്. ഇപ്പോൾതന്നെ അവർ ഒന്നിച്ചിരിക്കുന്ന സമയം കുറച്ചേയുള്ളൂ. കമാവുവും ഏതെങ്കിലുമൊരു ദിവസം നഗരത്താൽ വശീകരിക്കപ്പെട്ട് കടന്നുകളയുമോ എന്നാണവൻ പേടിച്ചത്. മറ്റു സഹോദരന്മാരെ നഗരം വിളിച്ചിറക്കി കൊണ്ടുപോയി. അവരൊക്കെ ഇടയ്ക്കിടയ്ക്ക് വീട്ടിൽ

വന്നിരുന്നുവെന്നത് ശരിതന്നെ. എങ്കിലും അവരുടെ പ്രകൃതം പാടെ മാറിയിരിക്കുന്നു. കോറിയുടെ കാര്യത്തിൽ പ്രത്യേകിച്ചും. കമാവുവും കൂടി പോയാൽ കുടുംബമാകെ വേർപെട്ടുപോകും.

കുടുംബത്തെക്കുറിച്ചോർക്കുമ്പോഴുള്ള സുരക്ഷിതത്വം ഇല്ലാതാവും. വീടിനോട് മാനസികമായി അടുപ്പമുള്ള ആളാണ് കമാവു. കുടുംബഭാരം മുഴുവൻ അവൻ ചുമലിലേറ്റി നടക്കുകയാണെന്ന് തോന്നിച്ചിരുന്നു. ജൊറോഗെ ചിലപ്പോഴൊക്കെ അവനെ കാണാൻ ആഫ്രിക്കൻ കടകളിൽ പോകുമായിരുന്നു. അവിടെ ഒരു മാറ്റവും സംഭവിച്ചിരുന്നില്ല. മുമ്പത്തെപ്പോലെതന്നെയിരുന്നു. പല പ്രകൃതക്കാരായ ആളുകൾ ചായക്കടകളിലും ഇറച്ചിക്കടകളിലും ചുറ്റിപ്പറ്റിനിന്നു സമയംപോക്കി. യാതൊരു ലക്ഷ്യവുമില്ലാത്ത അത്തരമൊരു ജീവിതത്തെക്കുറിച്ചോർത്തപ്പോൾ അവനു ഭയം തോന്നി. അവൻ പുസ്തകങ്ങളെയും സ്കൂൾ ജീവിതം നൽകുന്ന എല്ലാറ്റിനെയും നെഞ്ചോടു ചേർത്തു.

അവന്റെ ഉയരം വർദ്ധിച്ചിരുന്നു. കറുത്ത മുടി. ചാരനിറത്തിലുള്ള ചർമ്മം. തെളിച്ചമുള്ള വലിയ കണ്ണുകൾ, അവയവങ്ങൾക്കൊക്കെ മുമ്പൊന്നുമില്ലാത്ത മുഴുമുഴുപ്പ്. പ്രായത്തേക്കാൾ കവിഞ്ഞ വളർച്ച.

അവനും അവന്റെ തലമുറയിലുള്ള മറ്റു കുട്ടികൾക്കും വിദ്യാഭ്യാസമായിരുന്നു ഭാവിയുടെ താക്കോൽ. മിഹാകിയൊഴികെ ജക്കോബോവിന്റെ മറ്റു കുട്ടികളോടൊന്നും അവൻ ചങ്ങാത്തം കൂടിയിരുന്നില്ല. കാരണം, അവരുടെ മനസ്സിൽ തങ്ങൾ പുതുതായി ഉയർന്നുവരുന്ന ഒരു മദ്ധ്യവർഗ്ഗത്തിന്റെ പ്രതിനിധികളാണെന്ന തികഞ്ഞ ബോധ്യം ഉണ്ടായിരുന്നു. അവൻ വായനയിൽ കൂടുതൽ ശ്രദ്ധിച്ചു. കൈയിൽകിട്ടിയതെല്ലാം വായിച്ചു. ബൈബിളായിരുന്നു ഏറ്റവുമധികം ഇഷ്ടപ്പെട്ട ഗ്രന്ഥം. പഴയ നിയമത്തിലെ കഥകളായിരുന്നു ഏറെ ഇഷ്ടം. ദാവീദിന്റെ കഥ പ്രത്യേകിച്ചും. ദാവീദിനെ സ്നേഹിക്കുകയും ആരാധിക്കുകയും ചെയ്തു. ദാവീദും താനും തമ്മിൽ ചില സാമ്യങ്ങളുണ്ടെന്ന് വിശ്വസിച്ചു. പലപ്പോഴും അവന്റെ മനസ്സിൽ വേദനയുളവാക്കിയെങ്കിലും ജോബിന്റെ പുസ്തകവും ഇഷ്ടമായി. പുതിയ നിയമത്തിൽ കുഞ്ഞായ യേശുവിന്റെ കഥയും ഗിരിപ്രഭാഷണങ്ങളും.

ജൊറോഗെ ബൈബിളിൽ വിശ്വസിച്ചു. വിദ്യാസമ്പന്നമായ ഭാവിജീവിതത്തെക്കുറിച്ചുള്ള സങ്കല്പങ്ങളിൽ നന്മയുടെ ഉറവിടമായ ദൈവവും ഒരു ഭാഗമായിരുന്നു. ഈ ലോകത്തിൽ സമത്വവും നീതിയും ഉണ്ട് എന്ന് വിശ്വസിച്ചു. നന്മ ചെയ്യുകയും നിങ്ങളുടെ ദൈവത്തോട് വിശ്വസ്തത പുലർത്തുകയും ചെയ്താൽ സ്വർഗ്ഗരാജ്യം നിങ്ങൾക്കുള്ളതാണ്. നല്ല മനുഷ്യർക്ക് ദൈവത്തിൽനിന്ന് പ്രതിഫലം ലഭിക്കും. ചീത്ത മനുഷ്യർ അവർ വിതച്ചത് കൊയ്യുകയും ചെയ്യും. അമ്മ പറഞ്ഞുകൊടുത്ത വംശ

കഥകളിൽനിന്ന് സ്ഥിരോത്സാഹത്തിന്റെയും കഠിനപ്രയത്നത്തിന്റെയും ഗുണഫലങ്ങളെക്കുറിച്ച് അവൻ മനസ്സിലാക്കിയിരുന്നു.

തന്റെ കുടുംബത്തിന്റെയും ഗ്രാമത്തിന്റെയും ഭാവി നല്ല വിദ്യാഭ്യാസം കൊണ്ടുമാത്രം കൈവരുന്നതല്ലെന്നും സ്നേഹവും ദയയുമുള്ള ദൈവ ത്തിലുള്ള വിശ്വാസംകൂടി അതിനാവശ്യമാണെന്നും തിരിച്ചറിഞ്ഞു. അങ്ങനെയുള്ള ദൈവമായിരുന്നു ഒരു കാലത്ത് ഗിക്കുയൂവിന്റെയും മുംബിയുടെയും അതായത് ആദത്തിന്റെയും ഹവ്വയുടെയുംകൂടെ ഈ ലോകത്ത് നടന്നിരുന്നത്. ആ ദൈവവുമായി ലോകത്തിലെ എല്ലാം സ്ത്രീപുരുഷന്മാരും സാഹോദര്യത്തിന്റെ സുശക്തമായൊരു ഉടമ്പടി പ്രകാരം ബന്ധിക്കപ്പെട്ടിരുന്നു. ഇക്കാരണംകൊണ്ടുതന്നെ അവന്റെ ഹൃദയത്തിൽ ഒരു ചിന്ത ഉയർന്നുവന്നു.

ഗിക്കുയൂ വർഗ്ഗക്കാരുടെ ഭൂമിയൊക്കെ വെള്ളക്കാർ തട്ടിക്കൊണ്ടു പോയെങ്കിലും ബൈബിളിൽ വായിച്ചറിഞ്ഞ ഇസ്രായേലിന്റെ സന്തതി കളല്ലേ തങ്ങളും? അങ്ങനെയെങ്കിൽ ലോകത്തിലെ സർവമാന മനുഷ്യരും സഹോദരരാണെങ്കിൽത്തന്നെ, കറുത്ത വർഗ്ഗക്കാർക്ക് ഈ ലോകത്തിൽ ഒരു പ്രത്യേക ദൗത്യമുണ്ട്. കാരണം അവർ ദൈവത്തിന്റെ തിരഞ്ഞെ ടുക്കപ്പെട്ട പ്രജകളാണ്. 'കറുത്തവനായ മോസസ്' ആണ് ജോമോ എന്ന് അവന്റെ സഹോദരൻ പറഞ്ഞതിന്റെ അർത്ഥം ഒരുപക്ഷേ ഇതാ യിരിക്കാം. മിഹാകി ഒപ്പമുള്ളപ്പോൾ അവളോട് ഇക്കാര്യമൊക്കെ പറ യണമെന്നു തോന്നും. എന്നാൽ അവ വാക്കുകളിലൂടെ ആവിഷ്കരിക്കു ന്നതിൽ പരാജയപ്പെട്ടു. അതുകൊണ്ട് ഇതൊക്കെ തന്റെ മനസ്സിൽ തന്നെ സൂക്ഷിച്ചു.

വയലേലകളിലൂടെ നടക്കുകയും രാത്രികളുമായി ചങ്ങാത്തം കൂടുകയും ചെയ്യുമ്പോഴൊക്കെ ഈ ചിന്തകൾ മനസ്സിലുണ്ടായിരുന്നു.

ആറ്

ചിലപ്പോഴെല്ലാം ജൊറോഗെയുടെ അച്ഛനെ കാണാൻ ആളുകൾ വന്നിരുന്നു. അവനെ സംബന്ധിച്ചിടത്തോളം കുട്ടിക്കാലം മുതൽ അച്ഛനായിരുന്നു എല്ലാറ്റിന്റെയും കേന്ദ്രബിന്ദു. അച്ഛൻ ജീവിച്ചിരിക്കുന്നിടത്തോളം കാലം എല്ലാം ശരിയായിത്തന്നെ മുന്നോട്ടു പോകും. അച്ഛനെ ഭയപ്പെട്ടിരുന്നുവെങ്കിലും അച്ഛന്റെ കഴിവിൽ വിശ്വാസമർപ്പിച്ചുകൊണ്ട് തന്നെയാണ് ജൊറോഗെ വളർന്ന് വലുതായത്.

നുഗോത്തോവിനെ കാണാൻ വരുന്ന ആളുകൾ അയാളുടെ വിശ്രമമുറിയിലേക്കാണ് പോയിരുന്നത്. എന്നാൽ ചിലപ്പോൾ അവർ ന്യോക്കാബിയുടെയോ നുജേരിയുടെയോ കുടിലിലേക്കും പോയിരുന്നു. അപ്പോഴൊക്കെ ജൊറോഗെ സന്തോഷിച്ചു; എന്തെന്നാൽ, മുതിർന്നവരുടെ സംഭാഷണം കേൾക്കുവാൻ അവനിഷ്ടമായിരുന്നു. ഗ്രാമത്തിലെ തലമൂത്ത ആളുകളായിരുന്നു അവർ. നാട്ടിലെ സ്ഥിതിഗതികളെക്കുറിച്ച് അവർ സംസാരിച്ചു. കോറിയുടെയും ബോറോയുടെയും കൂടെ വാരാന്ത്യങ്ങളിൽ ചിലർ അവിടെ വന്നിരുന്നു. എന്നാൽ അവർ ഗ്രാമത്തിലെ മറ്റു യുവാക്കളിൽനിന്ന് വ്യത്യസ്തരായിരുന്നു. ഗ്രാമത്തിലെ യുവാക്കൾ മുതിർന്നവർ സംസാരിക്കുന്നത് കേട്ടിരിക്കയാണ് സാധാരണയായി ചെയ്തിരുന്നത്. എന്നാൽ കോറിയുടെയും ബോറോവിന്റെയും കൂടെ മഹാനഗരത്തിൽ നിന്നും വന്ന യുവാക്കൾക്ക് ഒരുപാട് കാര്യങ്ങൾ അറിയാമായിരുന്നുവെന്ന് തോന്നി. അവർ സംഭാഷണങ്ങളിൽ മേൽക്കൈ എടുത്തു. അവരിൽ മിക്കവരും യുദ്ധത്തിന്നുപോയിരുന്നു. അതിനാൽ, സന്ദർശിച്ച രാജ്യങ്ങളും തങ്ങളുടെ നാടും തമ്മിലുള്ള വ്യത്യാസങ്ങൾ മനസ്സിലാക്കാൻ അവർക്ക് കഴിഞ്ഞിരുന്നു. മറ്റു യുവാക്കളെപ്പോലെ തമാശ പറയുകയോ ചിരിക്കുകയോ ചെയ്തില്ല. മുഖത്ത് എപ്പോഴും ഗൗരവം നിഴലിച്ചിരുന്നു. സംസാരിച്ചിരുന്നത് വിദേശ രാജ്യങ്ങളെക്കുറിച്ചും യുദ്ധത്തെക്കുറിച്ചും മാതൃഭൂമിയെക്കുറിച്ചും തൊഴിലില്ലായ്മയെക്കുറിച്ചും അവരിൽ നിന്ന് തട്ടിയെടുക്കപ്പെട്ട ഭൂമിയെക്കുറിച്ചും മറ്റുമായിരുന്നു.

അവർ ജോമോയെക്കുറിച്ച് സംസാരിച്ചപ്പോൾ ജൊറോഗെ കാത് കൂർപ്പിച്ചിരുന്നു. അദ്ദേഹത്തോട് ജൊറോഗെയ്ക്ക് എന്തോ ഒരിഷ്ടം തോന്നി. പഴയ നിയമത്തിൽ അദ്ദേഹത്തെക്കുറിച്ചു തന്നെയാണ് താൻ

വായിച്ചിരുന്നത് എന്ന കാര്യത്തിൽ ജൊറോഗെയ്ക്ക് ഒരു സംശയവു മുണ്ടായിരുന്നില്ല. ഇസ്രായേലിന്റെ മക്കളെ മോസസ് മിസ്രദേശത്തുനിന്ന് വാഗ്ദത്ത ഭൂമിയിലേക്ക് നയിച്ചു. കറുത്ത വർഗ്ഗക്കാർ ഇസ്രായേലിന്റെ മക്കളാണല്ലോ. അപ്പോൾ ജോമോ തന്നെയാണ് മോസസ്. യാതൊരു സംശയവുമുണ്ടായിരുന്നില്ല.

മുതിർന്നവർ പണിമുടക്കിനെക്കുറിച്ചും സംസാരിച്ചു. വെള്ളക്കാർക്കും സർക്കാരിനും വേണ്ടി പണിയെടുത്തിരുന്ന എല്ലാവരും പണിമുടക്കും. കറുത്ത വർഗ്ഗക്കാർ ഭീരുക്കളും അടിമകളുമല്ലെന്ന് വെള്ളക്കാർക്കും സർക്കാരിനും മനസ്സിലാക്കിക്കൊടുക്കണം. അന്നവും അറിവും നൽകി വളർത്തേണ്ട കുഞ്ഞുങ്ങൾ അവർക്കുമുണ്ട്. വെള്ളക്കാരുടെ കുഞ്ഞുങ്ങൾക്കു മാത്രം നല്ല ഭക്ഷണം കഴിക്കാനും നല്ല വസ്ത്രങ്ങൾ ധരിക്കാനും നല്ല വിദ്യാഭ്യാസം ലഭിക്കാനും വേണ്ടി കറുത്തവർ എത്രനാൾ വിയർപ്പൊഴുക്കും?

ആ ചെറുപ്പക്കാർക്കിടയിൽ കിയാരി എന്ന ഒരാളുണ്ടായിരുന്നു. കുറിയ ഒരു മനുഷ്യൻ. കറുത്ത താടി. നല്ല സംഭാഷണ ചതുരൻ. അവൻ എല്ലായ്പോഴും ബോറോവിന്റെ കൂടെയായിരുന്നു നടന്നിരുന്നത്. അവന്റെ വാക്കുകൾ ജോറോഗെയെ ആവേശം കൊള്ളിച്ചു.

അവരിലൊരാൾ ചോദിച്ചു. "അതു വിജയിക്കുമെന്നു തോന്നുന്നുണ്ടോ?"

"ഉവ്വ്. എല്ലാവരും സമരം ചെയ്യും. എല്ലായിടത്തുമുള്ള എല്ലാ കറുത്ത വർഗ്ഗക്കാരും പൊലീസിലും പട്ടാളത്തിലുമുള്ളവർപോലും നിഷ്ക്രിയരായിരിക്കും."

''ശരിക്കും ഇന്ത്യക്കാർക്കും യൂറോപ്യന്മാർക്കും കിട്ടുന്ന ശമ്പളം തന്നെ നമുക്കും കിട്ടുമോ?"

"കിട്ടും," കിയാരി ഉറച്ച വിശ്വാസത്തോടെ തല കുലുക്കിക്കൊണ്ട് പറഞ്ഞു. അയാൾ വിശദീകരിച്ചു. "എല്ലാ കറുത്തവരും പണിമുടക്കും. രാജ്യത്തിന്റെ എല്ലാ പ്രവർത്തനങ്ങളും നിലയ്ക്കും. കാരണം അവയെല്ലാം പടുത്തുയർത്തിയിരിക്കുന്നത് നമ്മുടെ വിയർപ്പിന്മേലാണ്. സർക്കാരും കുടിയേറ്റക്കാരും നമ്മെ മടക്കി വിളിക്കും. എന്നാൽ നാം പറയും, ഞങ്ങളില്ല. ആദ്യം ഞങ്ങൾക്ക് കൂടുതൽ പണം തരൂ. ഞങ്ങളുടെ രക്തവും കണ്ണുനീരും അത്ര വില കുറഞ്ഞതൊന്നുമല്ല. ഞങ്ങളും മനുഷ്യരാണ്. വെറും പതിനഞ്ച് ഷില്ലിങ്ങുകൊണ്ട് ഞങ്ങൾക്ക് ഒരു മാസം ജീവിക്കാനാവില്ല..."

ഗ്രാമത്തിലെ ആബാലവൃദ്ധം ജനങ്ങൾ ഈ വാക്കുകൾ താത്പര്യത്തോടെ കേട്ടു. പണിമുടക്കിനെക്കുറിച്ച് അവർക്ക് അധികമൊന്നും അറിഞ്ഞുകൂടായിരുന്നു. എന്നാൽ അതിനർത്ഥം കൂടുതൽ പണം കിട്ടും എന്നാണെങ്കിൽ അതൊരു നല്ല ആശയം തന്നെ. കിയാരിയുടെ ശബ്ദത്തിന് ദൃഢതയുണ്ടായിരുന്നു. ഈ ദൃഢതയാണ് അവിടെ കൂടിയിരുന്നവർക്കെല്ലാം ധൈര്യവും വിശ്വാസവും നൽകുന്നതെന്ന് ജൊറോഗെയ്ക്ക് തോന്നി.

"കറുത്തവർഗ്ഗക്കാരുടെ കീഴിൽ പണിയെടുക്കുന്നവരുടെ കാര്യമോ?"

"നമ്മുടെ ശ്രദ്ധ സർക്കാരിലും വെള്ളക്കാരിലും കേന്ദ്രീകരിച്ചായിരിക്കണം. കറുത്തവർ നമ്മുടെ സഹോദരരാണല്ലോ."

സഹോദരന്മാരല്ലാത്ത ഒന്നോ രണ്ടോ പേരെക്കുറിച്ച് നുഗോത്തോവിനറിയാമായിരുന്നു. എന്നാൽ അയാൾ അതേക്കുറിച്ച് ഒന്നും പറഞ്ഞില്ല.

പണിമുടക്ക് ഒരു വിജയമായിരിക്കണേ എന്ന് ഉറങ്ങാൻ പോകുന്നതിന് മുമ്പ് ജൊറോഗെ പ്രാർത്ഥിച്ചു. അത് വേഗം തന്നെയുണ്ടാകുമെന്ന് പ്രതീക്ഷിച്ചു. പണമുണ്ടായിരുന്നുവെങ്കിൽ അച്ഛനും ജോക്കോബോവിന്റേതുപോലുള്ള ഒരു ലോറി വാങ്ങുമായിരുന്നു. പണിമുടക്കിനുശേഷം വരാനിരിക്കുന്ന സമ്പന്നതയുടെയും സന്തോഷത്തിന്റെയും നിമിഷത്തെക്കുറിച്ച് ഉറക്കത്തിൽ അവൻ സ്വപ്നം കണ്ടു.

ഹൗലാൻഡ്സ് അയാളുടെ ജോലിക്കാരെയെല്ലാം വിളിച്ചുകൂട്ടി. സാധാരണയായി അങ്ങനെയൊന്നും ചെയ്യാറില്ലായിരുന്നു. അയാൾക്ക് അധികമൊന്നും പറയാനുണ്ടായിരുന്നില്ല, ജോലിസമയം നഷ്ടപ്പെടുത്തുവാൻ ഇഷ്ടപ്പെട്ടില്ല. ആരെങ്കിലും പണിമുടക്കിലേർപ്പെടുകയാണെങ്കിൽ ഉടനടി അയാളുടെ ജോലി നഷ്ടപ്പെടുമെന്ന് താക്കീതു നൽകുക മാത്രം ചെയ്തു. ആ നശിച്ച സമരം കൃഷിയുടെ ഏതെങ്കിലും ഒരു ചെറിയ അംശത്തെപ്പോലും ബാധിക്കുന്നത് ആലോചിക്കാൻപോലും തനിക്ക് വയ്യ. സർക്കാർ പോലും അയാളുടെ കാര്യങ്ങളിൽ ഇടപെടാൻ പാടില്ല. കറുത്ത വർഗ്ഗക്കാർക്ക് എന്തുവേണമെങ്കിലും ചോദിക്കാം. സമരം ചെയ്യുകയും ചെയ്യാം. അതൊക്കെ സർക്കാരിന്റെ വിഷയങ്ങൾ. തന്റെ കൃഷിയിടത്തിന് അതൊന്നും ബാധകമല്ല. എന്നിട്ടും, വിരോധാഭാസമെന്ന് പറയട്ടെ, പണിമുടക്ക് അടുത്തപ്പോൾ സർക്കാർ ശക്തിയായി ഇടപെടണമെന്ന് അയാൾ ആഗ്രഹിച്ചു. സ്വന്തം നില മറന്ന് പെരുമാറുന്ന ഈ തൊഴിലാളികളെ ഒരു പാഠം പഠിപ്പിക്കുന്ന വിധത്തിൽ സർക്കാർ പണിമുടക്ക് അടിച്ചമർത്തുമെന്ന് അയാൾ പ്രതീക്ഷിച്ചു. നുഗോത്തോ നിസ്സംഗതയോടെ ആ താക്കീത് കേട്ടു. അപ്പോൾ അയാളുടെ മനസ്സിലെന്തായിരുന്നുവെന്ന് വികാരരഹിതമായ ആ മുഖത്ത് നിന്ന് വായിച്ചെടുക്കാൻ ആർക്കും കഴിഞ്ഞില്ല.

പണിമുടക്കിനെക്കുറിച്ച് ഒരു തീർപ്പിലെത്താൻ അയാൾക്ക് കഴിഞ്ഞില്ല. അത് വിജയിക്കുമോ എന്നുപോലും സംശയിച്ചു. അത് പരാജയപ്പെടുകയാണെങ്കിൽ തന്റെ ജോലി നഷ്ടപ്പെടും. തന്റെ പൂർവ്വികരുടെ ഭൂമിയിൽ നിന്ന് താൻ അകറ്റപ്പെടും. അങ്ങനെ ഒരിക്കലും സംഭവിക്കാൻ പാടില്ല. താൻ നോക്കുന്നതുപോലെ അത്ര ശ്രദ്ധയോടുകൂടി ആരും ആ ഭൂമി സംരക്ഷിക്കില്ല. കാരണം ഇത് തന്റെ ഭൂമിയാണ്.

ഉറച്ച ഒരു തീരുമാനത്തിലെത്താൻ കഴിയാതെ നുഗോത്തോ തിരിച്ചു വീട്ടിലേക്കു പോയി. ആഫ്രിക്കൻ കടകളുടെ മുന്നിലൂടെയായിരുന്നു പോയിരുന്നത്. ക്ഷൗരക്കടക്കാരൻ അപ്പോഴും തന്റെ ജോലിയിൽ വ്യാപൃതനായിരുന്നു. കുറേ നാളായി പണിമുടക്കിനെക്കുറിച്ച് മാത്രമാണ് അയാൾ

സംസാരിക്കുന്നത്. നുഗോത്തോ അങ്ങോട്ട് കയറിയില്ല. നേരെ വീട്ടിലേക്കു നടന്നു.

ഭാര്യമാരുമായി അച്ഛൻ കലഹിക്കുന്നത് ജൊറോഗെ ഒരിക്കലും കണ്ടിരുന്നില്ല. കലഹമുണ്ടെങ്കിൽ തന്നെ കുട്ടികളാരും അതറിയാൻ ഇടവന്നിട്ടുമില്ല. അതിനാൽ, ഒരു ദിവസം ജൊറോഗെ സ്കൂളിൽ നിന്നു മടങ്ങിയെത്തിയപ്പോൾ ന്യോക്കാബി കരയുന്നതു കണ്ട് അവൻ തരിച്ചിരുന്നുപോയി. മുമ്പ് ഒരിക്കൽ മാത്രമേ അമ്മ കരയുന്നത് അവൻ കണ്ടിരുന്നുള്ളൂ. കസ്സാവായിലെ ക്ഷാമകാലത്തോ അതിനുമുമ്പോ ആയിരുന്നു അത്. ഇന്ന് അത് ഒരു സ്വപ്നംപോലെ തോന്നുന്നു. എന്നാൽ ഇന്നത്തേത് സ്വപ്നമല്ല. വീട്ടിനുള്ളിൽ കടക്കാൻ തന്നെ അവൻ ഭയന്നു. പ്രായമേറിയെങ്കിലും ദീർഘകായനും ദൃഢപേശികളുള്ളവനുമായ നുഗോത്തോ അവരുടെ മുമ്പിൽ നിന്നിരുന്നു. ജൊറോഗെയ്ക്ക് അയാളുടെ മുഖം കാണാൻ കഴിഞ്ഞില്ല. എന്നാൽ ന്യോക്കാബിയുടെ കണ്ണീരിൽ കുതിർന്ന മുഖം അവന് കാണാമായിരുന്നു. ഇതുവരെ സുരക്ഷിതമായിത്തോന്നിയ വീട് അകന്നു പോകുന്നത് കണ്ടപ്പോൾ അവൻ ഭയന്നുപോയി.

"ഇതെന്റെ വീടാണ്. ഇവിടുത്തെ കാര്യം ഞാൻ തീരുമാനിക്കും."

"ആവട്ടെ, എന്നിട്ട് ജോലി നഷ്ടപ്പെടുത്തിക്കോളൂ."

"എനിക്കിഷ്ടമുള്ളത് ഞാൻ ചെയ്യും. ഒരു പെണ്ണിന്റെ വാക്കുകേട്ട് ഞാൻ ഇതുവരെ നടന്നിട്ടില്ല."

"നമുക്ക് പട്ടിണി കിടക്കേണ്ടിവരും..."

"നീ പട്ടിണി കിടന്നോ. കറുത്തവർഗ്ഗക്കാർക്ക് വളരെ പ്രധാനപ്പെട്ടതാണ് ഈ പണിമുടക്ക്. നമുക്ക് നാളെ കൂടുതൽ ശമ്പളം കിട്ടും."

"നമ്മൾ പട്ടിണി കിടക്കുമ്പോൾ കറുത്ത വർഗ്ഗക്കാരെക്കുറിച്ചാലോചിച്ചിട്ടെന്തു കാര്യം?"

"നാവടക്ക്, വെള്ളക്കാരനും അവന്റെ കുട്ടികൾക്കും വേണ്ടി എത്ര കാലം ഞാനിങ്ങനെ നരകിക്കണമെന്നാണ് നീ പറയുന്നത്?"

"അയാൾ നിങ്ങൾക്ക് പണം തരുന്നില്ലേ? പണിമുടക്ക് പരാജയപ്പെട്ടാലെന്തു ചെയ്യും?"

"എന്നെ പെൺകോന്തനാക്കരുത്." നുഗോത്തോ ഉച്ചത്തിൽ അലറി. അതായിരുന്നു അയാൾ ഏറ്റവുമധികം പേടിച്ചിരുന്നത്. പണിമുടക്ക് പരാജയപ്പെടുന്നതിനെക്കുറിച്ചുള്ള ഭീതി അയാളുടെ മനസ്സിലുണ്ടെന്ന് ന്യോക്കാബി മനസ്സിലാക്കി. അവൾ അതിൽ കയറിപ്പിടിക്കുകതന്നെ ചെയ്തു.

"പണിമുടക്ക് തോറ്റാൽ എന്തു ചെയ്യും, പറയൂ."

നുഗോത്തോവിന് പിന്നെ സഹിക്കാനായില്ല. അവൾ തന്നെ ഭ്രാന്തു പിടിപ്പിക്കയാണ്. അവളുടെ കവിളത്ത് ആഞ്ഞൊരടി കൊടുത്തു. വീണ്ടും

കൈ പൊക്കി. അപ്പോൾ ജൊറോഗെ ധൈര്യം സംഭരിച്ച് മുന്നോട്ടോടി ആർത്തു വിളിച്ചു: "അരുത്, അച്ഛാ."

നുഗോത്തോ നിർത്തി, മകന്റെ നേരെ നോക്കി. ഓടിച്ചെന്ന് ചുമലിൽ പിടിച്ചമർത്തി. ആ പിടിത്തത്തിന്റെ ശക്തി ജൊറോഗെയെ ഭയവിഹ്വല നാക്കി. നുഗോത്തോ അവ്യക്തമായി എന്തോ മുരണ്ടു. പൊടുന്നനെ പിടി വിട്ട് ദൃഷ്ടികൾ അവനിൽനിന്നും മാറ്റി. അയാൾ പുറത്തേക്ക് നടന്നുപോയി.

"അമ്മേ..." ജൊറോഗെ നോക്ക്യാബിക്കരികിലിരുന്ന് തേങ്ങി.

"അവർ അദ്ദേഹത്തെ കൂടോത്രം ചെയ്ത് മയക്കിയിരിക്കയാണ് ആളിപ്പോൾ എത്ര മാറിപ്പോയി."

"അരുത് അമ്മേ!"

അമ്മ എന്നിട്ടും കരഞ്ഞുകൊണ്ടേയിരുന്നു.

ജൊറോഗെയ്ക്ക് വല്ലാത്ത വിഷമം തോന്നി. ഭാരമുള്ളതും നനുത്ത തുമായ എന്തോ ഒന്ന് തന്റെ വയറ്റിൽ ഉരുണ്ടുകൂടുന്നതുപോലെ. ആകാശത്ത് പ്രകാശിക്കുന്ന നക്ഷത്രങ്ങൾ പോലും അവന് ആശ്വാസം കൊടുത്തില്ല. ഇരുളിനോടുള്ള സഹജമായ ഭയംമറന്ന് മുറ്റത്തുകൂടെ അങ്ങോട്ടുമിങ്ങോട്ടും നടന്നു. മ്വിഹാകി കൂടെയുണ്ടായിരുന്നുവെങ്കിൽ എന്ന് ആശിച്ചു. എങ്കിൽ അവളോട് ഹൃദയം തുറന്നു സംസാരിക്കാമായി രുന്നു. അങ്ങകലെ, പണിമുടക്ക് ജന്മംകൊണ്ട നഗരത്തിലെ ദീപമാല കൾ അവനെ മാടി വിളിച്ചു. അവൻ നിസ്സംഗതയോടെ നിന്നു. അച്ഛനും അമ്മയും തമ്മിലുള്ള തർക്കത്തിലെ ശരിതെറ്റുകൾ വിശകലനം ചെയ്യാൻ കഴിയാത്തതിനാൽ ഇരുളിൽ തനിച്ചിരിക്കാൻ അവൻ കൊതിച്ചു.

കിടക്കയിൽ മുട്ടുകുത്തിയിരുന്നു അവൻ പ്രാർത്ഥിച്ചു. "ദൈവമേ, എന്നോട് ക്ഷമിക്കുക. ഞാനാണ് പാപി. ഒരുപക്ഷേ ഞങ്ങളുടെ വീട്ടി ലേക്ക് മാലിന്യം കൊണ്ടുവന്നത് ഞാനായിരിക്കും. എന്റെ പാപങ്ങൾ പൊറുത്തു തരിക. എന്റെ അച്ഛനെയും അമ്മയേയും രക്ഷിക്കണമേ. അബ്രഹാമിന്റെയും ഇസഹാക്കിന്റെയും യാക്കോബിന്റെയും ദൈവമേ, അങ്ങയുടെ സന്താനങ്ങളെ രക്ഷിക്കേണമേ. ഞങ്ങളെല്ലാവരോടും പൊറു ക്കുക. ആമേൻ."

"ദൈവമേ, ഈ പണിമുടക്ക് വിജയിക്കുമെന്ന് അങ്ങേക്ക് തോന്നു ന്നുണ്ടോ?"

അവന് ഒരുറപ്പ് കിട്ടണം. ഭാവിയിൽ എന്തുണ്ടാകുമെന്ന് അവന് മുൻകൂട്ടി അറിയണം. പഴയനിയമത്തിൽ ദൈവം സ്വന്തം ആൾക്കാരോട് സംസാരിച്ചു. അതുപോലെ അദ്ദേഹത്തിന് ഇപ്പോഴും ചെയ്തുകൂടെ ന്നില്ലല്ലോ. അതുകൊണ്ട് ജൊറോഗെ കാതോർത്തു. ശാന്തനായി, ജാഗരൂകനായി ശ്രദ്ധിച്ചു. ഉറക്കത്തിലേക്ക് വഴുതി വീഴുമ്പോഴും അവൻ കാതോർക്കുക തന്നെയായിരുന്നു.

ഏഴ്

പുതുവർഷാരംഭമായിരുന്നു അത്.

പരീക്ഷാഫലം അറിയാൻ വന്ന കുട്ടികളെക്കൊണ്ട് ക്ലാസ് മുറി മുഴുവൻ നിറഞ്ഞിരുന്നു. ജൊറോഗെ നിശ്ശബ്ദനായി ഒരു മൂലയിലിരുന്നു. മ്വിഹാകിയും അവിടെയുണ്ടായിരുന്നു; അഞ്ചുവർഷം മുമ്പ് ജൊറോഗെയെ സ്കൂളിലേക്ക് കൂട്ടിക്കൊണ്ടുപോയിരുന്ന ചെറിയ കുട്ടിയായിരുന്നില്ല അവൾ. വലിയ കുട്ടിയായി. അവർ പരസ്പരം സ്വപ്നങ്ങളും ആശങ്കകളും പങ്കിട്ടിരുന്നു. അവളോട് ജൊറോഗെയ്ക്ക് എന്തോ ഒരടുപ്പം തോന്നിയിരുന്നു. അവൾ തന്റെ സഹോദരിയായിരുന്നെങ്കിൽ എന്ന് എപ്പോഴും ആശിച്ചു. ഒരു കുട്ടി മൂലയിലിരുന്നുകൊണ്ട് കലപില ശബ്ദമുണ്ടാക്കുകയും അട്ടഹസിക്കുകയും ചെയ്തുവെങ്കിലും അവന്റെ ചങ്ങാതി കളിക്കുവാനിഷ്ടപ്പെട്ടില്ല. ആ കുട്ടി ഇരിപ്പ് തുടർന്നു. മറ്റു രണ്ടുപേർ ഒട്ടും താത്പര്യമില്ലാതെ അവനെ നോക്കിയിരുന്നു. രണ്ടു കുട്ടികൾ ചിരിച്ചു. പതിഞ്ഞ ശബ്ദത്തിലുള്ള ചിരി. അവർ കൂട്ടംകൂട്ടമായാണ് ഇരുന്നതെങ്കിലും ഓരോരുത്തരും ഒറ്റയ്ക്കായിരുന്നു.

ഇസാക്കടീച്ചർ ഒരു വലിയ കടലാസുമായി വന്നു. എല്ലാവരും നിശ്ശബ്ദരായി. ജൊറോഗെ ഈ നിമിഷത്തിനു വേണ്ടി കാത്തിരിക്കുകയായിരുന്നു. തോറ്റുപോവുകയാണെങ്കിൽതന്നെ താനൊരിക്കലും പിന്മാറുകയില്ലെന്ന് ജൊറോഗെ ഉറപ്പിച്ചിരുന്നു. പഠിപ്പിന്റെ കാര്യത്തിൽ വളരെ ശ്രദ്ധിച്ചിരുന്നു. എന്നാൽ ഇപ്പോൾ, ടീച്ചർ കൈയിലുള്ള നീളമേറിയ കടലാസിൽ നോക്കിക്കൊണ്ടിരിക്കുമ്പോൾ, ഡെസ്കിന്റെ അടിയിൽ കയറി ഒളിക്കണമെന്ന് ജൊറോഗെയ്ക്ക് തോന്നി. അപ്പോഴാണ് തന്റെ പേർ വിളിക്കുന്നത് കേട്ടത്. തനിക്ക് ഒന്നാം സ്ഥാനം ലഭിച്ചിരിക്കുന്നു. മ്വിഹാകിയും പാസ്സായിരുന്നു.

അവർ കൈകോർത്തുപിടിച്ചുകൊണ്ട് വീട്ടിലേക്ക് ഓടി. ഒന്നും സംസാരിച്ചില്ല. എത്രയും വേഗം വീട്ടിലെത്തി അച്ഛനമ്മമാരെ ഈ സന്തോഷം അറിയിക്കാൻ ഓരോരുത്തർക്കും കൊതി. തന്റെ മകൻ തോറ്റിട്ടില്ലെന്ന്

അമ്മ അറിയണമെന്ന് ജൊറോഗെ ആശിച്ചു. ഇനി അവന് ഒരു 'ഇന്റർ മീഡിയറ്റ് സ്കൂളി'ലേക്കു പോകാം. അവർ മിഹാകിയുടെ വീട്ടിനു മുമ്പി ലെത്തി. ഒരു നിമിഷനേരം കൈകോർത്തുപിടിച്ച് നിന്നു. പിന്നെ കൈവിടു വിച്ചുകൊണ്ട് അവരവരുടെ വീടുകളിലേക്ക് ഓടിപ്പോയി.

മിഹാകിയാണ് ആദ്യം വീട്ടിലെത്തിയത്. അമ്മയും വീട്ടിലെ മറ്റു കുട്ടികളുമെല്ലാം കൂട്ടം കൂടിയിരിക്കുന്നതു കണ്ടു. മനസ്സിൽ വലിയ ആവേശമായിരുന്നതുകൊണ്ട് ഇതിൽ അസാധാരണമായൊന്നും അവൾ കണ്ടില്ല.

"അമ്മേ... അമ്മേ..."

"എന്താ കാര്യം?" അമ്മയുടെ സ്വരം തണുത്തിരുന്നു. ദുഃഖ പൂർണ്ണവും. അവരുടെ മനസ്സ് മറ്റെവിടെയോ ആയിരുന്നു.

ജൂലിയാന മിഹാകിയുടെ തലയ്ക്കുമീതെ ദൃഷ്ടിപായിച്ചുകൊണ്ട്, അക്ഷമയോടെ തുടർന്നു: "എന്താണ് സംഭവിച്ചത്? പറയൂ. നീയെന്തി നാണിങ്ങനെ ഓടി വരുന്നത്?"

"ഒന്നുമില്ല." മിഹാകി സാവധാനത്തിൽ പറഞ്ഞു. "ഞാൻ പാസ്സാ യെന്നു മാത്രം" തന്റെ നേട്ടത്തെച്ചൊല്ലിയുള്ള സന്തോഷമൊന്നും അവളുടെ ശബ്ദത്തിലുണ്ടായിരുന്നില്ല.

"ഓ, അത്രേയുള്ളു? നിന്റെ ചേച്ചി ലൂസിയ സ്കൂളിലുണ്ടോ?"

ഇതും പറഞ്ഞു, ജൂലിയാന പൊട്ടിക്കരഞ്ഞു. എന്നിട്ട് തന്നോടുതന്നെ പറഞ്ഞു: "ഇത്തരം കുടിയാന്മാർ അപകടക്കാരാണെന്ന് അന്നേ ഞാൻ പറഞ്ഞിരുന്നു. ഇപ്പോൾ പറഞ്ഞിട്ടെന്തു ഫലം? നടക്കേണ്ടതെല്ലാം നടന്നു കഴിഞ്ഞാലല്ലാതെ ഒരു പെണ്ണിന്റെ വാക്കുകൾ പുരുഷൻ കാത് കൊടു ക്കുകയില്ല. പോകേണ്ടെന്ന് ഞാൻ അന്നേ പറഞ്ഞിരുന്നു. എന്നാൽ പറ ഞ്ഞതു കേൾക്കണ്ടേ?"

"എന്താണുണ്ടായത് അമ്മേ?" മിഹാകി ആകാംക്ഷയോടെ ചോദിച്ചു.

"ഓ! നീയിപ്പോൾ ചോദിച്ചത് മഹാകാര്യമായി! ഇങ്ങനെ പോയാൽ നിന്റച്ഛൻ ആരുടെയെങ്കിലും കൈകൊണ്ട് മരിക്കുമെന്ന് ഞാനന്നേ പറഞ്ഞിരുന്നു."

"അച്ഛൻ മരിച്ചുപോയോ?" മിഹാകി പൊട്ടിക്കരഞ്ഞു. ആരും അവളെ ആശ്വസിപ്പിക്കാനുണ്ടായിരുന്നില്ല.

അതിനിടയ്ക്ക് ജൊറോഗെ വീട്ടിലെത്തിയിരുന്നു. കുറേ പുരുഷന്മാരും സ്ത്രീകളും കുട്ടികളും മുറ്റത്ത് കൂട്ടംകൂടി നിന്നിരുന്നു. ചിലരൊക്കെ അച്ഛന്റെ കുടിൽ നോക്കിനിന്നു. വേറെ ചിലർ തെരുവിലേക്ക് നോക്കി നിന്നു. അമ്മയെവിടെ? അവർ അവരുടെ കുടിലിലായിരുന്നുവെന്ന് അവൻ മനസ്സിലാക്കി. ഉയരം കുറഞ്ഞ ഒരു സ്റ്റൂളായിരുന്നു അവർ ഇരുന്നിരുന്നത്.

ഗ്രാമത്തിലെ മറ്റു രണ്ടു സ്ത്രീകൾ അവരുടെ അടുത്ത് ഇരുന്നിരുന്നു. അവർ നിശ്ശബ്ദരായിരുന്നു. എല്ലാവരും മുറ്റത്തേക്ക് നോക്കിയിരുന്നു. ന്യോക്കാബിയുടെ മുഖം ഇരുണ്ടിരുന്നു. ഇടയ്ക്കിടെ തേങ്ങിക്കൊണ്ടിരുന്നു. വിജയാഹ്ലാദത്തോടെ വീട്ടിലേക്കുള്ള മടക്കയാത്രയെക്കുറിച്ച് ജൊറോഗെയുടെ മനസ്സിലുണ്ടായിരുന്ന സ്വപ്നം മങ്ങിപ്പോയി.

"എന്താണമ്മേ?" ആരോ മരിച്ചുപോയെന്ന് അവൻ പേടിച്ചു.

അമ്മ മുഖമുയർത്തി നോക്കി അവനെ കണ്ടു. ജൊറോഗെ വിറച്ചു. പുറത്ത് കൂടുതൽ കൂടുതൽ സ്ത്രീകളും പുരുഷന്മാരും മുറ്റത്തേക്ക് ഒഴുകി വരികയായിരുന്നു. ചിലർ പതിഞ്ഞ സ്വരത്തിൽ സംസാരിച്ചു.

"പണിമുടക്കാണ്." ഒരു സ്ത്രീ അവനോട് പറഞ്ഞു. ഇപ്പോൾ അവ നോർത്തു. ഇന്നാണ് ആ മഹത്തായ ദിനം! രാജ്യത്തെ മുഴുവൻ നിശ്ചല മാക്കുന്ന പണിമുടക്കിന്റെ ദിവസം.

പണിമുടക്കിന്റെ ഒന്നാം ദിവസം വിളിച്ചു കൂട്ടിയ പൊതുയോഗത്തിന് ഒരുപാടാളുകൾ പോയിരുന്നു. ഉറുമ്പുകളുടെ ഘോഷയാത്രപോലെ അവർ യോഗസ്ഥലത്തേക്കൊഴുകിയെത്തി. കറുത്തവർഗ്ഗക്കാർക്കു അതൊരു മഹത്തായ ദിനമാണെന്ന് എല്ലാവർക്കും അറിയാമായിരുന്നു. നുഗോ ത്തോയും യോഗത്തിനു പോയി. ആ മഹാസമ്മേളനം വരാൻപോകുന്ന നല്ല കാര്യങ്ങളിലേക്കുള്ള പ്രവേശനകവാടമാണെന്ന് ആർക്കാണറിയാത്തത്? നിർണ്ണായകമായ തീരുമാനങ്ങളെടുക്കേണ്ട ഈ അവസരത്തിൽ ഹൗലാൻഡ്സിന്റെ കീഴിൽ പണിയെടുത്തു കഴിഞ്ഞു കൂടുന്നത് ശരിയോ? ന്യോക്കാബിയുടെ വാക്കുകൾ മനസ്സിലുള്ളപ്പോഴും ഈ ചിന്ത കളായിരുന്നു മനസ്സിന് ആശ്വാസം പകർന്നിരുന്നത്. ബാർബർ വന്ന് അടു ത്തിരുന്നു. അയാൾ പതിവു ശൈലിയിൽ നിർത്താതെ കലപില സംസാരിച്ചുകൊണ്ടിരുന്നു. അതുകേട്ട് ചുറ്റുമിരുന്നവർ ചിരിച്ചു. പ്രാസംഗി കരെല്ലാം നൈറോബിയിൽനിന്ന് വന്നവരായിരുന്നു. അവരുടെ കൂട്ടത്തിൽ ബോറോയും കിയാരിയും ഉണ്ടായിരുന്നു. ബോറോവിന് നൈറോബിയിൽ ഒരു സ്ഥിരം ജോലി കിട്ടിയില്ല. അതുകൊണ്ട് രാഷ്ട്രീയ പ്രവർത്തക നായി. തന്റെ മകൻ നഗരത്തിൽ നിന്നു വന്ന വലിയ വലിയ ആളുകളുടെ കൂട്ടത്തിലിരിക്കുന്നതുകണ്ട് നുഗോത്തോവിന് അഭിമാനം തോന്നി. അവൻ വന്നതിൽ സന്തോഷവും.

കിയാരിയാണ് ആദ്യം സംസാരിച്ചത്. പതിഞ്ഞ, ദുഃഖഭരിതമായ സ്വര ത്തിൽ ചില ചരിത്രവസ്തുതകൾ അയാൾ എടുത്തു നിരത്തി. "ഭൂമി യെല്ലാം ജനങ്ങളുടേതായിരുന്നു. കറുത്തവരുടേത്. അവർക്ക് ദൈവ ത്തിന്റെ ദാനമായിരുന്നു അത്. ഓരോ വർഗ്ഗത്തിനും അവരുടേതായ രാജ്യമുണ്ട്. ഇന്ത്യക്കാർക്ക് ഇന്ത്യ. യൂറോപ്യന്മാർക്ക് യൂറോപ്പ്. ആഫ്രിക്ക ക്കാർക്ക് ആഫ്രിക്ക, കറുത്ത വർഗ്ഗക്കാരുടെ ഭൂമി (കയ്യടികൾ ഉയർന്നു).

ഈ മണ്ണെല്ലാം ഗിക്കുയുവിനും മുംബിക്കും അവരുടെ പിൻഗാമികൾക്കു മായി ദാനം ചെയ്യപ്പെട്ടതാണെന്ന് ആർക്കാണറിഞ്ഞുകൂടാത്തത്?" ബൈബിളും വാളും ഉപയോഗിച്ച് ഈ ഭൂമി എങ്ങനെയാണ് വിദേശീയർ കൈയടക്കിയതെന്ന് പ്രാസംഗികൻ വിവരിച്ചു. "അതെ, അങ്ങനെയാണ് നിങ്ങളുടെ ഭൂമി അവർ കൈയേറിയത്. ബൈബിൾ വാളിലേക്ക് വഴി തെളിയിച്ചു. അവരുടെ പ്രപിതാക്കളുടെ ഉദാരമനസ്കതയായിരുന്നു ഇതിനു കാരണം എന്ന് പ്രാസംഗികൻ പറഞ്ഞു. അവർക്ക് അജ്ഞാത രായ വിദേശികളോട് അലിവ് തോന്നുകയും അവരെ തങ്ങളുടെയിടയി ലേക്ക് ആശ്ലേഷിച്ച് സ്വാഗതം ചെയ്യുകയും ചെയ്തു.

"പിന്നീടെന്തുണ്ടായി?"

"ആദ്യത്തെ മഹായുദ്ധത്തിൽ പട്ടാളക്കാരാക്കുവാൻവേണ്ടി അവർ നമ്മുടെ പിതാക്കളെ പിടിച്ചുകൊണ്ടുപോയി. ആ യുദ്ധത്തിന്റെ ന്യായാ ന്യായങ്ങളെക്കുറിച്ചൊന്നും നമ്മുടെ പിതാക്കൾക്ക് അറിവുണ്ടായിരുന്നില്ല. അവർ മടങ്ങിയെത്തിയപ്പോഴോ? അവരുടെ ഭൂമിയൊക്കെ വെള്ളപ്പട്ടാള ക്കാരെ അധിവസിപ്പിക്കാൻ വേണ്ടി കൈയടക്കിക്കഴിഞ്ഞിരുന്നു. ഇത് ന്യായമായിരുന്നോ? (അല്ല!) നമ്മുടെ ആൾക്കാരെ നിർബന്ധിച്ച് ഈ കുടി യേറ്റക്കാരുടെ കൂലിപ്പണിക്കാരാക്കി. അവർക്ക് അങ്ങനെ കൂലിക്കാരായി കഴിയുകയല്ലാതെ മറിച്ചൊന്നും ചെയ്യാൻ നിർവ്വാഹമുണ്ടായിരുന്നില്ല. കാരണം അവരുടെ ഭൂമിയൊക്കെ നഷ്ടപ്പെട്ടിരുന്നു. കൂടാതെ, തങ്ങളു ടേതല്ലാത്ത ഒരു ഗവൺമെന്റിന് അവരും ഭാര്യമാരും കനത്ത നികുതി കൊടുക്കേണ്ടിയിരുന്നു. തങ്ങളുടെ അവകാശങ്ങൾക്കുവേണ്ടി ശബ്ദ മുയർത്തിയവർ വെടിയേറ്റു വീണു. എന്നിട്ടും സർക്കാരും വെള്ളക്കാരായ കുടിയേറ്റക്കാരും തൃപ്തരായില്ല. രണ്ടാമത്തെ മഹായുദ്ധം വന്നപ്പോൾ ഹിറ്റ്ലർക്കെതിരായി യുദ്ധം ചെയ്യാൻ നാം നിയോഗിക്കപ്പെട്ടു. ഹിറ്റ്ലർ നമ്മോട് കുറ്റമൊന്നും ചെയ്തില്ല. നമ്മുടെ ആൾക്കാർ അവിടെയും കൊല്ല പ്പെട്ടു. ബ്രിട്ടീഷുസാമ്രാജ്യത്തെ തോൽവിയിൽ നിന്നും പതനത്തിൽ നിന്നും രക്ഷിക്കാൻ നാം രക്തം ചൊരിഞ്ഞു. ദൈവം കറുത്തവർഗ്ഗ ക്കാരുടെ കഷ്ടപ്പാടുകളും വിലാപവും ശ്രദ്ധിച്ചു. ജോമോ എന്നു പേരായ ഒരാളെ ദൈവം അയച്ചു. വെള്ളക്കാരനായ ഫറവോനോട് 'എന്റെ ആൾക്കാർ കടന്നുപോകട്ടെ' എന്നു പറയാൻ ദൈവം അധികാര പ്പെടുത്തിയ കറുത്തവനായ മോശ ആയിരുന്നു ജോമോ.

ഇക്കാര്യം വെള്ളക്കാരോട് തുറന്നു പറയാനാണ് നാം ഇന്നിവിടെ കൂടിയിരിക്കുന്നത്. നാമിന്ന് ഒരൊറ്റ ശബ്ദത്തിൽ വിളിച്ചുപറയണം. സമയം ആഗതമായിരിക്കുന്നു. എന്റെ ആൾക്കാർ വാഗ്ദത്ത ഭൂമിയിലേക്ക് യാത്രയാവട്ടെ; ഞങ്ങൾക്ക് ഞങ്ങളുടെ ഭൂമി തിരിച്ചുവേണം. ഇപ്പോൾ ത്തന്നെ!" (അത്യുച്ചത്തിലുള്ള കൈയടികൾ ഉയർന്നു)

നുഗോത്തോവിന് തന്റെ അടിവയറ്റിൽ എന്തോ കുഴമറിച്ചിൽ അനുഭവപ്പെട്ടു. താഴെ ഇരുന്നുപോയി. കൈയടിക്കാൻ കഴിഞ്ഞില്ല. നിലത്തുനിന്ന് അയാൾ മുഖമുയർത്തി നോക്കി. എങ്ങും കൈയടിക്കുകയും മുദ്രാവാക്യം വിളിക്കുകയും ചെയ്യുന്ന ആളുകൾ. എന്നാൽ നുഗോത്തോവിന് എല്ലാം ഒരു മൂടൽമഞ്ഞിലൂടെ കാണുന്നപോലെ അനുഭവപ്പെട്ടു. മുന്നിൽ കാണുന്ന രൂപങ്ങൾക്കെല്ലാം അവ്യക്തത. താൻ കരയുകയാണോ? കൺമുന്നിൽ കണ്ട രൂപങ്ങൾ പൊടുന്നനെ നിറം മാറുന്നതുകണ്ടു. ആദ്യം തവിട്ടുനിറമായിരുന്നു. പിന്നെ നീല, അവസാനം കടും കറുപ്പ്. കറുത്ത സ്വെറ്ററുകളായിരുന്നു അവ. കണ്ണു തിരുമ്മി നോക്കി. കറുത്ത സ്വെറ്ററുകൾ... അവ മുന്നോട്ടു വരുന്നു. പിന്നെ എല്ലാം വ്യക്തമായി. അതൊരു സ്വപ്നമായിരുന്നില്ല. യോഗസ്ഥലം പൊലീസുകാർ വളയുകയായിരുന്നു.

കിയാരി അപ്പോൾ ശബ്ദമുയർത്തി പ്രസംഗിക്കുകയായിരുന്നു.

"ഓർക്കുക. ഇത് സമാധാനപരമായ ഒരു പണിമുടക്കാണ്. നമുക്ക് കൂടുതൽ കൂലി കിട്ടണം. ന്യായവും നീതിയും നമ്മുടെ ഭാഗത്താണ്. അതുകൊണ്ട് നമ്മൾ ജയിക്കും. ഇന്ന് നിങ്ങളെ ആരെങ്കിലും അടിക്കുകയാണെങ്കിൽ തിരിച്ചടിക്കരുത്..."

അപ്പോഴേക്കും വെള്ളക്കാരനായ ഒരു പൊലീസ് ഇൻസ്പെക്ടർ പ്ലാറ്റ്ഫോമിലേക്ക് ചാടിക്കയറിയിരുന്നു. കൂടെ ജക്കോബോയും. നുഗോത്തോവിന് ആദ്യം ഒന്നും മനസ്സിലായില്ല. ജക്കോബോ സംസാരിക്കാൻ തുടങ്ങിയപ്പോഴാണ് നുഗോത്തോവിന് കാര്യം പിടികിട്ടിയത്. പണിമുടക്കിയവരോട് ജോലിക്ക് തിരിച്ചു ചെല്ലാൻ അഭ്യർത്ഥിക്കുകയായിരുന്നു ജക്കോബോ. തൊഴിലാളികൾക്ക് ജോലി നഷ്ടപ്പെട്ടാൽ ഒരു ചുക്കും സംഭവിക്കാനില്ലാത്ത, നൈറോബിയിൽ നിന്ന് വന്ന ചിലരുടെ വാക്കുകൾക്ക് ചെവി കൊടുക്കരുതെന്നും ജക്കോബോ, പറഞ്ഞു. പണിമുടക്കുകാരെ പിൻതിരിപ്പിക്കുവാൻ അന്നാട്ടിലെ ഏറ്റവും ധനികനായ ജക്കോബോവിനെയായിരുന്നു സർക്കാരും കുടിയേറ്റക്കാരും കൂടി നിയോഗിച്ചത്. എല്ലാവരും നിശ്ശബ്ദരായി അയാൾ പറയുന്നത് കേട്ടു. എന്നാൽ നുഗോത്തോവിന്റെ മനസ്സിൽ അസ്വാഭാവികമായ എന്തൊക്കെയോ സംഭവിക്കുകയായിരുന്നു.

നൊടിയിടകൊണ്ട് ജക്കോബോ ജനവഞ്ചനയുടെ പ്രതിരൂപമായി നുഗോത്തോയുടെ മനസ്സിൽ നിറഞ്ഞു. എത്രയോ വർഷങ്ങളിലെ കാത്തിരിപ്പിന്റെയും കഷ്ടപ്പാടുകളുടെയും ഭൗതികരൂപമായി നുഗാത്തോ രൂപാന്തരപ്പെട്ടു. ജക്കോബോ വർഗ്ഗവഞ്ചകനായിരുന്നു. നുഗോത്തോ എഴുന്നേറ്റു. എല്ലാവരും എന്താണ് സംഭവിക്കുന്നതെന്ന അമ്പരപ്പോടെ നോക്കി നില്ക്കെ അയാൾ പ്ലാറ്റ്ഫോമിലേക്ക് നടന്നുചെന്നു. അയാൾ ജക്കോബോവിന്റെ അടുത്തെത്തി. ഇപ്പോൾ യുദ്ധം ഈ രണ്ടുപേർ

തമ്മിലായിരുന്നു. വെള്ളക്കാരെ പിന്താങ്ങുന്ന ജക്കോബോയും കറുത്ത വർഗ്ഗക്കാരെ പിന്താങ്ങുന്ന നുഗോത്തോയും തമ്മിൽ.

എല്ലാം പെട്ടെന്നാണ് സംഭവിച്ചത്. ആളുകൾ ആശ്ചര്യഭരിതരായി നിന്നു. പെട്ടെന്ന്, നുഗോത്തോവിനാൽ നയിക്കപ്പെട്ടവരെപ്പോലെ ജനക്കൂട്ടം ജക്കോബോവിനു നേരെ കുതിച്ചു. പൊലീസുകാരും വെറുതെ നിന്നില്ല. അവർ ടിയർഗ്യാസ് ഷെല്ലുകൾ പൊട്ടിക്കുകയും ജനക്കൂട്ടത്തിനു നേരെ വെടിവെക്കുകയും ചെയ്തു. ഭയചകിതരായ ആളുകൾ ചിതറി ഓടുന്ന തിനിടയിൽ രണ്ടുപേർ വീണു. നുഗോത്തോവിന്റെ മനസ്സിലെ ധൈര്യം ചോർന്നുപോയി. അയാൾ ജനക്കൂട്ടത്തിൽ അപ്രത്യക്ഷനായി. പ്രാണൻ രക്ഷിക്കാനുള്ള തത്രപ്പാടിൽ എങ്ങോട്ട് എന്നറിയാതെ അന്ധനെപ്പോലെ ഓടി. ഒരു പൊലീസുകാരൻ ലാത്തികൊണ്ട് മുഖത്തടിച്ചു. ചോര യൊഴുകി. അയാൾ വീണ്ടും അടിച്ചു. അത് ചോരയാണെന്ന് നുഗോത്തോ അറിഞ്ഞില്ല. ചൂടുള്ള എന്തോ ഒന്ന് ദേഹത്തുകൂടെ ഒഴുകിപ്പോകുന്നു വെന്ന് മാത്രം അയാൾക്ക് തോന്നി. അയാൾ ഓട്ടം തുടർന്നു. ഓടിയോടി ഒരു സുരക്ഷാസ്ഥാനത്തെത്തിയതോടെ അയാൾ മുമ്പോട്ട് കമിഴന്ന്ടിച്ചു വീണു. ബോധം നഷ്ടപ്പെട്ടു. അവിടെവെച്ചാണ് ഗ്രാമത്തിലെ ആൾക്കാർ അയാളെ കാണുന്നതും തൊട്ടുമുമ്പുണ്ടായ സംഭവത്തിലെ നായകനെ ഒരു വീരപുരുഷനെപ്പോലെ ഗ്രാമത്തിലേക്കാനയിക്കുന്നതും.

“അച്ഛൻ മരിച്ചുപോവുമോ?” സംഭവത്തെക്കുറിച്ച് കേട്ടറിഞ്ഞപ്പോൾ ജൊറോഗെ കമാവുവിനോട് ചോദിച്ചു.

“ഇല്ല, അത്ര കുഴപ്പമില്ല. എന്നാൽ ചോര കുറേ വാർന്നുപോയെന്നു തോന്നുന്നു.”

“എന്തിനാണ് അച്ഛനത് ചെയ്തത്, ജക്കോബോവിനെ ആക്രമിച്ചത്?

“എനിക്കറിയില്ല. അച്ഛൻ എഴുന്നേല്ക്കുന്നതു കണ്ടു. ജക്കോബോ വിനടുത്തെത്തിയപ്പോൾ തിരിഞ്ഞുനിന്ന് ഞങ്ങൾ എല്ലാവരോടുമായി ഉച്ച ത്തിൽ പറഞ്ഞു. “എഴുന്നേൽക്കൂ!” വികാരംകൊണ്ട് ഭ്രാന്ത് പിടിച്ചപോലെ യായിരുന്ന അച്ഛൻ. സത്യം പറയുകയാണെങ്കിൽ, ഞങ്ങളെല്ലാം അതേ അവസ്ഥയിലായിരുന്നു. അച്ഛന് ഇത്രയും ശബ്ദമുണ്ടായിരുന്നുവെന്ന് ഞാനറിഞ്ഞിരുന്നില്ല.”

കുറച്ചുനേരത്തെ നിശ്ശബ്ദത. കമാവു ആ രംഗം ഓർമ്മിക്കുന്നതു പോലെ തോന്നി. കുറച്ചു സ്ത്രീ പുരുഷന്മാർ മുറ്റത്തുനിന്ന് നീങ്ങി.

“ജക്കോബോ എന്തിനാണത് ചെയ്തത്?”

“അയാൾ കറുത്ത വർഗ്ഗക്കാരുടെ ശത്രുവാണ്. മറ്റുള്ളവരാരും അയാളെപ്പോലെ സമ്പന്നരാവുന്നത് അയാൾക്കിഷ്ടമല്ല.”

ജക്കോബോയെങ്ങനെ ഇതിൽ വന്നുപെട്ടു? ഈ ചോദ്യത്തിന് വ്യക്തമായൊരുത്തരം പലർക്കുമില്ലായിരുന്നു. സമ്പന്നനായ ഒരാളായതുകൊണ്ട് ചുറ്റുപാടുമുള്ള കറുത്ത വർഗ്ഗക്കാർക്കിടയിൽ നല്ല സ്വാധീനശക്തിയുള്ള ആളാണയാൾ എന്നാണ് സർക്കാരും കുടിയേറ്റക്കാരും കരുതിയത്. വെള്ളക്കാർക്കിടയിൽ അങ്ങനെയൊരു ബോധം ഉണ്ടാക്കാൻ ജക്കോബോ തന്നെ ശ്രമിക്കുകയും ചെയ്തിരുന്നു. ഹൗലാൻഡ്സ് അടക്കമുള്ള വെള്ളക്കാർ അവരുടെ ആവശ്യം വരുന്നതുവരെ ജക്കോബോവിനെ മുഖവിലയ്ക്കെടുത്തിരുന്നുമില്ല. ഇപ്പോൾ അവർക്ക് എളുപ്പത്തിൽ എടുത്തുപയോഗിക്കാൻ കഴിയുന്ന ഒരാളായി മാറി ജക്കോബോ. പൊലീസുകാർ സഹായത്തിന് അയാളെ വിളിച്ചപ്പോൾ അയാൾക്ക് അത് നിഷേധിക്കുവാനും കഴിഞ്ഞിരുന്നില്ല. താൻ വിജയിച്ചുവെന്ന് ആദ്യമൊക്കെ അയാൾക്കു തോന്നി. പിന്നെയാണ് ആ നശിച്ച നുഗോത്തോ ഇടപെട്ട് എല്ലാം തകിടം മറിച്ചത്.

ജക്കോബോവിന് വലിയ പരിക്കൊന്നുമുണ്ടായിരുന്നില്ല, പൊലീസ് തക്കസമയത്തിനുതന്നെ ഇടപെട്ടു, അല്ലെങ്കിൽ ജനക്കൂട്ടം അയാളെ പിച്ചിച്ചീന്തിയേനേ. ഇതൊക്കെ സംഭവിച്ചുകൊണ്ടിരിക്കുമ്പോൾ മരണം മുഖാമുഖം വന്നു നില്ക്കുന്നതുപോലെ തോന്നി ജക്കോബോവിന്. ഭാര്യയുടെ വാക്കുകൾക്ക് ചെവി കൊടുത്തിരുന്നുവെങ്കിൽ എത്ര നന്നായേനേ!

പണിമുടക്കുമായി ബന്ധപ്പെട്ട സംഭവം കഴിഞ്ഞ് കുറച്ചുനാൾ പിന്നിട്ടു. ബാർബർഷോപ്പിൽ ഒരു വലിയ ജനക്കൂട്ടമുണ്ടായിരുന്നു. നുഗോത്തോവിന്റെ അടുത്തിരുന്നതുകൊണ്ട് ബാർബർ കഴിഞ്ഞ സംഭവങ്ങളൊക്കെ പുനരവതരിപ്പിക്കുകയായിരുന്നു.

"കിഴവൻ വലിയ ധൈര്യശാലിയാണ്."

"അതിനെന്താ സംശയം?"

"അയാൾക്ക് വല്ലാതെ മുറിവേറ്റോ?"

"ഏയ് ഇല്ല, കുറേ ചോരപോയി അത്ര മാത്രം."

"എന്തിനാണയാൾ അതു ചെയ്തത്? അതുകൊണ്ടല്ലേ രണ്ടാളുടെ ജീവൻ നഷ്ടപ്പെട്ടത്?"

"ങും, അതു ശരി! ആരാണ് അങ്ങനെ ചെയ്തു പോകാത്തത്? അയാളുടെ അടുത്തിരിക്കുകയായിരുന്ന ഞാനും അതുതന്നെ ചെയ്തേനേ. അയാളൊരു വെള്ളക്കാരനാണെങ്കിൽ വേണ്ടില്ലായിരുന്നു. എന്നാൽ ഒരു കറുത്തവർഗ്ഗക്കാരൻ - നിങ്ങളെയും എന്നെയും പോലെ. നമ്മൾ കറുത്തവർഗ്ഗക്കാർക്ക് ഒരിക്കലും ഒരുമയുണ്ടാവില്ലെന്നാണ് ഇതു കാണിക്കുന്നത്. നമുക്കിടയിൽ എപ്പോഴും ഒരു വർഗ്ഗവഞ്ചകനുണ്ടാവും."

“അത് തികച്ചും ശരിയാണ്.” ഒരുപാടാളുകൾ അതിനോടനുകൂലിച്ചു.

“മറ്റുള്ളവർ നന്നാകുന്നത് സഹിക്കാൻ കഴിയാത്തവർ. എവിടെയുമുണ്ട്.” കസേരയിലിരുന്നു മുടിവെട്ടിക്കൊണ്ടിരുന്ന ഒരു ചെറുപ്പക്കാരൻ കൂട്ടിച്ചേർത്തു.

ബാർബർ തുടർന്നു. “സത്യമാണ് നിങ്ങൾ പറഞ്ഞത്. ജക്കോബോ സമ്പന്നനാണ്. സൂര്യകാന്തിപ്പൂക്കൾ വളർത്താനുള്ള അവകാശം ആദ്യം ലഭിച്ചത് അയാൾക്കാണെന്ന് നിങ്ങൾക്കൊക്കെ അറിയാവുന്നതാണല്ലോ. തന്നെപ്പോലെ മറ്റൊരുവൻ വളർന്നു വരുന്നത് അയാളതിഷ്ടപ്പെടുമോ? അതു പോട്ടെ, മറ്റുള്ളവർക്ക് നിഷേധിക്കപ്പെട്ട ഒരവകാശം അയാൾക്ക് കിട്ടിയതെങ്ങനെയെന്ന് നിങ്ങൾ ചിന്തിച്ചിട്ടുണ്ടോ?”

ആ ചോദ്യത്തിനുത്തരം പറയാൻ ആർക്കും കഴിഞ്ഞില്ല. അല്പനേരം മുടിവെട്ടുന്നത് നിർത്തി ഒരു ജ്ഞാനിയെപ്പോലെ ബാർബർ പ്രഖ്യാപിച്ചു. “നമ്മളെയൊക്കെ ആ വെള്ളക്കാർക്ക് വില്ക്കാൻ അയാൾ വാക്ക് പറഞ്ഞ് ഉറപ്പിച്ചതുകൊണ്ടാണ് അത് സാധിച്ചത്.”

“അതെയതെ!” കുറെയാളുകൾ ഒന്നിച്ച് അതിനെ അനുകൂലിച്ചു. കഷണ്ടിക്കാരനായ ഒരു മധ്യവയസ്കൻ ദുഃഖത്തോടെ തല കുലുക്കിക്കൊണ്ട് പറഞ്ഞു. “എന്തൊക്കെയായിരുന്നാലും നുഗോത്തോവിന് ഇങ്ങനെയൊക്കെ സംഭവിച്ചത് വലിയ കഷ്ടമായിപ്പോയി. ജക്കോബോവിന്റെ ഭൂമിയിൽ നിന്ന് ഉടനെ ഒഴിഞ്ഞുപോകണമെന്ന് അയാളോടാവശ്യപ്പെട്ടിരിക്കുകയാണ്.”

“ജക്കോബോവിന്റെ ഭൂമിയിൽനിന്നോ?”

“അതേന്നേ!”

“ആ നിലത്തിന്റെ പഴയ ഉടമസ്ഥരിൽ നിന്നും ജക്കോബോ അതു വാങ്ങിയപ്പോഴും നുഗോത്തോ അവിടെ ഉണ്ടായിരുന്നുവല്ലോ!”

“അതയാളുടെ നിലമാണ്. അയാൾക്ക് അത് എന്തുവേണമെങ്കിലും ചെയ്യാം.”

അതു പറഞ്ഞത് ഈയിടെ മാത്രം അവരുടെ കൂട്ടത്തിൽ ചേർന്ന ഒരു ചെറുപ്പക്കാരനായിരുന്നു. എല്ലാരും ദേഷ്യത്തോടെ അയാളുടെ നേരെ തിരിഞ്ഞു.

“എന്നാലും അത് നാട്ടുനടപ്പിന് നിരക്കുന്നതാണോ? അതുമല്ല, ആ നിലത്തിന്റ മുമ്പത്തെ ഉടമ അത് ജക്കോബോവിന് യഥാർത്ഥത്തിൽ വിറ്റിട്ടുണ്ടായിരുന്നില്ല.”

കുറച്ചു ദൂരെ ഒരു പൊലീസുകാരൻ പ്രത്യക്ഷപ്പെട്ടു. ജനക്കൂട്ടം പെട്ടെന്ന് പിരിഞ്ഞുപോയി. ബാർബർ ഒറ്റയ്ക്കായി. അപ്പോഴേക്കും പണിമുടക്ക് പരാജയപ്പെട്ടുവെന്ന് പലരും അറിഞ്ഞിരുന്നു.

നുഗോത്തോവിന് വീടുവെക്കാൻ നുഗാങ്ങാ ഒരു സ്ഥലം കൊടുത്തു. അപ്പോഴാണ് ജൊറോഗെ മനസ്സിലാക്കുന്നത്, ആ മനുഷ്യന്റെ പരുക്കൻ സ്വഭാവത്തിനടിയിൽ സ്നേഹോഷ്മളമായ ഒരു ഹൃദയം ഒതുങ്ങി യിരിപ്പുണ്ടെന്ന്. നുഗാങ്ങോയോടുള്ള വിരോധം അങ്ങനെ മാഞ്ഞുപോയി. കമാവുപോലും ഇപ്പോൾ അയാളെക്കുറിച്ച് ഉത്സാഹത്തോടെ സംസാരി ക്കാൻ തുടങ്ങി.

എന്നാൽ ജൊറോഗെയ്ക്ക് അതൊരു കഷ്ടകാലമായിരുന്നു. പുതിയ കുടിലുകളുണ്ടാക്കുക എന്നാൽ കൂടുതൽ പണച്ചെലവെന്നർത്ഥം. കൂടാതെ നുഗോത്തോവിനു കുടിയേറ്റക്കാരുടെ ഭൂമിയിലുണ്ടായിരുന്ന ജോലിയും നഷ്ടപ്പെട്ടിരുന്നു. പുതിയ സ്കൂളിൽ അഞ്ചാം സ്റ്റാന്റേഡിൽ ചേർന്നവർക്കുള്ള ഫീസും വർദ്ധിച്ചിരുന്നു. അതുകൂടാതെ ബിൽഡിങ് ഫണ്ടിലേക്കുള്ള വരിസംഖ്യയും കൊടുക്കണം. പുതിയ സ്കൂളിനു വൈകാതെ കല്ലുകൊണ്ടുള്ള കെട്ടിടമുണ്ടാക്കും. ജൊറോഗെയുടെ കൈയിൽ കാശുണ്ടായിരുന്നില്ല. മിഹാകി അകലെയെവിടെയോ ഉള്ള പെൺകുട്ടികളുടെ ഒരു ബോർഡിങ് സ്കൂളിലേക്ക് മാറിയിരുന്നു. അവൾ പഠനം തുടരും. ജൊറോഗെയുടെ പഠിപ്പ് അവസാനിക്കുകയും ചെയ്യും. ഇതവനെ വേദനിപ്പിച്ചു. അവൻ ദിവസവും പ്രാർത്ഥിച്ചു. തന്റെ സ്വപ്നം സഫലീകരിക്കാൻ എന്തു ചെയ്യണം? മൂന്നാഴ്ച കഴിഞ്ഞപ്പോൾ ഒരു തിങ്കളാഴ്ച അവൻ സ്കൂളിൽനിന്ന് പുറത്താക്കപ്പെട്ടു. വീട്ടിലേക്കുള്ള യാത്രയിൽ അവൻ കുറെ കരഞ്ഞു.

ദൈവം അവന്റെ പ്രാർത്ഥന കേട്ടു. കമാവുവിന്റെ കൂലി മുപ്പത് ഷില്ലി ങ്ങായി ഉയർത്തിയിരുന്നു. ഇതവൻ ജൊറോഗെയ്ക്ക് കൊടുത്തു. ജൊറോഗെ സന്തുഷ്ടനായി. അവന് പഠിപ്പു തുടരാമല്ലോ.

ഇടക്കാലസംഭവങ്ങൾ

കൃത്യം രണ്ടര കൊല്ലത്തിന് ശേഷം നൈറോബിക്കടുത്തുള്ള ഒരു കുന്നിനുമുകളിൽ നിരാശാഭരിതനായ ഒരു സർക്കാരുദ്യോഗസ്ഥൻ നിന്നു. അയാൾ തനിച്ചായിരുന്നു. വൈകാതെ താൻ വിടപറയാൻ പോകുന്ന നാടിനെ നോക്കിക്കൊണ്ട് അയാൾ നിന്നു.

“നിങ്ങളെന്താണിങ്ങനെ സ്തംഭിച്ചു നിൽക്കുന്നത്?”

“ഇങ്ങനെയൊക്കെ സംഭവിക്കുമെന്ന് ഞാൻ മനസ്സിലാക്കിയിരുന്നില്ല.”

“പക്ഷേ അതിന്റെ സൂചനകളൊക്കെ ഉണ്ടായിരുന്നുവല്ലോ.”

“ഇല്ലാ, ഞാൻ മനസ്സിലാക്കിയിരുന്നില്ല.”

“നിങ്ങൾക്കറിയാമായിരുന്നു.”

“ഇല്ല.”

"എന്നാൽ..."

"എനിക്കറിയില്ലായിരുന്നെന്ന് ഞാൻ പറഞ്ഞില്ലേ. ഞങ്ങൾ പരമാവധി ശ്രമിച്ചതാണ്."

അയാൾ ദേഷ്യത്തോടെ കാൽ നിലത്ത് ആഞ്ഞുചവിട്ടിക്കൊണ്ട്, നടന്നുപോയി.

നമ്മൾ അവർക്കു വേണ്ടി എന്തൊക്കെ ചെയ്തു എന്നാലോചിക്കുമ്പോൾ... താനും തന്റെ ആൾക്കാരുംകൂടി വളർത്തിയെടുത്ത ആ നിശ്ശബ്ദനഗരം അയാളെത്തന്നെ തുറിച്ചു നോക്കുന്നതുപോലെ തോന്നി. അവിടെ, തന്നെ ആശ്വസിപ്പിക്കുന്ന ഒന്നും തന്നെ അയാൾ കണ്ടില്ല. നേരെ മറിച്ച്, എല്ലാ കുഴപ്പങ്ങളുടെ കേന്ദ്രബിന്ദുവായി അനുഭവപ്പെടുകയും ചെയ്തു.

"സഹോദരാ നീ കേട്ടുവോ?"

"ഇല്ല."

"പക്ഷേ എന്താണെന്ന് നീ ചോദിച്ചില്ലല്ലോ."

"എന്റെ കുട്ടികൾ ഭക്ഷണത്തിനുവേണ്ടി കരയുകയാണ്"

"എന്നാൽ... മുരാംഗായിൽ എന്തു സംഭവിച്ചുവെന്ന് നിനക്കറിയേണ്ടേ?"

"എന്ത്? മുരാംഗാ... അതൊക്കെ കുറെ ദൂരെയല്ലേ?"

"ഒരു ഗ്രാമത്തലവൻ കൊല്ലപ്പെട്ടു."

"ഓ അത്രേയുള്ളു? എന്റെ ഭാര്യ എന്നെ കാത്തിരിക്കുകയാണ്."

"പക്ഷേ, ഇതിത്തിരി രസകരമാണ്."

"കഥ കേൾക്കാൻ ഞാൻ വൈകുന്നേരം വരാം.

"ശരി അങ്ങനെയാവട്ടെ. വേറെ ചിലരും വരുന്നുണ്ട്. എന്റെ കൈയിൽ ഒരു വയർലസ്സ് സെറ്റുണ്ട്."

"മിണ്ടാതിരിക്കൂ. എന്റെ ഭാര്യ എന്നെ വിളിക്കുന്നു."

"സമാധാനത്തോടെ പോയി വരൂ."

"അയാൾ ഒരു വലിയ ഗ്രാമത്തലവനായിരുന്നു."

"ജക്കോബോവിനെപ്പോലെയോ?"

"അതിലും വലിയ ആൾ. ഗവർണ്ണറുടെ കൂടെയൊക്കെ ഭക്ഷണം കഴിക്കാറുണ്ടായിരുന്നു."

"പട്ടാപ്പകൽ അയാൾ കൊല്ലപ്പെട്ടെന്നോ?"

"അതെ. അയാളെ കൊന്നവർ വലിയ ധൈര്യശാലികളായിരുന്നു."

"ഒന്നൂടെ പറ; കേൾക്കട്ടെ"

“പെണ്ണേ, തീയിൽ കുറച്ചുകൂടി വിറകിടൂ. റാന്തൽ കത്തിക്കൂ. ഇരുട്ട് കനക്കുന്നുണ്ട്...”

പിന്നെ ഈ തലവൻ ഒരു വലിയ ആളായിരുന്നു. കുറെയേറെ ഭൂമിയുണ്ട്. അതൊക്കെ ഗവർണ്ണർ കൊടുത്തതായിരുന്നു; കറുത്ത വർഗ്ഗക്കാരെ അയാൾ ഒറ്റിക്കൊടുക്കുമെന്ന പ്രതീക്ഷയിൽ നൽകിയതാണതെല്ലാം. കൊലയാളികൾ ഒരു കാറിലാണ് വന്നത്. തലവനും ഒരു കാറിലായിരുന്നു. കൊലയാളികൾ ഇരുവരും നൈറോബി മുതൽ അയാളെ പിൻതുടർന്നു. നഗരാതിർത്തി പിന്നിട്ട് ഗ്രാമപ്രദേശത്തെത്തിയപ്പോൾ അവർ തലവന്റെ കാറിന്റ മുന്നിൽ കടന്നു അയാളോട് കാർ നിർത്താൻ കൈ കാണിച്ചു. അയാൾ നിർത്തി. “ആരാണ് തലവൻ?” അവർ ചോദിച്ചു. “ഞാൻ തന്നെ.” “എന്നാൽ പിടിച്ചോ...” ഠേ... ഠേ... ഠേ... അവർ അയാളെ വെടിവെച്ചു കൊന്നു. കാറോടിച്ചുപോയി.

“പട്ടാപ്പകലോ?”

“പട്ടാപ്പകൽതന്നെ. വാർത്ത വായിക്കുന്നയാൾ അങ്ങനെയാണ് പറഞ്ഞത്.”

“ഹോ, വല്ലാത്തൊരു തലമുറ തന്നെ.”

“വല്ലാത്ത ധൈര്യം തന്നെ. അവരിതൊക്കെ പഠിച്ചത് വെള്ളക്കാരിൽ നിന്നാണ്.”

“വാർത്തയുടെ സമയമായി. വർത്തമാനമെന്തൊക്കെയുണ്ടെന്ന് നോക്കാം.”

“മിണ്ടാതിരിക്ക്.”

ഒരു രാത്രി ജനങ്ങൾ കേട്ടത് ജോമോയും മറ്റു നേതാക്കളും അറസ്റ്റു ചെയ്യപ്പെട്ടു എന്നായിരുന്നു. അടിയന്തരാവസ്ഥ പ്രഖ്യാപിക്കപ്പെട്ടിരുന്നു.

“എന്നാൽ ജോമോയെ അറസ്റ്റു ചെയ്യാൻ അവർക്കാവില്ല.” ബാർബർ പറഞ്ഞു.

“ശരിയാണ്, അവർക്കതിനാവില്ല.”

“ജനങ്ങൾക്ക് ഒരു നേതാവില്ലാതാക്കുകയാണ് അവരുടെ ലക്ഷ്യം”

“അതെ, നമ്മെ അടിച്ചമർത്തുകയാണ് അവരുടെ ഉദ്ദേശ്യം.” ബാർബർ പറഞ്ഞു. അയാളുടെ ശബ്ദത്തിന് സാധാരണപോലെയുള്ള മയമുണ്ടായിരുന്നില്ല.

“അടിയന്തരാവസ്ഥ എന്നാലെന്താണ്?” ആരോ ചോദിച്ചു.

“വിഡ്ഢിത്തം ചോദിക്കരുത്. മലയായെക്കുറിച്ച് കേട്ടിട്ടുണ്ടോ?”

“അവിടെയെന്താ?”

“അവിടെയും അടിയന്തരാവസ്ഥയുണ്ടായിരുന്നു.”

ജോമോയുടെ അറസ്റ്റിനെക്കുറിച്ച് കേട്ടപ്പോൾ ജൊറോഗെയ്ക്ക് അസ്വസ്ഥത തോന്നി. കെനിയയിൽ മുഴുവൻ അറിയപ്പെട്ടിരുന്ന അദ്ദേഹത്തെ കാണുവാൻ അവൻ കൊതിച്ചിരുന്നു. ഒരിക്കൽ ചന്ത സ്ഥലത്ത് കെ.എ.യു വിളിച്ചു കൂട്ടിയിരുന്ന യോഗം ഇപ്പോഴും ഓർക്കുന്നു. പരാജയപ്പെട്ട ആ പണിമുടക്ക് കഴിഞ്ഞ് കുറെ മാസങ്ങൾക്കുശേഷ മായിരുന്നു അത്. സ്വാതന്ത്ര്യവും പിടിച്ചടക്കപ്പെട്ട അവരുടെ ഭൂമിയും തിരിച്ചെടുക്കലുമായിരുന്നു കെ.എ.യുവിന്റെ പ്രഖ്യാപിത ലക്ഷ്യങ്ങൾ. കറുത്തവർക്ക് കൂടുതൽ ശമ്പളം കിട്ടണമെന്നതും വർണ്ണവിവേചനം അവ സാനിപ്പിക്കുകയെന്നതും അവരുടെ മറ്റുചില ആവശ്യങ്ങളായിരുന്നു. നൈറോബിയിലെ അവന്റെ ചേട്ടന്മാരിൽ നിന്ന വർണ്ണവിവേചനത്തെ ക്കുറിച്ച് ജൊറോഗെ മനസ്സിലാക്കിയിരുന്നു. അത് ശരിക്ക് എന്താണെന്ന് അറിഞ്ഞിരുന്നില്ല. എന്നാലും പണിമുടക്ക് പൊളിഞ്ഞത് വർണ്ണവിവേ ചനം കൊണ്ടാണെന്ന് അറിയാമായിരുന്നു. കറുത്തവർഗ്ഗക്കാർക്ക് ഭൂസ്വത്തില്ലാതായതും ഹോട്ടലുകളിൽ അവർക്ക് ഭക്ഷണം കിട്ടാത്തതും വർണ്ണവിവേചനം കൊണ്ടായിരുന്നു. എല്ലായിടത്തും വർണ്ണവിവേചനം തന്നെ. ജൊറോഗെ അതിരാവിലെ തന്നെ ജോമോയെ ഒരു നോക്കു കാണുവാൻ വേണ്ടി ചന്തസ്ഥലത്തുപോയിരുന്നു. എന്നാൽ അവിടെ എത്തുന്നതിന് എത്രയോ മുമ്പുതന്നെ ഒരുപാടാളുകൾ അവിടെ എത്തി അവന്റെ കാഴ്ച മറച്ചുകൊണ്ടുനിന്നു. സാരമില്ല. അടുത്ത തവണ കാണാം എന്ന് സമാധാനിച്ചു.

എന്നാലിപ്പോൾ, ജോമോ അറസ്റ്റു ചെയ്യപ്പെട്ടിരിക്കയാണ്.

ഭാഗം രണ്ട്

ഇരുട്ടു വീഴുന്നു

എട്ട്

നിയേരിയിലും മുരാംഗായിലും എന്തു സംഭവിക്കുന്നു എന്നതിനെക്കുറിച്ച് പല കഥകളും പ്രചരിച്ചിരുന്നു. നിയേരിയും മുരാംഗായും ജൊറോഗെയുടെ വീട്ടിൽനിന്ന് ഏറെ ദൂരെയാണ്. അവൻ കേട്ട കഥകളെല്ലാം ഏറെ രസമുള്ളതായിരുന്നു. ചില കുട്ടികൾക്ക് അവയൊക്കെ നല്ലവണ്ണം പറയാനുമറിയാം. ജൊറോഗെ അതെല്ലാം ശ്രദ്ധിച്ചുകേട്ടു. കറാഞ്ചായെപ്പോലുള്ള കുട്ടികൾക്ക് ഇത്രയധികം കഥകൾ എങ്ങനെ കിട്ടി എന്ന് അവൻ അദ്ഭുതപ്പെട്ടു.

"ഇനിയും കഥ പറഞ്ഞു തരൂ. പിന്നെ എന്തു സംഭവിച്ചു?"

"അവൻ നിയേരിയിലെ പൊലീസ് സ്റ്റേഷനിലേക്ക് ഒരു കത്തയച്ചിരുന്നു. "ഞാൻ, ദേദൻ കിമാത്തി, ആഫ്രിക്കൻ വിമോചനസേനയുടെ നേതാവ്. ഞായറാഴ്ച കൃത്യം 10.30ന് നിങ്ങളെ സന്ദർശിക്കാൻ വരും. നിയേരിയിലെ പൊലീസ്സേനയെ സഹായിക്കാൻ മറ്റനേകം പൊലീസുകാർ നൈറോബിയിൽ നിന്ന് വിളിക്കപ്പെട്ടു. പകൽ സമയത്തുപോലും കർഫ്യു പ്രഖ്യാപിച്ചു. ആരും വീടിനു വെളിയിൽ പോകാൻ പാടില്ല. ഓരോ പൊലീസുകാരനും അതീവജാഗ്രതയോടെ നിന്നു; ദേദനെങ്ങാൻ വരികയാണെങ്കിൽ അനായാസം അറസ്റ്റു ചെയ്യാൻ വേണ്ടി, ആ ഞായറാഴ്ച കൃത്യം 10.30ന് വെള്ളക്കാരനായ ഒരു പൊലീസ് ഇൻസ്പെക്ടർ വലിയ ഒരു പഴഞ്ചൻ മോട്ടോർസൈക്കിളിൽ സ്റ്റേഷനിലെത്തി.

ദീർഘകായനായിരുന്നു, നന്നായി വസ്ത്രധാരണംചെയ്തിരുന്നു. ക്രൂരമായ മുഖഭാവം. പൊലീസുകാരെല്ലാം അറ്റൻഷനായി നിന്നു. അയാൾ അവരെയെല്ലാം പരിശോധിച്ചു. ദേദനെ പിടികൂടാൻ അവർക്ക് കഴിയട്ടെ എന്ന് ആശംസിച്ചു. തന്റെ മോട്ടോർ സൈക്കിളിന് എന്തോ തകരാറുണ്ടെന്ന് അയാൾ അവരെ അറിയിച്ചു. തനിക്ക് വേഗത്തിൽ നൈറോബിയിലെത്തേണ്ടതുണ്ടെന്നും യാത്ര ചെയ്യാൻ വേറൊരു മോട്ടോർസൈക്കിൾ വേണമെന്നും അയാൾ പറഞ്ഞു. അവരത് കൊടുക്കുകയും ചെയ്തു. അങ്ങനെ ആഗതൻ പുതിയ സൈക്കിളിൽ യാത്രയായി. പൊലീസുകാർ അപ്പോഴും ദേദനു വേണ്ടിയുള്ള കാത്തിരിപ്പു തുടർന്നു.

"അയാൾ വന്നോ?"

"ഇടയിൽ കയറി തടസ്സപ്പെടുത്തല്ലേ. കറഞ്ചോ, കഥ തുടരൂ", മറ്റു കേൾവിക്കാർ ഒന്നിച്ച് ആവശ്യപ്പെട്ടു.

"ങും. ആ ഞായറാഴ്ച അവർ ആരെയും കണ്ടില്ല. എല്ലാവർക്കും കടുത്ത നീരസം. പിറ്റേ ദിവസം അവർക്കൊരു കത്തുകിട്ടി. അതു ആകാശത്തുകൂടെ പറന്നുപോകുന്ന ഒരു വിമാനത്തിൽ നിന്ന് താഴേക്കിട്ട തായിരുന്നു."

"കത്തിലെന്തായിരുന്നു?"

കറഞ്ചാ എല്ലാവരേയും ഒരു ജ്ഞാനിയുടെ ഭാവത്തോടെ നോക്കി. പിന്നെ മെല്ലെ പറഞ്ഞു: "ആ കത്ത് ദേദന്റേതായിരുന്നു."

"ങേ!"

"ആ കത്ത്, അയാൾക്കുവേണ്ടി കാത്തിരിക്കുകയും അയാൾക്കായി ഒരു നല്ല മോട്ടോർ സൈക്കിൾ നൽകുകയും ചെയ്ത പൊലീസുകാരോടുള്ള നന്ദി അറിയിച്ചുകൊണ്ടുള്ളതായിരുന്നു."

"ആ പൊലീസ് ഇൻസ്പെക്ടർ ദേദൻ തന്നെയായിരുന്നുവെന്നാണോ പറയുന്നത്?"

"അതെ."

"എന്നാൽ അയാളൊരു വെള്ളക്കാരനായിരുന്നില്ലേ?"

"അതാണ് കാര്യം? ദേദന് എന്തു വേഷമെടുക്കാനും കഴിവുണ്ട്. വെള്ള ക്കാരനാകാം, പക്ഷിയാകാം, മരമാകാം. സ്വയം ഒരു വിമാനമായി മാറു വാനും അയാൾക്കു കഴിയും. മഹായുദ്ധകാലത്താണ് അയാൾ ഇതെല്ലാം പഠിച്ചത്."

ജൊറോഗെ സ്കൂൾ വിട്ടു. രണ്ടുകൊല്ലം മുമ്പായിരുന്നു പുതിയ സ്കൂളിൽ ചേർന്നത്. വീട്ടിലെ ബുദ്ധിമുട്ടുകൾക്കിടയിലും പഠിപ്പു തുടർന്നു. ഭാഗ്യമുണ്ടെങ്കിൽ ആഗ്രഹിക്കുന്നതൊക്കെ ലഭിക്കും. കറാഞ്ചാ യുടെ കഥയെക്കുറിച്ചാലോചിച്ചുകൊണ്ടാണ് അവൻ വീട്ടിലേക്ക് മടങ്ങി യത്. അത് പെരുപ്പിച്ചു പറഞ്ഞ ഒരു കഥയാണെന്ന് അവനറിയാം. എങ്കിലും അതിൽ സത്യത്തിന്റെ അംശങ്ങൾ ഉണ്ടായിരിക്കണം. കിമാത്തിക്ക് വലിയ അദ്ഭുതങ്ങൾ പ്രവർത്തിക്കുവാനുള്ള കഴിവുണ്ടെന്ന് അച്ഛനും കമാവുവും പറയുന്നത് കേട്ടിട്ടുണ്ട്. അസാധാരണക്കാരൻ തന്നെ, സംശയമില്ല.

ജൊറോഗെ വീട്ടിലെത്തി. വേഗത്തിൽ പണിതീർക്കപ്പെട്ട മൂന്നു കുടിലുകൾ കണ്ടു. ഇതാണവന്റെ പുതിയ വീട് - ജക്കോബോവിന്റെ ഭൂമിയിൽ നിന്ന് കുടിയിറക്കപ്പെട്ടതിന് ശേഷമുള്ള വാസസ്ഥലം.

കഷ്ടപ്പാടുകളുടെ കാലമായിരുന്നു അത്. നുഗോത്തോവിന് ജോലിയില്ല. ബോറോ വല്ലാതെ മാറിയിരിക്കുന്നു. അയാൾ അന്തർമുഖനായി. കോറിയുടെയും കമാവുവിന്റെയും ഭാവി അനിശ്ചിതത്വത്തിലായി. ഇതിനിടയിൽ ജക്കോബോ ഒരു തലവനായി അവരോധിക്കപ്പെട്ടിരുന്നു. എപ്പോഴും ഒന്നുരണ്ടു പൊലീസുകാരുടെ കൂടെയായിരുന്നു അയാൾ നടന്നിരുന്നത്. സ്വാതന്ത്ര്യ പോരാട്ടക്കാരായ കാടൻ യുവാക്കളിൽനിന്ന് അയാളെ രക്ഷിക്കാൻ ഈ പൊലീസുകാർ എപ്പോഴും കൂടെയുണ്ടായിരുന്നു. തലവൻ എല്ലാ കുടിലുകളിലും തന്റെ പരിശോധന നിർവ്വഹിച്ചു. ചിലപ്പോൾ പുതിയ ഡിസ്ട്രിക്ട് ഓഫീസറുടെ കൂടെയായിരുന്നു അയാൾ ചുറ്റി സഞ്ചരിച്ചിരുന്നത്. ഹൗലാൻഡ്സ് ആയിരുന്നു പുതിയ ഡി.ഒ.

മുറ്റത്തിന്റെ അരികിൽ ഒരു ചെറിയ കുറ്റിക്കാട് ഉണ്ടായിരുന്നതുകൊണ്ട് മുറ്റം പെട്ടെന്നു കാണാൻ കഴിഞ്ഞിരുന്നില്ല. പിന്നിൽ നുഗാങ്ങായുടെ ഭൂമിയായിരുന്നു - അവരുടെ പുതിയ ജന്മിയുടേത്. അതിന്റെ അങ്ങേ അറ്റത്ത് നീളമേറിയ യുക്കാലിപ്റ്റ്സ് മരങ്ങൾ നിന്നിരുന്നു. പുതിയ സ്കൂൾ, അഞ്ചുനാഴിക ദൂരെയായിരുന്നതുകൊണ്ട് ജൊറോഗെ വല്ലാതെ കഷ്ടപ്പെട്ടു. സ്കൂളുകൾ വളരെ കുറച്ചേ ഉണ്ടായിരുന്നുള്ളൂ. അവയ്ക്കിടയിലുള്ള ദൂരമാകട്ടെ ഏറെയുണ്ടുതാനും. മിഷൻകാരോട് തെറ്റിപ്പിരഞ്ഞ ശേഷം നാട്ടുകാരുണ്ടാക്കിയ സ്വതന്ത്രമായ ഗിക്കുയൂ കരിംഗാ സ്കൂളുകൾ ഗവൺമെന്റ് ഇടപെട്ട് അടപ്പിച്ചിരുന്നു. ഇത് സംഗതികൾ കൂടുതൽ വഷളാക്കി. മുറ്റത്ത് ആരും ഉണ്ടായിരുന്നില്ല. സൂര്യൻ അസ്തമിച്ചു കഴിഞ്ഞിരുന്നു. സൂര്യാസ്തമയത്തിനും കൂരിരുട്ടിനും ഇടയ്ക്ക് സാധാരണയായി ഉണ്ടാകുമായിരുന്ന ഇളംകാറ്റും അന്നുണ്ടായിരുന്നില്ല. ഭയാനകമായ ഒരു ശാന്തത. കൂരിരുട്ടിനുമുമ്പ് വന്ന് ഈ ശാന്തത ഇത്തിരിനേരം ജൊറോഗെയുടെ മനസ്സിലും ഭീതിയുളവാക്കി. അവൻ നിശ്ശബ്ദനായി നിന്നു. ആദ്യം ഒന്നും കേട്ടില്ല. പിന്നീട് സൂക്ഷ്മതയോടെ കാതോർത്തപ്പോൾ നുജേരിയുടെ കുടിലിൽനിന്ന് ചില മർമ്മരങ്ങൾ കേട്ടു. നല്ല തണുപ്പും ഇരുട്ടും എങ്ങും വ്യാപിച്ചിരുന്നു. ഭക്ഷണത്തിന്റെ ലാഞ്ഛന പോലും ഉണ്ടായിരുന്നില്ല. അവന് അപ്പോൾ കൂടുതൽ വിശപ്പുതോന്നി. തണുപ്പിന് കാഠിന്യവുമേറി.

അവൻ നുജേരിയുടെ കുടിലിലേക്കു പോയി.

കുടുംബാംഗങ്ങളെല്ലാം അവിടെ കൂടിയിരുന്നു. ജൊറോഗെ അച്ഛന്റെ ഇരുണ്ട മുഖം കണ്ടു. ആ പണിമുടക്കിനുശേഷം അച്ഛന്റെ മുഖത്ത് സ്ഥായിയായൊരു ചുളിവുണ്ട്. അച്ഛന്റെ പിന്നിൽ കമാവു ഒരു തൂണിന്റെ പിന്നിൽ ചാരിനിൽക്കുന്നുണ്ടായിരുന്നു. കുറെ ദൂരേ, ഇരുട്ടുനിറഞ്ഞ ഒരു മൂലയിൽ, അവന്റെ രണ്ടു അമ്മമാരും ഒരു കട്ടിലിൽ ഇരിക്കുന്നുണ്ടായിരുന്നു. ജൊറോഗെ അകത്തു കടന്നപ്പോൾ തന്നെ ആ മുറിയിൽ ഉറഞ്ഞുകൂടിയിരുന്ന വിഷാദം അവനെയും പിടികൂടി.

"ഇരിക്ക്", നുഗോത്തോ പതിഞ്ഞ ശബ്ദത്തിൽ അവനോടു പറഞ്ഞു. അല്ലെങ്കിലും അവൻ ഇരിക്കാൻ തുടങ്ങുകതന്നെയായിരുന്നു. ഇരുന്നു കഴിഞ്ഞപ്പോൾ ഇടത്തുവശത്തേക്കു നോക്കി. അവിടെ, ആ കുടിലിനെ രണ്ടായി ഭാഗിച്ച ചുമരിന്റെ നിഴലിൽ അവന്റെ സഹോദരൻ ബോറോ ഇരിക്കുന്നുണ്ടായിരുന്നു. കുറെ മാസങ്ങളായി ബോറോയെ വീട്ടിൽ കാണാനുണ്ടായിരുന്നില്ല.

"ക്ഷമിക്കണം. ഞാൻ കണ്ടില്ല. എന്തൊക്കെയുണ്ട് വിശേഷം?"

"സുഖം. സ്കൂൾ എങ്ങനെയുണ്ട്?" ജൊറോഗെയുടെ പഠിത്തത്തിൽ ബോറോ പ്രത്യേക താത്പര്യം കാണിച്ചിരുന്നു.

"അതൊക്കെ നന്നായിപ്പോകുന്നു. നൈറോബി എങ്ങനെയുണ്ട്? കോറിക്ക് സുഖമല്ലേ?"

"മോനെ, അവൻ സുഖമായിരിക്കുന്നുവെന്ന് നമുക്ക് ആശിക്കാം," അച്ഛനാണ് മറുപടി പറഞ്ഞത്. ജൊറോഗെ ഭയത്തോടെ ബോറോവിനെ നോക്കി. അവൻ നിശ്ശബ്ദനായിരുന്നു.

നുജേരി ചോദിച്ചു: "അവന് കുഴപ്പമൊന്നുമില്ലെന്ന് നീ കരുതുന്നുണ്ടോ?"

"എനിക്കറിയില്ല. അവനൊറ്റയ്ക്കല്ലല്ലോ. അവന്റെകൂടെ ഒരുപാടാളുകളുണ്ട്."

"അപ്പോൾ മറ്റുള്ളവരെ കൊണ്ടുപോയതെവിടെയാണെന്ന് നിനക്കറിയില്ല അല്ലേ?"

"ഇല്ല." അവൻ നിലത്ത് മിഴിയൂന്നിക്കൊണ്ടുനിന്നു. അവൻ എഴുന്നേറ്റു. കാലുകൾക്ക് ഉറച്ചു നിൽക്കുന്നില്ല.

അവൻ വികാരഭരിതനായിരുന്നു. വീണ്ടും ഇരുന്നു. കരയുന്ന സ്വരത്തിൽ പറഞ്ഞു. "അവർ അങ്ങനെ കൊണ്ടുപോവുകയാണെങ്കിൽ... എങ്കിൽ..."

ബോറോവിന് ഭ്രാന്തുപിടിച്ചുവെന്ന് ജൊറോഗെ വിചാരിച്ചു. എന്നാൽ ആ നിമിഷം തന്നെ വാതിൽ തുറക്കപ്പെട്ടു. കോറി കടന്നുവന്നു. അവൻ വല്ലാതെ ക്ഷീണിതനും പരിഭ്രാന്തനും ആയി കാണപ്പെട്ടു. താൻ വേട്ടയാടപ്പെടുന്നതായി അവന്റെ മുഖം വിളിച്ചുപറയുന്നുണ്ടായിരുന്നു. കുഴഞ്ഞു വീഴുന്നതുപോലെ അവൻ ഇരുന്നു.

"എന്തുപറ്റി?" രണ്ടു സ്ത്രീകളും ഒന്നിച്ചു ചോദിച്ചു.

"വെള്ളം... തിന്നാനെന്തെങ്കിലും..." അവൻ വാ പൊളിച്ചു. കുറച്ച് കഴിഞ്ഞു അദ്ഭുതപരവശരായി, അവിടെ കൂടിയിരുന്നവരോട് അവൻ തന്റെ കഥ പറഞ്ഞു. ആരംഭിച്ചത് ഒരു ചിരിയോടെയാണ്.

"ഒരുപാടാളുകൾ ജയിലിലുണ്ട്. എന്തൊരു നഷ്ടം." പിന്നെ അവൻ ബോറോയുടെ നേർക്ക് തിരിഞ്ഞു ചോദിച്ചു. "അപ്പോ ആ രക്ഷപ്പെട്ട മൂന്നിലൊരാൾ നീയാണ്."

"ഞങ്ങൾ അഞ്ചുപേരുണ്ടായിരുന്നു."

"നിങ്ങൾ ഭീകരപ്രവർത്തകരാണെന്നാണല്ലോ അവർ പറഞ്ഞത്."

"നീയെങ്ങനെയറിഞ്ഞു?"

"നമ്മളെ ആ വയലിലേക്ക് കൊണ്ടുപോയപ്പോൾ നിന്നെ കാണാതായി. പിന്നെ നിങ്ങൾ രക്ഷപ്പെട്ടു. അതിനുശേഷം പൊലീസുകാർ കൂടുതൽ ജാഗരൂകരായിരുന്നു. ചിലരെ അടിക്കുക പോലും ചെയ്തു. നേരം വെളുക്കുന്നതിനുമുമ്പ് ഞങ്ങളെയെല്ലാം ട്രക്കുകളിൽകയറ്റി. എവിടേക്കാണ് ഞങ്ങളെ കൊണ്ടുപോകുന്നതെന്ന് ഞങ്ങൾക്കറിവുണ്ടായിരുന്നില്ല. ഞങ്ങളെ അവർ കൊല്ലുമെന്ന് ഭയമുണ്ടായിരുന്നു. ഒരു കാട്ടിനുള്ളിലേക്ക് വണ്ടി കടന്നപ്പോൾ ശരിക്കും പേടിച്ചു. വണ്ടിയുടെ വേഗം കുറഞ്ഞുവന്നു. ഉടനെ വണ്ടിയിൽ നിന്നും ചാടി രക്ഷപ്പെടണമെന്ന് തോന്നി. ഞാനതുതന്നെ ചെയ്തു. അവർ സ്തബ്ധരായിപ്പോയി. വെടി പൊട്ടുംമുമ്പ് ഞാൻ കാട്ടിനുള്ളിൽ മറഞ്ഞു. എന്റെ കാൽമുട്ട് നോക്കൂ-"

ബോറോ ഒഴികെ എല്ലാവരും അവന്റെ ചുറ്റും കൂടി. ബോറോ മാത്രം ഏതോ ചിന്തകളിൽ മുഴുകി അനങ്ങാതിരുന്നു. ഒരു വൃത്തികെട്ട തുണിക്കഷണംകൊണ്ട് കാൽമുട്ട് പൊതിഞ്ഞുവെച്ചിരുന്നു. അവൻ അതെടുത്ത് മാറ്റിയപ്പോൾ കാലിലെ വ്രണം കാണാമായിരുന്നു.

"ഹാ! അവർ എന്നെ തിരഞ്ഞുപോയോ എന്നൊന്നും എനിക്കറിയില്ല. ദിവസങ്ങളോളം ഞാൻ നടക്കുകയായിരുന്നു. ഒരിക്കൽ ഒരു ലോറിയിൽ ഒരു ലിഫ്റ്റ് കിട്ടിയെന്നുമാത്രം."

"അവരെന്തിനാണ് കറുത്തവർഗ്ഗക്കാരെ അടിച്ചമർത്തുന്നത്?" നുജേരി വെറുപ്പോടെ ചോദിച്ചു. പട്ടിണിയും കഷ്ടപ്പാടും നിറഞ്ഞ അവരുടെ ദിവസങ്ങൾ ഇത്തരം ആശങ്കകൾകൊണ്ട് കൂടുതൽ കലുഷമായി. കൂടുതൽ വൃദ്ധയായതുപോലെ.

രാവേറെച്ചെല്ലുവോളം അവർ പതിഞ്ഞ സ്വരത്തിൽ സംസാരിച്ചുകൊണ്ടിരുന്നു.

"ജോമോ ജയിലിൽനിന്നും പുറത്തുവരും മുമ്പ് അവർക്ക് കറുത്തവരെ അടിച്ചമർത്തേണ്ടതുണ്ട്. കേസിൽ ജോമോ ജയിക്കും എന്ന് അവർക്കറിയാം. അതുകൊണ്ടാണ് അവർക്കിത്ര പരിഭ്രമം." കോറി വിശദീകരിച്ചു.

"ജോമോ ജയിക്കുകയായണെങ്കിൽ അവർ ജയിലിലുള്ളവരെ പുറത്തു വിടുമോ?"

"പിന്നില്ലാതെ? എല്ലാവരെയും വിടും. അങ്ങനെ സ്വാതന്ത്ര്യം കൈവരും."

നുഗോത്തോ അധികമൊന്നും സംസാരിച്ചില്ല. അയാൾ ഒരു മൂലയിലിരുന്നു. ചുറ്റും നടക്കുന്ന സംഭാഷണം അച്ഛൻ ശ്രദ്ധിക്കുന്നുണ്ടോ എന്ന് ജൊറോഗേയ്ക്ക് മനസ്സിലായില്ല. നുഗോത്തോവിന് വലിയ മാറ്റം വന്നിരുന്നു. പണിമുടക്കിനുശേഷം ബോറോ അച്ഛനോട് വഴക്കിട്ടിരുന്നു. കിയാരിയുടെ മുന്നറിയിപ്പ് വകവെയ്ക്കാതെ നടത്തിയ എടുത്തുചാട്ടമാണ് എല്ലാ പ്രശ്നത്തിനും കാരണമെന്ന് ബോറോ കുറ്റപ്പെടുത്തി. അവന് നുഗോത്തോവിനോട് പുച്ഛമായിരുന്നു. എന്നാൽ അവൻ അത് ആ രണ്ടവസരങ്ങളിൽ മാത്രമേ പ്രകടമാക്കിയുള്ളൂ എന്നുമാത്രം. അതിനുശേഷം നുഗോത്തോവിനെ എപ്പോഴും വിമർശിച്ചുകൊണ്ടിരുന്നു. അതുകാരണം നുഗോത്തോവിന്റെ വീട്ടിലെ സ്ഥാനം ചെറുതായി. തന്റെ മക്കളുടെയും അവരുടെ സുഹൃത്തുക്കളുടെയും കൂട്ടത്തിൽ അയാൾ മാസങ്ങളോളം അങ്ങനെതന്നെ തുടർന്നു. പലപ്പോഴും മകന് കീഴടങ്ങി. അങ്ങനെ, അച്ഛൻ തന്റെ ചൊൽപ്പടിക്ക് വഴങ്ങുമെന്ന് ബോറോ വിചാരിച്ചു. എന്നാൽ നുഗോത്തോ കീഴടങ്ങിയില്ല. മകന്റെ കൈയിൽനിന്ന് മൗ മൗ പ്രതിജ്ഞ (കെനിയയുടെ സ്വാതന്ത്ര്യത്തിനുവേണ്ടി പോരാടുന്ന ആഫ്രിക്കൻ വിമോചന സേന (ഫ്രീഡം ആർമി) എന്ന തീവ്രവാദ സംഘടനയിൽ അംഗമാകുന്നതിന് മുൻപ് അംഗങ്ങൾ എടുക്കേണ്ടുന്ന പ്രതിജ്ഞ) സ്വീകരിക്കുവാൻ അയാൾ തയ്യാറായിരുന്നില്ല. അവർക്കിടയിൽ ചെറിയ കലഹങ്ങളുണ്ടായി. കുറെ ദിവസത്തേക്ക് ബോറോ വീട്ടിൽ കയറിയതേയില്ല.

ഒമ്പത്

ജോമോ ജയിക്കുമെന്ന് എല്ലാവർക്കും അറിയാമായിരുന്നു. ദൈവം തന്റെ തിരഞ്ഞെടുക്കപ്പെട്ട ജനതയെ കൈവിടുകയില്ല. ഇസ്രായേലിന്റെ സന്തതികൾ ജയിച്ചേ തീരൂ. പൂർവ്വകല്പിതമായ ഈ വിജയത്തിലായിരുന്നു ജനങ്ങൾ വിശ്വാസമർപ്പിച്ചിരുന്നത്. ജോമോ തോല്ക്കുകയാണെങ്കിൽ അതിനർത്ഥം കെനിയയിലെ കറുത്ത വർഗ്ഗക്കാർ തോൽക്കുക എന്നാണ്. ജോമോയ്ക്കുവേണ്ടി വാദിക്കാൻ ഇംഗ്ലണ്ടിൽ നിന്നുപോലും അഭിഭാഷകർ വന്നിരുന്നു.

വിധി പ്രഖ്യാപിക്കുന്നതിന്റെ തലേന്ന് കിംപാങ്ങായിലും പരിസരത്തും നല്ല മഴ പെയ്തിരുന്നു. എല്ലാവർക്കും വലിയ സന്തോഷം. മഴ ഒരു നല്ല ശകുനമായിരുന്നു. കറുത്തവരുടെ വിധിദിനമായിരുന്നു. 'ദെമിനാമതാതി' യിൽ നിന്നുള്ള കറുത്തവരുടെ ആത്മാവാണ് പ്രതിക്കൂട്ടിൽ. അവർ ജയിക്കുമോ? ഈ ചോദ്യത്തിനുള്ള ഉത്തരത്തിലെ സന്ദിഗ്ധതയാണ് ജനങ്ങളെ പരിഭ്രമിപ്പിക്കുന്നതും ജയിക്കുമെന്ന് ഉറച്ചു ചിന്തിക്കുവാൻ പ്രേരിപ്പിക്കുന്നതും.

സ്കൂളിൽ ഒരു ചെറിയ വാക്കേറ്റം നടന്നു. അത് തുടങ്ങിവെച്ചത് കറാഞ്ചാ ആയിരുന്നു. 'സായി'ക്കടുത്തുള്ള 'നുദേയാ'യിൽ നിന്നായിരുന്നു കറാഞ്ചോ വന്നിരുന്നത്. അവൻ പറഞ്ഞു: "ജോമോ ജയിച്ചേ തീരൂ. യൂറോപ്യന്മാർക്ക് അദ്ദേഹത്തെ പേടിയാണ്."

"ഇല്ല, ജോമോ ജയിക്കില്ല, ഇന്നലെ എന്റച്ഛൻ പറഞ്ഞു."

"നിന്റച്ഛൻ ഒരു ഹോംഗാർഡാണ്." മറ്റൊരു പയ്യൻ പകയോടെ പറഞ്ഞു. രണ്ടുപേർ തമ്മിൽ ശണ്ഠ കൂടി. മറ്റൊരു മൂലയിൽ വേറൊരു വിഷയത്തെച്ചൊല്ലിയായിരുന്നു തർക്കം.

"ഹോംഗാർഡുകളും അവരുടെ യജമാനന്മാരായ വെള്ളക്കാരും... അവർ മൗ മൗക്കാരെപ്പോലെത്തന്നെ കൊള്ളരുതാത്തവരാണ്."

"അല്ല. മൗ മൗ അത്ര മോശക്കാരല്ല. അവർ വെള്ളക്കാരായ

കുടിയേറ്റക്കാർക്കെതിരായി സ്വാതന്ത്ര്യസമരം ചെയ്യുകയാണ്. സ്വന്തം രാജ്യത്തിനുവേണ്ടി യുദ്ധം ചെയ്യുന്നത് മോശമാണോ? പറയൂ."

"എന്നാൽ അവർ കറുത്തവരുടെ കഴുത്തറക്കുന്നതെന്തിനാണ്?"

"എന്താണീ മൗ മൗ എന്നു പറഞ്ഞാൽ?" ജൊറോഗെ ചോദിച്ചു. അതെന്താണെന്ന് അവന് അറിയാമായിരുന്നില്ല. മറ്റുള്ളവർ തന്നെ വിവരം കെട്ടവൻ എന്ന് കുറ്റപ്പെടുത്തുമെന്ന ഭയമുണ്ടായിരുന്നുവെങ്കിലും അറിയാനുള്ള കൗതുകത്താൽ അവൻ ചോദിച്ചുപോയി.

അപ്പോൾ മാത്രം അക്കൂട്ടത്തിൽ കൂടിയ കറാഞ്ചാ പറഞ്ഞു: "അതൊരു രഹസ്യമായ സംഘമാണ്. അതിൽ ചേരുന്നവർ സ്വാതന്ത്ര്യ ത്തിനുവേണ്ടി പ്രതിജ്ഞ ചെയ്യുന്നു. അങ്ങനെ അതിൽ അംഗമാകുന്നു. അവർക്ക് സ്വന്തം പടയാളികളുണ്ട്, നാടിനുവേണ്ടി പടപൊരുതാൻ. കിമാത്തിയാണ് അവരുടെ നേതാവ്."

"ജോമോ അല്ലേ?" ഒരു കണ്ണിന് സുഖമില്ലാതിരുന്ന ഒരു ചെറിയ കുട്ടി ചോദിച്ചു.

"എനിക്കറിയില്ല." കറാഞ്ചാ തുടർന്നു. "അച്ഛൻ പറയുന്നത് ഫ്രീഡം ആർമിയുടെ പടനായകൻ കിമാത്തി ആണെന്നാണ്. ജോമോ 'കെ.എ. യു.വി'ന്റെ നേതാവാണ്. എനിക്ക് കെ.എ.യു.വിനെ ഇഷ്ടമാണ്. മൗമൗ വിനെ പേടിയും."

"അവരെല്ലാം ഒന്നല്ലേ? കറുത്തവരുടെ സ്വാതന്ത്ര്യത്തിനുവേണ്ടി പട പൊരുതുന്നവർ?" നീണ്ടുമെലിഞ്ഞ, ദുർബലനായ ഒരു കുട്ടിയായിരുന്നു ഇതു പറഞ്ഞത്. വിദൂരതയിലേക്ക് നോട്ടമിട്ടുകൊണ്ട് അവൻ പറഞ്ഞു: "എനിക്ക് കാട്ടിൽ പോയി യുദ്ധം ചെയ്യാനിഷ്ടമാണ്."

എല്ലാ കണ്ണുകളും അവന്റെ നേരെ തിരിഞ്ഞു. അവൻ എന്തോ നിഗൂഢാർത്ഥമുള്ള ഒരു പ്രഖ്യാപനം നടത്തിയതുപോലെ എല്ലാവരും ഗൗരവം പൂണ്ടു. പിന്നെ ഒരു കുട്ടി നിശ്ശബ്ദത ഭഞ്ജിച്ചു. "എനിക്കും യുദ്ധം ചെയ്യണം. എന്റെ അച്ഛൻ മഹായുദ്ധത്തിൽ ബ്രിട്ടീഷുകാർക്കു വേണ്ടി യുദ്ധം ചെയ്തപ്പോൾ ചെയ്തതുപോലെ എനിക്കും ഒരു വലിയ തോക്ക് ചുമലിലേന്തി നടക്കണം. കറുത്തവർക്കുവേണ്ടിയായിരിക്കും ഞാൻ യുദ്ധം ചെയ്യുന്നത്."

"കറുത്തവർ ജയിക്കട്ടെ!"

"ജോമോ ജയിക്കട്ടെ."

മണി മുഴങ്ങി. അവർ കൂട്ടം പിരിഞ്ഞു. വൈകുന്നേരത്തെ ക്ലാസുകളി ലേക്ക് അവർ വേഗത്തിൽ മടങ്ങി.

ജോമോ കേസിൽ തോറ്റുപോയെന്ന് അന്നു രാത്രിയാണ് ജൊറോഗെ അറിഞ്ഞത്. അവന് വല്ലാത്ത നിരാശ തോന്നി. വയറ്റിൽ എന്തോ ഒരു വേദനപോലെ. എന്താണാലോചിക്കേണ്ടതെന്നതിനെക്കുറിച്ചുപോലും അവന് ഒരു രൂപവുമുണ്ടായില്ല.

"അതൊക്കെ മുൻകൂട്ടി തീരുമാനിച്ചുറപ്പിച്ചതായിരുന്നു." കോറി വിശദീകരിച്ചു. ഒരാശ്വാസത്തിനുവേണ്ടി അവരെല്ലാം നുജേരിയുടെ കുടിലിൽ ഒത്തുകൂടിയതായിരുന്നു. പിറ്റേന്നു രാവിലെ പിരിയുമ്പോൾ ആളുകൾ തമ്മിൽ അവ 'വിട' എന്നു പറഞ്ഞില്ല. കാരണം അതിന്റെ നിഗൂഢാർത്ഥത്തെക്കുറിച്ചു ആലോചിക്കുവാൻ പോലും അവർക്ക് പേടിയായിരുന്നു. ഒരുപക്ഷേ അതിനർത്ഥം എന്നന്നേക്കുമായി വിട" എന്നായിത്തീർന്നേക്കാം. നുഗോത്തോ പോലും തന്റെ കുടുംബത്തിന് എന്തു സംഭവിക്കും എന്നതിനെക്കുറിച്ചാലോചിച്ച് ഭയപ്പെട്ടിരുന്നു. കാരണം, നാട്ടിലെ ഏറ്റവും ശക്തനായിത്തീർന്ന ജക്കോബോ നുഗോത്തോവിന് ഒരിക്കലും മാപ്പു കൊടുത്തിരുന്നില്ല. ഇന്നല്ലെങ്കിൽ നാളെ 'തലവൻ' പ്രതികാരം വീട്ടുമെന്ന് നുഗോത്തോവിന് അറിയാമായിരുന്നു. ഒരുപക്ഷേ പറ്റിയ അവസരം കാത്തിരിക്കുകയായിരിക്കാം. ഇനി ജീവിച്ചിരുന്നിട്ടെന്തു കാര്യം? ആകെ മടുപ്പു ബാധിച്ചിരിക്കുന്നു. ഇതുവരെയുള്ളതുപോലുള്ള പ്രതീക്ഷാനിർഭരമായ ആ കാത്തിരിപ്പ് ഇനി സാധ്യമല്ല.

കറുത്ത വർഗ്ഗക്കാർ ഭൂമി സ്വന്തമാക്കുമെന്ന പ്രവചനം ഒരുപക്ഷേ അസംഭവ്യമായേക്കാം. പണിമുടക്കിൽ ചേർന്നത് ഒരു തെറ്റായിപ്പോയോ? തന്റെ പൂർവ്വികരുടെ ഭൂമിയുമായുള്ള എല്ലാ ബന്ധങ്ങളും അറ്റുപോയിരിക്കുന്നു. പൂർവ്വപിതാക്കളുമായുള്ള ആത്മബന്ധമായിരുന്നു ഇതുവരെ കരുത്ത് നൽകിയിരുന്നത്. പക്ഷേ അയാൾക്കെന്തു ചെയ്യാൻ കഴിയും? പണിമുടക്കിൽ ചേരുകയേ നിർവ്വാഹമുണ്ടായിരുന്നുള്ളൂ. ഇല്ലെങ്കിൽ മകൻ അയാളെ കുറ്റപ്പെടുത്തുകയില്ലായിരുന്നോ? യുദ്ധത്തിനുപോയി പട പൊരുതുകയും സ്വസഹോദരന്റെ മരണത്തിന് സാക്ഷിയാവുകയും ചെയ്ത ബോറോവിന്റെ കണ്ണുകൾ തന്നെ കുറ്റപ്പെടുത്തുമ്പോൾ കുറ്റബോധം തോന്നാതിരിക്കുന്നതെങ്ങനെ? എന്നാലും നുഗോത്തോ അവനോട് എപ്പോഴും സൗമ്യമായിട്ടേ പെരുമാറിയിരുന്നുള്ളൂ; കാരണം, യുദ്ധത്തിൽ ഒരുപാട് തീക്ഷ്ണാനുഭവങ്ങൾ അവന് ഉണ്ടായിട്ടുണ്ടാകാം.

എന്തുകൊണ്ടാണോ താൻ ജക്കോബോവിനെതിരായി തിരിഞ്ഞത്, അതൊരിക്കലും യുക്തിക്ക് നിരക്കുന്നതായിരുന്നില്ല. എങ്കിലും അതാണ് ബോറോവിനെ കൂടുതൽ അകറ്റിയത്. മക്കളുടെ ദൃഷ്ടിയിൽ തന്റെ പ്രവൃത്തികൾ എങ്ങനെ വിലയിരുത്തപ്പെടുമെന്നതിനെക്കുറിച്ച് നുഗോത്തോവിന് എപ്പോഴും സംശയമായിരുന്നു. താനും തന്റെ തലമുറയും തോറ്റുപോയെങ്കിൽ അതിന്റെ ഫലമനുഭവിക്കാനും അയാൾ തയ്യാറായിരുന്നു... കുട്ടികളുടെ കണ്ണിൽ നല്ലവനാകാൻവേണ്ടി എന്തുതന്നെ ചെയ്താലും മകന്റെ ആജ്ഞയ്ക്കനുസരിച്ച് മൗ മൗ പ്രതിജ്ഞയെടുക്കാൻ അയാൾ തയ്യാറില്ലായിരുന്നു. പ്രത്യയശാസ്ത്രപരമായി അതിനോട് വിയോജിപ്പുള്ളതുകൊണ്ടൊന്നുമല്ല. എന്തുതന്നെ പറഞ്ഞാലും പ്രതിജ്ഞയെടുത്ത് സ്വജീവിതം ഒരു ലക്ഷ്യത്തിനുവേണ്ടി സമർപ്പിക്കുകയെന്നത് ഗിരിവർഗ്ഗക്കാരായ തങ്ങളുടെ ഒരു സ്വഭാവ വിശേഷമാണല്ലോ. എന്നാൽ മകൻ

തനിക്ക് പ്രതിജ്ഞ ചൊല്ലിത്തരികയെന്നുവെച്ചാൽ? അത് അച്ഛനെന്ന നിലയ്ക്ക് തനിക്ക് യോജിച്ചതല്ല. അത്തരമൊരു പ്രതിജ്ഞയ്ക്ക് കുടുംബാധിപനെന്ന നിലയ്ക്ക് താനാണ് മുൻകൈയെടുക്കേണ്ടത്. മറിച്ച് മകനല്ല. അവൻ ധാരാളം സഞ്ചരിച്ചിട്ടുണ്ടാകാം. വലിയ വിജ്ഞാനിയായിരിക്കാം. എന്നിരിക്കിലും താനും തന്റെ തലമുറയിലുള്ളവരും കാത്തുസൂക്ഷിച്ചുവരുന്ന ആചാരാനുഷ്ഠാനങ്ങൾ ഈ രീതിയിൽ മാറ്റിമറിക്കുന്നത് ശരിയല്ല. എന്നിട്ടും ഭൂമി നഷ്ടപ്പെട്ടതിനെക്കുറിച്ച് ബോറോവിനേക്കാൾ കൂടുതൽ ദുഃഖം തോന്നുന്നത് തനിക്കു തന്നെയാണ്. കാരണം, തനിക്ക് അതൊരു ആത്മീയമായ നഷ്ടമാണ്. ഒരു മനുഷ്യൻ അവന്റെ പൂർവ്വികരുടെ ഭൂമിയിൽനിന്ന് പുറത്താക്കപ്പെട്ടാൽ സ്രഷ്ടാവിനുള്ള ബലി, അവൻ എവിടെയാണ് അർപ്പിക്കുക? വർഗ്ഗത്തിന്റെ ആദിപിതാക്കളായ ഗിക്കുയൂവും മുംബിയുമായി പിന്നെ ബന്ധം സ്ഥാപിക്കുന്നതെങ്ങനെ? പ്രതിജ്ഞയെക്കുറിച്ചും പുരാതനമായ അനുഷ്ഠാനങ്ങളെക്കുറിച്ചും പൂർവ്വികരുടെ ആത്മാക്കളെക്കുറിച്ചും മറ്റും ബോറോവിന് എന്തറിയാം? മകനുമായുള്ള ഈ അകൽച്ച നുഗോത്തോവിന്റെ ജീവിതത്തെ അനുദിനം വിഷമിപ്പിച്ചു.

നുഗോത്തോവിനും ജോമോ തന്നെയായിരുന്നു ആശാകേന്ദ്രം. വെള്ളക്കാരെ ആട്ടിയോടിക്കാൻ ജോമോ തന്നെ വേണമെന്ന് അയാൾ ആഗ്രഹിക്കുന്നുണ്ട്. അറിവും വിപുലമായ ലോകസഞ്ചാരവുംകൊണ്ട് വിശുദ്ധമാക്കപ്പെട്ട ആചാരവിശ്വാസങ്ങളുടെ പ്രതീകമാണ് അയാളുടെ കണ്ണിൽ ജോമോ. എന്നാൽ ഇപ്പോൾ താൻ പരാജയപ്പെട്ടിരിക്കുന്നു. ജക്കോബോ തലവനായിരിക്കുന്നു; ഹൗലാൻഡ്സ് ഡിസ്ട്രിക്ട് ഓഫീസറും. ഇപ്പോൾ സ്വന്തം ചോരയും നീരുമായ മകനിൽ നിന്നുപോലും താൻ അന്യനായിരിക്കയാണ്. ഏറ്റവും ഇളയ പുത്രനിൽ ഇനി വിശ്വാസമർപ്പിക്കാമോ? എന്നാൽ ജൊറോഗെയ്ക്കറിയുമോ എന്താണ് സംഭവിക്കുന്നതെന്ന്? അല്ലെങ്കിൽ ആർക്കാണറിയാവുന്നത് എന്തൊക്കെയാണ് സംഭവിക്കുന്നതെന്ന്!

അന്നു രാത്രിയും അവർ മന്ത്രിക്കുംമട്ടിൽ സംസാരിച്ചു. ബോറോ ഒരു മൂലയിൽ പതുങ്ങിയിരുന്നു. അവൻ എന്നത്തേക്കാളും തന്നിലേക്കു തന്നെ ഉൾവലിഞ്ഞിരിക്കുന്നു.

"ഇതു പ്രതീക്ഷിച്ചതായിരുന്നു." കോറി വീണ്ടും പറഞ്ഞു.

ന്യോക്കാബി പറഞ്ഞു: "അദ്ദേഹം തോൽക്കുമെന്ന് എനിക്കറിയാമായിരുന്നു. വെള്ളക്കാരെല്ലാം ഒരുപോലെയാണെന്ന് ഞാനെന്നും പറയാറുമുണ്ടല്ലോ. അദ്ദേഹത്തിന്റെ വക്കീലന്മാർക്ക് വല്ലവരും കൈക്കൂലി കൊടുത്തിട്ടുണ്ടായിരിക്കും."

"അതു മാത്രമല്ല," നുജേരി പറഞ്ഞു. "ഞാനൊരു സ്ത്രീയാണ്. എനിക്കതിന്റെ കാരണമൊന്നുമറിയില്ല. എന്നാൽ അത് പകൽ വെളിച്ചം

പോലെ തെളിഞ്ഞു കാണാം. വെള്ളക്കാരൻ ഒരു നിയമമോ, ചട്ടമോ, വേറെയെന്തെങ്കിലും അതെന്തോ ആകട്ടെ അതുണ്ടാക്കുന്നു. ആ നിയമമുപയോഗിച്ച് കറുത്തവന്റെ ഭൂമി കൈവശമാക്കുന്നു. എന്നിട്ട് ആ ഭൂമിയെക്കുറിച്ചും മറ്റനവധി കാര്യങ്ങളെക്കുറിച്ചും വേറെ ഒരുപാട് നിയമങ്ങൾ ജനങ്ങളുടെ മേൽ അടിച്ചേല്പിക്കുന്നു. ഇതൊന്നും, ആദ്യകാലത്തെപ്പോലെ, ജനങ്ങളുടെ സമ്മതത്തോടെയൊന്നുമല്ല. ഇപ്പോൾ ഒരാൾ ജനങ്ങളുടെയിടയിൽനിന്നുയർന്നുവന്നു, ഭൂമി തട്ടിയെടുത്തതിനെ ന്യായീകരിക്കുന്ന നിയമങ്ങളെ എതിർക്കുകയാണെങ്കിലോ? എതിർക്കപ്പെടുന്ന നിയമങ്ങളുണ്ടാക്കിയ അതേ ആൾക്കാർ തന്നെ അയാളെ പിടികൂടുന്നു. എന്നിട്ട് അയാൾ ആ വിദേശികളുണ്ടാക്കിയ നിയമങ്ങളുടെ അടിസ്ഥാനത്തിൽ വിചാരണ ചെയ്യപ്പെടുന്നു. ഇനി പറയൂ, അത്തമൊരവസരത്തിൽ ആ മനുഷ്യൻ എങ്ങനെ ജയിക്കാനാണ്, ദൈവത്തിന്റെ മാലാഖമാരാണ് അയാളുടെ വക്കീലന്മാരെങ്കിൽക്കൂടി... അതാണ് ഞാൻ പറഞ്ഞത്..."

നുജേരി കിതയ്ക്കുകയായിരുന്നു. അവർ ഇത്ര ദീർഘമായി സംസാരിക്കുന്നത് ജൊറോഗെ ഇതുവരെ കേട്ടിരുന്നില്ല. എങ്കിലും അവർ പറഞ്ഞതിൽ കാര്യമുണ്ടായിരുന്നു. എല്ലാരും അവരെത്തന്നെ നോക്കി. അവരുടെ കണ്ണുകളിൽ നിന്ന് കണ്ണുനീർ വരുന്നുണ്ടായിരുന്നു. ബോറോ ആണ് ഇപ്പോൾ സംസാരിക്കുന്നത്. എന്നാൽ അതൊരു വിലാപമായിരുന്നു.

"...വെള്ളക്കാരെല്ലാം ഒറ്റക്കെട്ടായി നില്ക്കുന്നു. എന്നാൽ കറുത്തവരായ നാം പരസ്പരം കലഹിക്കുന്നു. അവരുടെ ഒരുമ ഒന്നുകൊണ്ടു മാത്രമാണ് നമ്മുടെ ഏക ആശാകേന്ദ്രമായ ജോമോയെ ജയിലിലടയ്ക്കാൻ കഴിഞ്ഞത്. ഇനി അവർ നമ്മെ അടിമകളാക്കും. യുദ്ധത്തിലേക്ക് അവർ നമ്മെ വലിച്ചിഴച്ചു. നാം വിലമതിക്കുന്നതിനെയെല്ലാം ഇല്ലായ്മ ചെയ്തു..."

ജൊറോഗെ ഒരപസ്മാരബാധിതനെപ്പോലെ തന്റെ ഇരിപ്പിടം മുറുകെപ്പിടിച്ചു. ജനങ്ങൾക്കെതിരായി നടത്തപ്പെട്ട കൊടുംക്രൂരതകളെല്ലാം തന്നെ ബോറോവിന്റെ വിലാപസ്വരത്തിൽ ഊറിക്കൂടിയിരുന്നു. തങ്ങളോടു ചെയ്ത തെറ്റുകൾക്ക് പ്രതികാരമായി എന്തും ചെയ്യാൻ ജൊറോഗെ തയ്യാറായി. എന്നാൽ ഉള്ളിൽ അല്പം ഭയവുമുണ്ടായിരുന്നു.

പെട്ടെന്ന്, ബോറോ എഴുന്നേറ്റു നിന്ന് ഉച്ചത്തിൽ അലറി.

"ഇല്ല! പാടില്ല! കറുത്തവർ ഉണരണം! പടവെട്ടണം!"

ജൊറോഗെയുടെ കണ്ണുകൾ പതറി. ന്യോക്കാബി ശ്വാസം വിഴുങ്ങി നിന്നു. നുജേരി ഭയപ്പാടോടെ വാതിലുകൾക്കുനേരെ നോക്കി.

പത്ത്

ദീർഘചതുരാകൃതിയിലുള്ളതും ചുവന്ന ഓടിട്ടതുമായ ചെറിയ കെട്ടിടമായിരുന്നു ഓഫീസ്. പ്രധാന കെട്ടിടത്തിനു ചുറ്റും മറ്റു കെട്ടിടങ്ങളുണ്ടായിരുന്നു. ചിലത് കല്ലുകൊണ്ട് നിർമ്മിച്ച് മേൽപ്പുര പാത്തികളുള്ള ലോഹത്തകിടുകൊണ്ടുള്ളത്. കുറച്ചകലെയായി പുല്ലു മേഞ്ഞ മേൽക്കൂരകളും വെള്ളവലിച്ച മൺചുമരുകളുമുള്ള ചെറിയ കുറേ കുടിലുകൾ. ഇതായിരുന്നു പൊലീസ് ക്യാമ്പ്. ക്യാമ്പിനുചുറ്റും മുള്ളുവേലിയുമുണ്ടായിരുന്നു.

ഹൗലാൻഡ്സ് തന്റെ ഓഫീസിലിരുന്നു. ഇടത്തെ ചുമൽ മേശയോട് തൊട്ടിരുന്നു. ഇടതുകൈകൊണ്ട് തല താങ്ങിപ്പിടിച്ചിരുന്നു. തുറന്നുകിടന്നിരുന്ന ഒരു ചെറിയ കണ്ണാടി ജാലകത്തിനുള്ളിലൂടെ അയാൾ വളരെ വിഷമിച്ച് പുത്തേക്ക് നോക്കുന്നതുപോലെ തോന്നി. വലതുകൈയിൽ പിടിച്ചിരുന്ന ഒരു പെൻസിൽകൊണ്ട് മേശയിൽ താളമിട്ടുകൊണ്ടിരുന്നു. അയാളുടെ ഇരിപ്പുകണ്ടാൽ പൊലീസുകാരുടെ ക്വാർട്ടേഴ്സുകളിലേക്ക് നോക്കിക്കൊണ്ടിരിക്കുകയാണെന്നു തോന്നും. എന്നാൽ അയാളുടെ മനസ്സ് ഭൂതകാലത്തിലായിരുന്നു. കുട്ടിക്കാലം, ദീർഘചതുരാകൃതിയിലുള്ള വീട്ടുമുറ്റത്ത് മറ്റു കുട്ടികളുമൊത്ത് കളിക്കാറുണ്ടായിരുന്നു. ആ സ്വപ്നങ്ങൾക്ക് അവയുടേതായ ഗൗരവമുണ്ടായിരുന്നു. ചെറിയ കലഹങ്ങൾ. താൻ ഭയപ്പെടുകയും ബഹുമാനിക്കുകയും ചെയ്ത അച്ഛൻ. എപ്പോഴും സൗഖ്യവും സാന്ത്വനവും പകർന്നുതന്നിരുന്ന സൗമ്യശീലയായ അമ്മ... ഇവയെല്ലാം സ്മരണയിലെത്തി. എന്നാൽ ഇപ്പോൾ, പ്രത്യേകിച്ച് കലാപകലുഷിതമായ ഈ സന്ദർഭത്തിൽ ഓർമ്മകൾ അയാളെ വേദനിപ്പിച്ചു.

ചിന്താഭരിതമായ മനസ്സോടെ എഴുന്നേറ്റ് ഓഫീസിൽ അങ്ങോട്ടു മിങ്ങോട്ടും നടക്കാൻ തുടങ്ങി. രക്ഷപ്പെടാൻ ഒരു വഴിയുമില്ലെന്ന് ഇപ്പോൾ മനസ്സിലായി. തന്നെ ഒരു ഡിസ്ട്രിക്ട് ഓഫീസറാക്കിയ വർത്തമാനകാലം. താൻ ഏതു ഭൂതകാലസ്മരണകളിൽ നിന്നാണോ ഓടിരക്ഷപ്പെടാനു ദ്ദേശിക്കുന്നത്, അവയെ ഒഴിവാക്കാൻ ശ്രമിച്ചിട്ടുപോലും ഭൂതകാലം

എപ്പോഴും തന്നെ പിന്തുടരുകയാണ്. രാഷ്ട്രീയവും സർക്കാർ കാര്യ ങ്ങളും. ആ വഞ്ചനയെ ഓർമ്മിപ്പിക്കുന്ന എല്ലാം ഉപേക്ഷിച്ചിട്ടുപോലും... മകൻ എന്നന്നേക്കുമായി അയാളെ വിട്ടുപിരിയുകയും ചെയ്തു. ദൈവത്തെ വിളിച്ചു കരഞ്ഞിട്ടെന്തു കാര്യം? ഹൗലാൻഡ്സ് ദൈവത്തിൽ വിശ്വസിച്ചിരുന്നില്ലെന്നത് വേറൊരു കാര്യം. അയാൾക്ക് ഒരേ ഒരു ദൈവമേ ഉണ്ടായിരുന്നുള്ളൂ. താൻ സൃഷ്ടിച്ചെടുത്ത കൃഷിസ്ഥലം. തന്റെ ദൈവമായ കൃഷിഭൂമിയെ തന്നിൽനിന്ന് തട്ടിയെടുക്കാൻ വന്ന ഈ 'മൗ മൗ' ആരാണ്? താൻ ഒഴിവാക്കാൻ വിചാരിച്ച ജീവിതരീതി. തന്നിൽ അത് അടിച്ചേല്പിക്കാൻ അവർ വന്നിരുന്നില്ലെങ്കിൽ ഇതൊക്കെ ഒരു വെറും തമാശയെന്നു കരുതി ചിരിച്ചുതള്ളിക്കളയാമായിരുന്നു. "ഡിസ്ട്രിക്ട് ഓഫീസ"റായി ഒരു താൽക്കാലികജോലി സ്വീകരിക്കാൻ അയാൾ ക്ഷണിക്കപ്പെടുകയാണുണ്ടായത്. സമ്മതിക്കുകയും ചെയ്തു. തന്റെ ദൈവത്തെ, കൃഷിഭൂമിയെ, സംരക്ഷിക്കാൻ കഴിയുമെന്ന പ്രതീക്ഷ കൊണ്ടു മാത്രമാണ് അതിന് സമ്മതിച്ചത്. താൻ വിശ്വാസമർപ്പിച്ച ഒരേ ഒരു വസ്തുവിൽ മൗ മൗ അവകാശവാദമുന്നയിച്ചാൽ?

തന്നെ സംബന്ധിച്ചിടത്തോളം മറന്നുപോയ തന്റെ ജന്മഭൂമിയായ ഇംഗ്ലണ്ടിലേക്ക് തിരിച്ചോടിക്കുകയാണോ അവരുടെ ലക്ഷ്യം? എങ്കിൽ അവർക്കു തെറ്റുപറ്റി. ആരാണ് ഈ കറുത്തവരും മൗ മൗ വും? ഒരായിരം തവണ തന്നോടുതന്നെ ഈ ചോദ്യം അയാൾ ചോദിച്ചിട്ടുണ്ട്. വെറും പ്രാകൃതർ! ഹാ! നല്ല പദം. പ്രാകൃതർ! ഇതിനുമുമ്പ് അവർ പ്രാകൃതരാ യിരുന്നുവെന്ന് വിചാരിച്ചിരുന്നില്ല. കൃഷിഭൂമിയുടെ ഒരു ഘടകമെന്ന നില യ്ക്കല്ലാതെ അവരെക്കുറിച്ചു ചിന്തിച്ചിരുന്നതു തന്നെയില്ല, കുതിരകളും കഴുതകളും കൃഷിസ്ഥലത്തിന്റെ ഭാഗമായിരുന്നുവല്ലോ. അതുപോലെ തന്നെ, വ്യത്യാസം ഒന്നുമാത്രം. മൃഗങ്ങളുടെ ഭക്ഷണകാര്യവും അവർക്ക് കിടന്നുറങ്ങാൻ ഒരു സ്ഥലം സൗകര്യപ്പെടുത്തുന്ന കാര്യവും ചിന്തിക്കേ ണ്ടിയിരുന്നു. നുഗോത്തോവിനെ തനിക്ക് നഷ്ടപ്പെടുത്തുകയും അടിയ ന്തരാവസ്ഥയ്ക്ക് കാരണമാവുകയും ചെയ്ത പണിമുടക്ക് തന്നെ ഇത്തര ത്തിൽ ചിന്തിക്കാൻ പ്രേരിപ്പിക്കുന്നു. എന്നാൽ അവരെല്ലാം ഇതിന് കനത്ത വില കൊടുക്കേണ്ടിവരും. ഓരോരുത്തരേയും പിഴിഞ്ഞ് അവ സാനത്തെ തുള്ളിവരെ ഞാൻ കൈക്കലാക്കും. ഒടുവിൽ അവരെല്ലാം ഒന്നുമല്ലാതായിത്തീരുന്നതുവരെ, തന്റെ ദൈവത്തിന് വിജയം കൈവരും വരെ. ജീവിതത്തിൽ താൻ കൈയൊഴിച്ച എല്ലാത്തിന്റെയും പ്രതീകമായി ത്തീർന്നിരിക്കുന്നു ഇപ്പോൾ മൗ മൗ. അതിനെ കീഴടക്കിയാൽ തനിക്ക് ഒരാത്മസംതൃപ്തി ലഭിക്കും. ഭൂമി കൈയടക്കിയപ്പോൾ ലഭിച്ച അതേ സംതൃപ്തി. അപ്രതീക്ഷിതമായി ഉറക്കമുണർത്തപ്പെട്ട ഒരു സിംഹത്തെ പ്പോലെയായി അയാൾ.

വാച്ചിൽ നോക്കി. കൈത്തണ്ടയ്ക്ക് യോജ്യമായ വലിപ്പമില്ലാ യിരുന്നു വാച്ചിന്. അയാൾ തലവനെ പ്രതീക്ഷിച്ചിരിക്കയായിരുന്നു. ഒരു

പ്രാകൃതനാകയാൽ ജക്കോബോവിനെ ഹൗലാൻഡ്സ് വെറുത്തിരുന്നു. എന്നാൽ അയാളെ ഉപയോഗപ്പെടുത്താമല്ലോ എന്ന് കരുതി. ഈ ആളുകൾക്കെല്ലാം ഒന്നിച്ച് വെള്ളക്കാരോട് പടപൊരുതാൻ അവസരം കൊടുക്കാതെ അവരെ തമ്മിലടിപ്പിക്കാൻ കഴിഞ്ഞതിൽ ഗൂഢമായ ആനന്ദമുണ്ടായിരുന്നു അയാൾക്ക്.

ഹൗലാൻഡ്സ് വീണ്ടും ഇരുന്നു. വീടിനെക്കുറിച്ച് ചിന്തിക്കാൻ തുടങ്ങി. തന്റെ കുടുംബത്തെക്കുറിച്ച്, മകൻ സ്റ്റീഫനെ എന്തുചെയ്യണമെന്നതിനെക്കുറിച്ച് ഒരു രൂപവുമില്ലായിരുന്നു. കാര്യങ്ങളൊക്കെ നേരെയാവുന്നതുവരെ ഇംഗ്ലണ്ടിൽപോയി താമസിക്കാൻ അവരെ അനുവദിക്കണമെന്ന് ഭാര്യ നിരന്തരമായി ആവശ്യപ്പെട്ടിട്ടും അവനെ ഇംഗ്ലണ്ടിലേക്കയയ്ക്കാൻ ഇഷ്ടപ്പെട്ടില്ല. ഭാര്യ പറയുന്നതനുസരിക്കുകയാണെങ്കിൽ ഇംഗ്ലണ്ടിന്റെ വിളി കേൾക്കുക എന്നാണർത്ഥം. ഇല്ല. അയാൾ ആർക്കും കീഴടങ്ങുകയില്ല, മൗ മൗ വിനോ ഭാര്യയ്ക്കോ ആയാൽപ്പോലും. എല്ലാം തന്നിഷ്ടപ്രകാരം തന്നെ നടക്കണം. അതാണ് കുടിയേറ്റക്കാരന്റെ സ്വഭാവം. ഭാര്യയെക്കുറിച്ചും മകൻ സ്റ്റീഫനെക്കുറിച്ചും മാത്രമേ അയാൾ ആലോചിക്കുന്നുള്ളൂ എന്നത് അസ്വാഭാവികമായിത്തോന്നാം. അയാളെ സംബന്ധിച്ചിടത്തോളം മകൾ ജീവിച്ചിരിക്കുന്നുണ്ടോ എന്നതുപോലും സംശയമാണ്. അയാളുടെ തീരുമാനങ്ങൾക്കും ആഗ്രഹത്തിനും വിരുദ്ധമായി അവൾ ഒരു മിഷനറിയായിത്തീരുകയാണുണ്ടായത്. അവൾ എന്തിനുവേണ്ടിയാണ് ഒരു മിഷനറിയായിത്തീർന്നത്? അതിനുള്ള അവളുടെ ന്യായങ്ങളെ വിശകലനം ചെയ്യുന്നതുപോലും അയാളെ കൂടുതൽ കൂടുതൽ നിരാശനാക്കി. അവൾ സ്വയം ദൈവത്തിന് സമർപ്പിക്കുകയാണുണ്ടായത്.

വാതിലിൽ ഒരു മുട്ടുകേട്ടു. കൈയിൽ തോക്കുമായി ജക്കോബോ കടന്നുവന്നു. തലയിൽ നിന്ന് തൊപ്പിയൂരി ബഹുമാനപുരസ്സരം മടക്കിവെച്ചു. ജക്കോബോ പല്ലു മുഴുവൻ പുറത്തുകാട്ടി ചിരിച്ചു. ഹൗലാൻഡ്സ് വെറുത്തിരുന്ന ആ ചിരി. അയാളെ കുറെക്കാലമായി ഹൗലാൻഡ്സിന് അറിയാമായിരുന്നു. ജക്കോബോ ഇടയ്ക്കിടെ ഉപദേശം ചോദിക്കാൻ വന്നിരുന്നു. ഹൗലൻഡ്സ് ഉപദേശിക്കുകയും ചെയ്തിരുന്നു. താൻ കൃഷി ചെയ്ത ഭൂമിയെക്കുറിച്ച് വാതോരാതെ സംസാരിക്കുന്നതിനിടയ്ക്ക് സൂര്യകാന്തി കൃഷി ചെയ്യുന്നതിനുള്ള അനുമതി സമ്പാദിക്കുന്നതിൽ ഹൗലാൻഡ്സ് ജക്കോബോവിനെ സഹായിക്കുകയും ചെയ്തു. അതിന് പ്രത്യുപകാരമായി ഹൗലാൻഡ്സിനുവേണ്ടി തൊഴിലാളികളെ ഏർപ്പാടാക്കിക്കൊടുത്തത് ജക്കോബോ ആയിരുന്നു. അവരെക്കൊണ്ട് കഠിനപ്രയത്നം ചെയ്യിക്കുന്നതെങ്ങനെയെന്ന് കാണിച്ചുകൊടുക്കുകയും ചെയ്തു. പക്ഷേ അതൊക്കെ കൃഷിയുമായി ബന്ധപ്പെട്ടവ മാത്രം, ഇപ്പോൾ കടമ അവരെ ഒന്നിപ്പിച്ചിരിക്കുന്നു. ജക്കോബോവിനെ ഒരു പുതിയ വെളിച്ചത്തിൽ കാണാൻ ഇത് സഹായിച്ചു.

"ഇരിക്ക്, ജക്കോബോ."

"നന്ദി, സർ."

"എന്നെ കാണണമെന്ന് പറഞ്ഞതെന്തിനാണ്?"

"കാര്യമുണ്ട് സർ, അതിനെക്കുറിച്ച് കുറെയേറെ പറയാനുണ്ട്."

"ചുരുക്കിപ്പറയൂ."

"പറയാം. ഞാൻ മുമ്പൊരുനാൾ സൂചിപ്പിച്ചതുപോലെ, ഗ്രാമത്തിലെ എല്ലാവരെയും ഞാൻ നിരീക്ഷിക്കുന്നുണ്ട്. ആ നുഗോത്തോ ഉണ്ടല്ലോ. ഒരു കുഴപ്പം പിടിച്ച മനുഷ്യനാണയാൾ. ഭീകരൻ! ഒരുപാട് പ്രതിജ്ഞ യെടുത്തിട്ടുണ്ട് അയാൾ."

ഹൗലാൻഡ്സ് ശ്രദ്ധിക്കുന്നില്ലെന്ന് തോന്നിയതിനാൽ ജക്കോബോ കുറച്ചുനേരത്തേക്കു നിർത്തി. പിന്നെ ഉത്സാഹത്തോടെ പറഞ്ഞു: "പണി മുടക്കിന്റെ നേതാക്കളിലൊരാളാണയാൾ."

"എനിക്കറിയാം," ഹൗലാൻഡ്സ് പറഞ്ഞു: "എന്താണയാൾ ചെയ്തത്?"

"ഞാൻ പറഞ്ഞില്ലേ, അതിനെക്കുറിച്ച് ഒരുപാട് പറയാനുണ്ട്. അയാൾക്ക് മക്കളുണ്ടെന്നറിയാമല്ലോ. അവരൊക്കെ ഗ്രാമത്തിൽനിന്ന് പോയിട്ട് കുറെക്കാലമായി. ഗ്രാമത്തിലേക്ക് കുഴപ്പമൊക്കെ കൊണ്ടു വരുന്നത് അവരാണെന്ന് തോന്നുന്നു. അയാളുടെ മൂത്തമകൻ ബോറോവി നെയാണ് സംശയം. അവൻ യുദ്ധത്തിനുപോയിരുന്നുവല്ലോ. എനിക്ക് തോന്നുന്നത് അവന് പണിമുടക്കുമായി ബന്ധമുണ്ടെന്നാണ്."

"അതേയതെ. അവരെന്താണ് ചെയ്തത്?"

"അത്...! സർ, ഒന്നുമില്ല പക്ഷേ... ഇവരൊക്കെ രഹസ്യമായിട്ടാണ് പണിയെടുക്കുന്നത്. എല്ലാത്തിനെയും ഗ്രാമത്തിൽ നിന്ന് നാടുകടത്തി യാലെ ശരിയാവൂ എന്നാണ് തോന്നുന്നത്. ഏതെങ്കിലും ഒരു ഡീറ്റെൻ ഷൻ ക്യാമ്പിലേക്കയയ്ക്കുക. വെറുതെ വിട്ടാൽ അവർ ഈ ഗ്രാമത്തിൽ വലിയ വലിയ കുഴപ്പങ്ങളുണ്ടാക്കും. അയാളുടെ ആൺമക്കളെയൊക്കെ അങ്ങനെ എവിടെയെങ്കിലും ആക്കിയാൽ നുഗോത്തോവിനെ നിരീക്ഷി ക്കാൻ നമുക്കു കഴിയും. ഒരുപക്ഷേ, മൗ മൗവിന്റെ ശരിയായ നേതാവ് അയാളായിരിക്കണമെന്നാണ് തോന്നുന്നത്."

"ശരി. അയാളുടെ മക്കളെയെല്ലാം നിരീക്ഷിക്കൂ. എന്തെങ്കിലും കുറ്റ മാരോപിച്ച് അറസ്റ്റു ചെയ്യൂ. കർഫ്യൂ ലംഘിച്ചെന്നോ, നികുതിയടച്ചി ല്ലെന്നോ എന്തു വേണമെങ്കിലും പറഞ്ഞോളൂ."

"ശരി, സർ."

"മറ്റെന്തെങ്കിലും?"

"ഒന്നുമില്ല. സർ."

"ശരി. പോകൂ."

"നന്ദി, സർ നന്ദി. ഈ മൗ മൗക്കാരെ നശിപ്പിക്കണം."

ഹൗലാൻഡ്സ് അതിന് മറുപടി പറഞ്ഞില്ല.

"ഗുഡ്ബൈ, സർ."

"അങ്ങനെയാവട്ടെ." ഹൗലാൻഡ്സ് പരുഷമായി പറഞ്ഞു, തലവനോട് പുറത്തുപോകാൻ ആജ്ഞാപിക്കുന്നതുപോലെ.

അയാൾ പുറത്തുപോകുന്നത് ഹൗലാൻഡ്സ് നോക്കി നിന്നു. പിന്നെ വാതിൽ വലിച്ചടച്ച്, ചെറിയ ജനാലയ്ക്കരികിൽനിന്നു. നുഗോത്തോവിനെ അയാൾക്ക് ഒരിക്കലും മറക്കാനായിരുന്നില്ല.

നുഗോത്തോവും കുടുംബവും ന്യോക്കാബിയുടെ കുടിലിൽ ഇരിക്കുകയാണ്. കുറച്ചു ദിവസമായി ആളുകളെല്ലാം രാത്രികാലങ്ങളിൽ എപ്പോഴും കുടുംബത്തോടുകൂടിത്തന്നെ ഇരുന്നു. അക്കൂട്ടത്തിൽ രണ്ടുപേർ ഉണ്ടായിരുന്നില്ല. കമാവും ബോറോയും അവിടെയുണ്ടായിരുന്നില്ല. ആഫ്രിക്കൻ മാർക്കറ്റിൽ പോയിരുന്നു. അവനിഷ്ടം അവിടെത്തന്നെ കഴിയുകയായിരുന്നു. ചിലപ്പോൾ അവിടെത്തന്നെ കിടന്നുറങ്ങി. അതാണ് സുരക്ഷിതം എന്ന് തോന്നി. ബോറോ വരാൻ ഒരുപക്ഷേ താമസിക്കും. വിളക്കുകളെല്ലാം നേരത്തെ കെടുത്തേണ്ടിയിരുന്നു. അധികമൊന്നും സംസാരിച്ചിരുന്നില്ലെങ്കിലും സംസാരിച്ചതൊക്കെ പതിഞ്ഞ ശബ്ദത്തിലായിരുന്നു. അപ്രസക്തമായ ചില വാക്കുകളല്ലാതെ മറ്റൊന്നും പറയാനുണ്ടായിരുന്നില്ല. ചിലപ്പോൾ ആരും ചിരിക്കാത്ത ഒരു തമാശ പറയും. രാവിന് നീളം കൂടുമെന്ന് അറിയാമായിരുന്നു. ബോറോയും കോറിയും അവരുടെ കിടക്കകൾ സൂക്ഷിച്ചിരുന്നത് നുജേരിയുടെ കുടിലിലിലായിരുന്നു. ന്യോക്കാബിയുടെ കുടിലിൽനിന്ന് കുറച്ചു വാര മാത്രം ദൂരെയായിരുന്നു അത്. നുജേരിയും കോറിയും ബോറോ വരുന്നതും കാത്തിരുന്നു. അവൻ വരുന്നത് കാണാഞ്ഞപ്പോൾ അവർ പോകാനായി എഴുന്നേറ്റു. ബോറോ വരാൻ ഒരുപക്ഷേ നേരം വൈകുമായിരിക്കാം. അല്ലെങ്കിൽ എവിടെയാണോ ഉള്ളത് അവിടെത്തന്നെ കിടന്നുറങ്ങുകയും ചെയ്യും. ഈ രാത്രി ആരാണ് വീട്ടിലേക്ക് തിരിച്ചുപോകാൻ ധൈര്യപ്പെടുക? പ്രത്യേകിച്ചും കർഫ്യൂ നിലവിലുള്ളപ്പോൾ. എല്ലാവരും ആറുമണിക്കുമുമ്പേ വീട്ടിലെത്തേണ്ടതല്ലേ? അവർ പുറത്തുപോയി, യാത്രാവചനങ്ങളൊന്നുമില്ലാതെ. മറ്റുള്ളവർ അവിടെത്തന്നെയിരുന്നു. പെട്ടെന്ന്, രാവിനെ ഭേദിക്കുന്ന തരത്തിൽ ഒരട്ടഹാസം.

"ഹാൾട്ട്!"

ജൊറോഗെ ഞെട്ടി വിറച്ചു. പുറത്ത് എന്തു സംഭവിക്കുന്നു എന്നറിയാൻ അച്ഛനുമമ്മയും വാതിലിന്നരികിൽ നില്ക്കുന്നുണ്ടെങ്കിലും

അവരുടെ അടുത്തുപോകാൻ അവന് ധൈര്യമുണ്ടായില്ല. ഇരിപ്പിടത്തിൽ വേരുകളിറങ്ങിയതുപോലെ അവൻ ഇരുന്നുപോയി; അവന്റെ അച്ഛൻ വാതിലിനടുത്തുനിന്നു പാരവശ്യത്തോടെ വരുന്നതു കണ്ടപ്പോൾ അവൻ എഴുന്നേറ്റു. അദ്ദേഹം തളർന്നു വീഴും മട്ടിൽ ആ സ്റ്റൂളിൽ വലിയ ഭാരത്തോടെ പതിച്ചു. നില്ക്കാനുള്ള ആജ്ഞ നുജേരിക്കും കോറിക്കുമുള്ളതായിരുന്നു. കർഫ്യൂ ലംഘിച്ചതുകൊണ്ട് അയാളുടെ ഭാര്യയും മകനും പിടിക്കപ്പെട്ടു. കുറച്ചുകഴിഞ്ഞപ്പോൾ ന്യോക്കാബി കടന്നുവന്നു. റാന്തൽ കത്തിച്ചു. ആ വെളിച്ചത്തിൽ നുഗോത്തോയുടെ മുഖം കണ്ടപ്പോൾ വിളക്കു കെടുത്തി. എങ്ങും നിശ്ശബ്ദത മാത്രം. "അവരെ പിടിച്ചുകൊണ്ടുപോയി." ന്യോക്കാബി കരഞ്ഞു. കുടിലിന്നുള്ളിൽ ഏതോ അദൃശ്യവും അവ്യക്തവുമായ രൂപങ്ങൾ ഇളകുന്നതുപോലെ ജൊറോഗെയ്ക്ക് തോന്നി.

ഒടുവിൽ നുഗോത്തോ പറഞ്ഞു: "അ... തെ." അയാളുടെ ശബ്ദം വിറച്ചിരുന്നു. കരയണമെന്നുതോന്നി. എന്നാൽ മനസ്സിൽ അനുഭവപ്പെട്ട വേദനയും അപമാനബോധവും അയാളെ സ്തബ്ധനാക്കി. കർഫ്യൂ ലംഘിച്ചതിന് ഭാര്യയെയും മകനെയും പിടിച്ചുകൊണ്ടുപോയപ്പോൾ ഒരു പ്രതിഷേധ ശബ്ദവും പുറപ്പെടുവിക്കാതിരുന്ന തന്നെ മേലിൽ ഒരു ആണാണെന്ന് പറയാൻ പറ്റുമോ? ഇത് ഭീരുത്വമാണോ? ഭീരുത്വംതന്നെ അതിന്റെ ഏറ്റവും മൂർത്തമായ രൂപം. എഴുന്നേറ്റുനിന്ന് ഒരു ഭ്രാന്തനെ, പ്പോലെ വാതിലിനടുത്തേക്കോടി. എന്നാൽ സമയം വൈകിപ്പോയിരുന്നു. പരാജിതനായി തന്റെ ഇരിപ്പിടത്തിലേക്ക് തന്നെ അയാൾ മടങ്ങിവന്നു. ആണത്തമില്ലാത്ത പുരുഷനായിപ്പോയതിന് തന്നെത്തന്നെ ശപിച്ചു. നിഷ്ക്രിയനായിരുന്ന നിമിഷങ്ങൾപോലും ഒരുതരം ഭീരുത്വമാണെന്ന് അയാൾക്ക് മനസ്സിലായി.

പിന്നെ മെല്ലെ പറഞ്ഞു: "എനിക്കറിയാം. ഇതിനു കാരണം ജാക്കോബോ ആണ്."

ജൊറോഗെ നിവർന്നിരിക്കാൻവേണ്ടി സ്റ്റൂളിൽ മുറുകെപ്പിടിച്ചു. കുടുംബത്തിലാരെങ്കിലും പുതുതായി വന്ന നിയമങ്ങളുടെ ഫലമായി അറസ്റ്റുചെയ്യപ്പെടുന്നത് ഇതാദ്യമായിരുന്നു. ബോറോയും കോറിയും കമാവുവും മുമ്പ് തലനാരിഴകൊണ്ട് മാത്രം രക്ഷപ്പെട്ടിരുന്നു; പ്രത്യേകിച്ച് പൊലീസ് ആക്ഷന്റെ സമയത്ത്. എന്നാൽ അച്ഛനെന്തുപറ്റി? കോറിക്കും നുജേരിക്കും എന്തു സംഭവിക്കും?

"ജക്കോബോവിന് എന്നെ നശിപ്പിക്കണം. ഈ കുടുംബത്തെ തകർക്കുകയാണ് അയാളുടെ ഉദ്ദേശ്യം. അയാളത് ചെയ്യും." ഉഗ്രമായ രോഷപ്രകടനത്തേക്കാൾ ശക്തിയുണ്ടായിരുന്നു നുഗോത്തോവിന്റെ വാക്കുകൾക്ക്.

ആ നിമിഷത്തിൽ ബോറോ കടന്നുവന്നു. വീണ്ടും നിശ്ശബ്ദത. എന്തു പറ്റി എന്ന ബോറോവിന്റെ ചോദ്യമാണ് നിശ്ശബ്ദത ഭഞ്ജിച്ചത്.

"നിന്റെ അമ്മയേയും സഹോദരനെയും അവർ പിടിച്ചുകൊണ്ടു പോയി", നുഗോത്തോ തല താഴ്ത്തിക്കൊണ്ടുപറഞ്ഞു.

''എന്റെ അമ്മയെയും സഹോദരനെയും പിടിച്ചുകൊണ്ടു പോയെന്നോ?", ബോറോ മെല്ലെ ആവർത്തിച്ചു.

"ഉവ്വ്. കർഫ്യൂ", ന്യോക്കാബി പറഞ്ഞു. അവൾ പെട്ടെന്ന് ബോറോ വിനെ നോക്കി. കുടിലിൽ ഇരുട്ടായിരുന്നുവെന്നതിൽ അവൾ സന്തോഷിച്ചു.

"കർഫ്യൂ... കർഫ്യൂ..." എന്നിട്ട് നുഗോത്തോവിനുനേരെ തിരിഞ്ഞു ചോദിച്ചു: "എന്നിട്ട് നിങ്ങൾ ഇത്തവണയും ഒന്നും ചെയ്തില്ലേ?"

നുഗോത്തോവിന് തന്റെ ശരീരത്തിൽ ഒരു സൂചി കുത്തിക്കയറ്റുന്നതു പോലെ തോന്നി. ഇതൊഴികെ എന്തും സ്വീകരിക്കാൻ അയാൾ ഒരുക്ക മായിരുന്നു.

"ഞാൻ പറയുന്നത് കേൾക്കൂ, മോനേ."

എന്നാൽ ബോറോ പുറത്തുപോയിക്കഴിഞ്ഞിരുന്നു. തന്റെ നിസ്സ ഹായത വിശദീകരിക്കാൻ നുഗോത്തോയുടെ അടുത്ത് ആരുമുണ്ടായി രുന്നില്ല. കുറെയേറെ നേരത്തേക്ക് ബോറോവിനെ കാണാനേയുണ്ടായി രുന്നില്ല.

കർഫ്യൂനിയമം ലംഘിക്കുകയെന്നത് അത്ര വലിയ ഒരു കുറ്റമൊന്നു മായിരുന്നില്ല. യുവാക്കളായാലും വൃദ്ധന്മാരായാലും ഒരു നിശ്ചിത സംഖ്യ പിഴ കൊടുക്കണമെന്നേ ഉണ്ടായിരുന്നുള്ളൂ. എന്നാൽ ഈ കേസിൽ പിഴയൊടുക്കിയപ്പോൾ നുജേരിയെ മാത്രമേ വിട്ടയച്ചുള്ളൂ. കോറിയെ വിചാരണ കൂടാതെ 'ഡീറ്റെൻഷൻ ക്യാമ്പി'ൽ അയയ്ക്കുകയായിരുന്നു ഉദ്ദേശ്യം. നുഗോത്തോവിന്റെ പ്രവചനം ഫലിച്ചുവരുന്നു. എന്നാൽ താൻ വിചാരിച്ച ആളെ പിടികൂടാൻ കഴിയാത്തതിൽ 'ഹോംഗാർഡ് പോസ്റ്റി'ന്റെ തലവൻ നിരാശനായി. എങ്കിലും അയാൾ പ്രതീക്ഷ കൈവിട്ടില്ല.

ഒരു ദിവസം ജൊറോഗെ നേരത്തെ സ്കൂളിൽപോയി. നുഗോത്തോവിന് എന്തോ പറ്റിയെന്ന് അവന് മനസ്സിലായിരുന്നു. അച്ഛൻ ഇപ്പോൾ ആരു ടെയും മുഖത്ത് നേരെ നോക്കാറില്ല, തന്റെ ഭാര്യമാരുടെ മുഖത്തുപോലും. തന്റെ മക്കളിലൊരാൾ തന്നെ അടിച്ചാൽപ്പോലും യാതൊരു മുറുമുറുപ്പി ല്ലാതെ നുഗോത്തോ അത് സഹിക്കുമെന്ന് ജൊറോഗെയ്ക്ക് തോന്നി. കുടുംബത്തെ ഒരുമിപ്പിച്ചുനിർത്താൻ ത്രാണിയുള്ളവനെന്ന നാടെങ്ങു മുള്ള ഖ്യാതിക്കു മങ്ങലേറ്റു. എന്നാൽ ജൊറോഗെയ്ക്ക് ഇപ്പോഴും അച്ഛ നിൽ വിശ്വാസമായിരുന്നു. അച്ഛൻ അടുത്തുള്ളപ്പോൾ ഒരു സുരക്ഷിത ബോധം.

നുഗോത്തോയുടെ വീട്ടിൽ ഇപ്പോൾ ആരും കഥ പറയാറില്ല; ഗ്രാമ ത്തിലെ യുവതീയുവാക്കൾ അവിടെ സമ്മേളിക്കാറില്ല.

ഇങ്ങനെയൊക്കെയാണെങ്കിലും വിദ്യാഭ്യാസത്തിൽ ജൊറോഗെയ്ക്കുള്ള ഇഷ്ടത്തിനും വിശ്വാസത്തിനും ഒരിളക്കവും തട്ടിയില്ല. സമയം വരുമ്പോൾ താൻ തന്റെ കടമ നിറവേറ്റുമെന്നും അവൻ വിശ്വസിച്ചു. വീട്ടിലെ കഷ്ടപ്പാടുകൾ ഈ ആഗ്രഹത്തിന് മൂർച്ച കൂട്ടിയതേയുള്ളൂ. ഈ പതനത്തിൽനിന്നു കരകയറാൻ വിദ്യാഭ്യാസം മാത്രമേ സഹായിക്കൂ. അവൻ പഠിത്തത്തിൽ കൂടുതൽ ശ്രദ്ധിച്ചു. താൻ നേടിയ വിദ്യാഭ്യാസമെല്ലാം വെള്ളക്കാരോടുള്ള സമരത്തിൽ ഉപയോഗിക്കുമെന്ന് അവനുറച്ചു. അച്ഛനാരംഭിച്ച പ്രവൃത്തി അവൻ തുടരും. ഇത്തരം ചിന്തകളുള്ള നിമിഷങ്ങളിൽ ദൈവരാജ്യത്തിന്റെ രക്ഷകനായി അവൻ തന്നെത്തന്നെ കരുതി. തനിക്ക് വിദ്യാഭ്യാസമുണ്ടാവട്ടെ. ആ കാലം വരട്ടെ...

ജൊറോഗെ സ്കൂളിലെത്തിയപ്പോൾ മറ്റു കുട്ടികളെല്ലാം ആവേശഭരിതരായി കാണപ്പെട്ടു. കുറച്ചുപേർ പള്ളിച്ചുമരിനു ചുറ്റും കൂടിയിരുന്നു. അവരെല്ലാം പള്ളിച്ചുമരിൽ പതിച്ച ഒരു കത്ത് വായിക്കുകയായിരുന്നു. ഹെഡ്മാസ്റ്റർക്കുള്ളതായിരുന്നു ആ കത്ത്. ഓടിച്ചാടിവന്നിരുന്ന ഓരോ കുട്ടിയും കത്തു വായിച്ചതിനുശേഷം നിശ്ശബ്ദരായി മടങ്ങി. മുഖത്തെ ഭാവമാറ്റം പ്രകടമായിരുന്നു. ആൾക്കൂട്ടത്തിനിടയിലൂടെ ജൊറോഗെ കടന്നുവന്നു. അവനും ആ കത്തു വായിച്ചു. പെട്ടെന്ന് അവന്റെ കാഴ്ച മങ്ങി. അവിടെക്കൂടിയിരുന്ന എല്ലാവരെയും കീഴടക്കിയിരുന്ന ഭയം അവനെയും കീഴടക്കി. കുറച്ചുസമയം അന്തരീക്ഷത്തിൽ സംഘർഷം തങ്ങിനിന്നു.

"അവർ നിയേരിയിലും ചെയ്തത് ഇതുതന്നെയായിരുന്നു." ഒരു വിദ്യാർത്ഥി പറഞ്ഞു.

"ഫോർട്ട് ഹാളിലും."

"അതെ. ഞാൻ ഈ സ്കൂളിലേക്കിനി വരരുത്."

ഹെഡ്മാസ്റ്റർ വന്നപ്പോൾ അദ്ദേഹത്തിനും ആ കത്ത് കാണിച്ചുകൊടുത്തു. ആദ്യം അദ്ദേഹം, അതത്ര കാര്യമാക്കാതെ, കുട്ടികളെ സാന്ത്വനപ്പെടുത്തുന്നവിധം ചിരിച്ചു. എന്നാൽ കത്തു വായിക്കാൻ തുടങ്ങിയതോടെ തൊണ്ട വരണ്ടു. ഒരു കത്തിയെടുത്ത് ആ കത്ത് കീറിയെടുത്തു. അതിന്റെ അറ്റങ്ങൾ മാത്രം സ്പർശിച്ചുകൊണ്ട്, എന്നാൽ അദ്ദേഹത്തിന്റെ കൈ വഴുതിപ്പോയി.

"നിങ്ങളാരെങ്കിലും ഇത് തൊട്ടോ?"

"ഇല്ല, സർ", ക്ലാസ് ലീഡർ പറഞ്ഞു.

"ആരാണിവിടെ ആദ്യം വന്നത്?"

"ഞാനാണ് സർ", ഒരു ചെറിയ കുട്ടി മുന്നോട്ടുവന്നു.

"ഈ കത്ത് നീയിവിടെ കണ്ടോ?"

"ഇല്ല, സർ. ഞാനത് ശ്രദ്ധിച്ചില്ല. കമാവുവാണ് അത് കണ്ടത്."

"കമാവു, നീ വന്നത് നുജുഗുണായ്ക്ക് ശേഷമാണോ?"

"അതെ, സർ. ഞാൻ എന്റെ 'ബാഗ്' ചുമരിലിടുവാൻ നോക്കുകയായിരുന്നു. അപ്പോൾ ഞാൻ മേലോട്ടുനോക്കി. ഈ കത്തു കണ്ടു. ആദ്യം എനിക്ക് മനസ്സിലായില്ല."

"ശരി, കമാവു, നുജുഗുണാ നിങ്ങൾ സ്കൂളിലേക്ക് വരുന്ന വഴി ആരെയെങ്കിലും കണ്ടോ?"

"ഇല്ല, സർ."

മിക്കവാറും എല്ലാ കുട്ടികളുടെയും മനസ്സിലുള്ള ചോദ്യം ഇതായിരുന്നു. കിമാത്തി അവരുടെ സ്കൂളിൽവന്നതെങ്ങനെ? അന്നുമുഴുവൻ സ്കൂളിന്റെ അന്തരീക്ഷത്തിൽ മുഴുവൻ എന്തെന്നില്ലാത്ത ഒരു മുറുക്കം അനുഭവപ്പെട്ടു.

അന്നു വൈകുന്നേരം, ജൊറോഗെ നടന്ന കാര്യം മുഴുവൻ അമ്മയോടു പറഞ്ഞു.

"സ്കൂൾ ഉടനെ പൂട്ടിയില്ലെങ്കിൽ ഹെഡ്മാസ്റ്ററുടെയും നാല്പതു കുട്ടികളുടെയും തല വെട്ടുമെന്നായിരുന്നു കത്തിൽ പറഞ്ഞിരുന്നത്. കിമാത്തിയുടെ പേരിലായിരുന്നു ഒപ്പ്."

"മോനേ, ഇനി നീ സ്കൂളിൽ പോകണ്ട. വിദ്യാഭ്യാസത്തിലും വലുതാണ് ജീവിതം."

ജൊറോഗെയ്ക്ക് സുഖകരമല്ലാത്ത ഒരാശ്വാസം അനുഭവപ്പെട്ടു.

"ഞാൻ കരുതിയിരുന്നത് മൗ മൗ കറുത്ത വർഗ്ഗക്കാരുടെ കൂടെയാണെന്നായിരുന്നു."

"ശ്! ശ്!" ന്യോക്കാബി അവനെ ശാസിച്ചു." അങ്ങനെയൊന്നും പറയരുത്. ചുമരുകൾക്കുപോലും കാതുണ്ട്."

എന്നാൽ കമാവു പറഞ്ഞത് വേറൊരു കാര്യമാണ്.

"പഠിത്തം നിർത്തുന്നത് വിഡ്ഢിത്തമാണ്. ഇതൊരു കള്ളക്കത്തായിരിക്കണം. അല്ലെങ്കിൽത്തന്നെ, വീട്ടിലിരുന്നാൽ രക്ഷയുണ്ടെന്നാണോ നിങ്ങൾ വിചാരിക്കുന്നത്? എവിടെയും ഒരു രക്ഷയുമില്ലെന്ന് ഞാൻ പറയുന്നു. തുറസ്സായ ഈ ഭൂമിയിൽ എവിടെയും പോയൊളിക്കാൻ സാധ്യമല്ല."

ജൊറോഗെ പഠിത്തം നിർത്തിയില്ല.

പതിനൊന്ന്

കാര്യങ്ങൾ അനുദിനം വഷളായിക്കൊണ്ടിരിക്കുകയായിരുന്നു. കർഫ്യൂ ലംഘിച്ചതിന് ആരാണ് എപ്പോഴാണ് അറസ്റ്റു ചെയ്യപ്പെടുക എന്ന് പറയാൻ ആർക്കും കഴിയാത്ത അവസ്ഥ. രാത്രിയിൽ സ്വന്തം വീട്ടു മുറ്റത്തു പോലും നടക്കുവാൻ സാധിച്ചില്ല. പുറത്തു നില്ക്കുന്ന ആരുടെ യെങ്കിലും ശ്രദ്ധയാകർഷിക്കുമോ എന്ന ഭയത്താൽ അടുപ്പിലെ തീ പോലും നേരത്തെ തന്നെ കെടുത്തിയിരുന്നു. ഭീതിജനകമായ വാർത്ത കളായിരുന്നു പ്രചരിച്ചിരുന്നത്. യൂറോപ്യൻ പട്ടാളക്കാർ ആളുകളെ പിടിച്ചു കാട്ടിൽ കൊണ്ടുപോകും. അവിടെനിന്ന് അവർ വീട്ടിലേക്കുള്ള വഴി തനിയെ കണ്ടുപിടിച്ച് പൊയ്ക്കൊള്ളാൻ പറയും. അവർ തിരിഞ്ഞു നിന്ന ഉടനെ വെടിവെച്ചു കൊല്ലും. എന്നിട്ട് അത് മൗമൗക്കാരുടെ മേലുള്ള ഒരു വിജയമായി പിറ്റേന്ന് പ്രഖ്യാപിക്കും.

സ്കൂൾകുട്ടികൾക്കും ഭയമായിരുന്നു. എന്നാണ് സ്കൂൾ ആക്രമിക്ക പ്പെടുക എന്നവർക്ക് അറിയാമായിരുന്നില്ല. ചുമരിൽ പതിച്ച കത്തിലെ താക്കീത് അവരിൽ മിക്കവരും ഗൗനിച്ചിരുന്നില്ല. ജൊറോഗെയെപ്പോലെ അവരിൽ പലരും സ്കൂളിൽ പോകുന്നത് തുടർന്നു. ജൊറോഗെ വലു തായി. യുവാവായി. തന്റെ നാടിനു വന്നുചേർന്ന കുഴപ്പത്തിന്റെ വ്യക്ത മായൊരു ചിത്രം മനസ്സിൽ തെളിഞ്ഞു വന്നു. ഏകാകിയായ കമാവു ഒഴിച്ച് മറ്റെല്ലാ സഹോദരന്മാരും ഇപ്പോൾ വീടിനു പുറത്താണ്. സുന്നത്ത് കർമ്മത്തിന്റെ ചെലവ് കമാവുവായിരുന്നു വഹിച്ചത്. വീടിനെ ഒരുമിപ്പിച്ചു നിർത്തിയത് അയാളായിരുന്നു. ഭക്ഷണവും വസ്ത്രവും വാങ്ങിയതും ജൊറോഗെയുടെ ഫീസ് കൊടുത്തതുമൊക്കെ അവനാണ്. എന്നാൽ വീട്ടിൽ ഉറങ്ങാൻ വല്ലപ്പോഴും മാത്രമേ വന്നിരുന്നുള്ളൂ.

ജൊറോഗെയുടെ അച്ഛനും ഒരു സഹോദരനും രണ്ട് അമ്മമാരും വീട്ടിൽത്തന്നെയുണ്ടായിരുന്നു. അവൻ വീട്ടിൽ കുട്ടിയായിത്തന്നെ കരുത പ്പെട്ടു. സെക്കന്ററി സ്കൂളിലേക്കുള്ള പ്രവേശനപരീക്ഷയ്ക്ക് ഒരു കൊല്ലം മാത്രമേ ഉണ്ടായിരുന്നുള്ളൂ. അവൻ പഠനത്തിൽ വളരെ ശ്രദ്ധിച്ചു.

പെൺകുട്ടികൾക്കുള്ള ബോർഡിങ്ങ് സ്കൂളിലേക്ക് പോയതിനു ശേഷം ജൊറോഗെ മിഹാകിയെ കണ്ടിരുന്നില്ല. അതിനുമുമ്പും. അടിയന്തരാവസ്ഥ പ്രഖ്യാപിക്കുന്നതിനു മുമ്പുതന്നെ അവളെ കാണാതിരിക്കാൻ അവൻ ശ്രമിച്ചിരുന്നു. തന്റെ അച്ഛനും അവളുടെ അച്ഛനും പരസ്പരം ശത്രുക്കളാണെന്നറിയപ്പെടുമ്പോൾ എങ്ങനെയാണ് അവർ തമ്മിൽ കാണുക? അവളുടെ അച്ഛൻ ആക്രമിക്കപ്പെട്ടുവെന്നറിഞ്ഞപ്പോൾ അവൾ അനുഭവിച്ചിരിക്കാവുന്ന വേദന അവനും അനുഭവപ്പെട്ടു. അച്ഛനെ കുറ്റപ്പെടുത്താൻ തോന്നിയില്ലെങ്കിലും ഉള്ളിലെവിടെയോ ഒരു കുറ്റബോധമുണ്ടായിരുന്നു. മിഹാകി ജക്കോബോവിന്റെ മകളാകുന്നതിനു പകരം തന്റെ സഹോദരിയായിരുന്നെങ്കിൽ എന്നവൻ ആഗ്രഹിച്ചിരുന്നു. ഇതൊക്കെയും സംഭവിക്കും മുമ്പ് അവർ തമ്മിൽ കൈകോർത്തു പിടിച്ചുകൊണ്ട് നടന്ന ആ സുന്ദര മുഹൂർത്തങ്ങൾ ഇപ്പോഴും ഓർക്കുന്നു. അതവനെ നോവിച്ചു. അടിയന്തരാവസ്ഥക്കാലത്തു മുഴുവൻ അവളിൽനിന്നകന്നു നില്ക്കാൻ അവനെ പ്രേരിപ്പിച്ച പ്രത്യേക കാരണം അവളുടെ അച്ഛൻ 'തലവനും' 'ഹോംഗാഡു'കളുടെ നേതാവുമാണെന്നതായിരുന്നു. എങ്കിലും ചിലപ്പോഴെല്ലാം അവളുടെ തവിട്ടു നിറത്തിലുള്ള ലോലമായ കൈകളുടെ സ്പർശത്തിനും തികച്ചും നിഷ്കളങ്കമായ നോട്ടത്തിനുംവേണ്ടി അവൻ കൊതിച്ചു.

ഒരു ശനിയാഴ്ച. കമാവു ജോലി ചെയ്തിരുന്ന ആഫ്രിക്കൻ കടകളിലേക്കു നീണ്ടുപോകുന്ന വീതിയേറിയ നിരത്തിലൂടെ ജൊറോഗെ നടന്നു. വല്ലാത്ത ഒറ്റപ്പെടൽ തോന്നിയതുകൊണ്ട് ആരെങ്കിലും കൂട്ടു വേണമെന്നു തോന്നിയിരുന്നു. ഈർച്ചവാളോ, ചുറ്റികയോ, ചിപ്ലിക്കോലോ പിടിക്കുമ്പോൾ കമാവുവിന്റെ കൈയിൽ ഉരുണ്ടുകൂടിയിരുന്ന വലിയ മസിലുകളെ ജൊറോഗെ മനസാ അഭിനന്ദിച്ചിരുന്നു. ഒരാണി ചുറ്റിക വെച്ചടിക്കുമ്പോഴും ഒരു കഷണം മരം ഈർന്നു കളയുമ്പോഴും കമാവുവിന്റെ മുഖത്ത് ആത്മവിശ്വാസം സ്ഫുരിച്ചിരുന്നു. തനിക്കെന്നെങ്കിലും അങ്ങനെയാകാൻ കഴിയുമോ എന്നതിനെക്കുറിച്ച് ജൊറോഗെയ്ക്ക് സംശയമായിരുന്നു. ഇത്തവണ കമാവു വെറുതെയിരിക്കുന്നതാണ് ജൊറോഗെ കണ്ടത്. നഗരത്തിൽ, മുഴുവൻ അസ്വസ്ഥതയുണർത്തും വിധമുള്ള ഒരു ശാന്തത വ്യാപിച്ചിരുന്നു.

"സുഖമല്ലേ ചേട്ടാ?"

"സുഖം തന്നെ. വീട്ടിലെങ്ങനെയുണ്ട്?"

"യാതൊരു കുഴപ്പവുമില്ല. നിങ്ങളെല്ലാവരുമെന്താ ഇങ്ങനെ ഗൗരവത്തിലിരിക്കുന്നത്?"

കമാവു ജൊറോഗെയുടെ നേരെ നോക്കി.

"നീയറിഞ്ഞില്ലേ മൂന്നു ദിവസം മുമ്പ് ബാർബറും മറ്റു ചിലരും

ആകെ ആറുപേർ പിടിക്കപ്പെട്ടത്? അവർ കാട്ടിൽ ചത്തുകിടക്കുന്നതായാണ് കണ്ടത്."

"മരിച്ചെന്നോ?!"

"അതെ."

"അയ്യോ, ബാർബർ മരിച്ചുപോയെന്നോ? ഈയിടെയാണല്ലോ എന്റെ മുടി വെട്ടിയത്... കഷ്ടം."

"കഷ്ടംതന്നെ. അവരെല്ലാവരെയും നിനക്കറിയാം. നുഗാങ്ങയായിരുന്നു ഒന്ന്."

"നമുക്ക് വീടുവെക്കാൻ ഭൂമി തന്ന നുഗാങ്ങാണോ?"

"അതെ."

"നുഗാങ്ങയുടെ ഭാര്യമാർ അയാളെ ഒരുനോക്കു കാണണമെന്നാവശ്യപ്പെട്ടുകൊണ്ടു ഓരോ ഹോംഗാർഡ് പോസ്റ്റുകളിലും ഓടിനടന്നത് ജൊറോഗെയ്ക്ക് ഓർമ്മ വന്നു. ഉറക്കപ്പായയിൽ നിന്നാണ് ഒരു വെള്ളക്കാരൻ വന്ന് അയാളെ പിടിച്ചുകൊണ്ടുപോയത്."

"ശരിക്കും ആരാണയാളെ കൊന്നത്? വെള്ളക്കാരാണോ?"

"ഇക്കാലത്ത് ആര് ആരെയാണ് കൊല്ലുന്നത് എന്നെങ്ങനെ പറയാൻ പറ്റും?"

"ഹോ... നുഗാങ്ങാ മരിച്ചുപോയെന്നോ?"

"അതെ. ബാർബറും."

ആ ആറുപേരെയും ഇനി ഒരിക്കലും കാണാൻ കഴിയുകയില്ലെന്ന് ആലോചിക്കാനേ വയ്യ. അവരിൽ നാലുപേർ ധനികരും നാട്ടിൽ നല്ല സ്വാധീനമുള്ളവരുമായിരുന്നു. ജൊറോഗെ ചിന്താഗ്രസ്തനായി. "മൗ മൗ" എന്നു പറഞ്ഞാൽ ഇവരായിരുന്നോ? ഗവൺമെന്റിന്റെ ആൾക്കാർ ഇവരെ നിഷ്കരുണം കൊന്നതിന് വേറെന്താണ് കാരണം? തന്റെ വീടായിരിക്കുമോ അടുത്ത ഉന്നം? ബോറോ കാട്ടിൽ പോയെന്നാണല്ലോ പറയുന്നത്? അതാലോചിച്ചപ്പോൾ ജൊറോഗെ ഭയന്നുവിറച്ചു.

രണ്ടുദിവസം കഴിഞ്ഞു. ജൊറോഗെ മാർക്കറ്റിൽനിന്നു വീട്ടിലേക്ക് വരികയായിരുന്നു. റോഡിലൂടെ നടക്കാൻ ഭയന്നതുകൊണ്ട് വയലിന് കുറുകെ നടന്നു. ആറുപേരുടെ മരണം ഗ്രാമത്തിലാകെ വല്ലാത്ത നിശ്ശബ്ദത പരത്തിയിരുന്നു. ഇതിനു മുമ്പും ഇവിടെ നിന്ന് ആളുകൾ നാടുകടത്തപ്പെടുകയും കൊല്ലപ്പെടുകയും ചെയ്തിരുന്നു. എന്നാൽ, 'മൗ മൗ' സംഘടനയോ സർക്കാരോ ആരായിരുന്നാലും ശരി, ഗ്രാമത്തിനേല്പിച്ച ഏറ്റവും വലിയ ആഘാതം ഇതായിരുന്നു. ജൊറോഗെ അപ്പോൾ നുഗാങ്ങാ എന്ന ആശാരിയെ ഓർമ്മിച്ചു. കുട്ടിക്കാലത്ത് താൻ അയാളെ വെറുത്തിരുന്നു. എന്നാൽ തന്റെ കുടുംബത്തിന് ഏറ്റവും

ആവശ്യമായ സന്ദർഭത്തിൽ സഹായിച്ചത് അയാളായിരുന്നു. അയാൾ ജീവിച്ചിരുന്നപ്പോൾ തോന്നിയതിനേക്കാളേറെ ഇഷ്ടം ഇപ്പോൾ അയാളോട് ജൊറോഗെയ്ക്ക് തോന്നി.

"ജൊറോഗെ!" അവൻ കേട്ടില്ല. അവൾ നേരെ മുന്നിൽ എതിർഭാഗത്തു നിന്ന് നടന്നുവന്നില്ലായിരുന്നുവെങ്കിൽ അവൻ നടത്തം തുടരുമായിരുന്നു. മ്വിഹാകിയായിരുന്നു അത്. നല്ല ഉയരം, മെലിഞ്ഞ ശരീരം, ചെറിയ കൂർത്ത മുലകൾ, കറുത്ത് തിളങ്ങുന്ന ജീവസ്സുറ്റ കണ്ണുകൾ. നല്ല സൗന്ദര്യത്തികവുള്ള മുഖം. ആ ഗ്രാമത്തിന് അപരിചിതമായ ഒരു രീതിയിലായിരുന്നു അവളുടെ സമൃദ്ധമായ കറുത്ത മുടി കെട്ടിവെച്ചിരുന്നത്. അവളെ കണ്ടപ്പോൾ ജൊറോഗെ മ്വിഹാകിയുടെ ചേച്ചി ലൂസിയയെ ഓർത്തു. തനിക്കും നല്ല ഉയരമുണ്ടെന്ന് ജൊറോഗെയ്ക്കറിയാമായിരുന്നു. പൗരുഷമുള്ള ഉറച്ച ശരീരപ്രകൃതിയുമാണ്. ഇതൊക്കെക്കൊണ്ട് താനൊരു മുതിർന്ന ആളാണെന്ന് സ്വയം കരുതിയിരുന്നു. ഒരേ സമയം ഊഷ്മളവും എന്നാൽ അടുത്ത് ഇടപഴകാത്തതുമായ ജൊറോഗെയുടെ പ്രകൃതം മറ്റുള്ളവരുടെ കണ്ണിൽ അവന്റെ സ്വഭാവത്തെ നിഗൂഢവും ആകർഷണീയവുമാക്കിയിരുന്നു. ആ പെൺകുട്ടിയുടെ കൂസലില്ലായ്മയും താൻപോരിമയും ആദ്യം അവനിൽ സന്തോഷമുളവാക്കിയെങ്കിലും പിന്നെപ്പിന്നെ അല്പം ഒരമ്പരപ്പ് സൃഷ്ടിച്ചു. ഇവളെങ്ങനെ ജക്കോബോവിന്റെ മകളായിത്തീർന്നു?

"ക്ഷമിക്കണം. ഞാൻ നിന്നെ ശ്രദ്ധിച്ചില്ലായിരുന്നു. നീ ആളാകെ മാറിപ്പോയല്ലോ." ഇങ്ങനെയായിരുന്നു ആദ്യത്തെ അഭിവാദനങ്ങൾക്കുശേഷം; നേരിയ ജാള്യതയോടെ; അവൻ തന്റെ പെരുമാറ്റത്തെ ന്യായീകരിച്ചത്.

"ഞാൻ മാറിയെന്നോ? നീയും മാറിയിട്ടുണ്ടല്ലോ." അവളുടെ ശബ്ദം വളരെ മൃദുവായിരുന്നു. "കഴിഞ്ഞയാഴ്ച ഞാൻ നിങ്ങളുടെ വീട്ടിനടുത്തുകൂടെപോയപ്പോൾ ജൊറോഗെയെ കണ്ടില്ല."

അവന് വീണ്ടും അമ്പരപ്പ്. കൊല്ലങ്ങളായി താൻ അവളെ കാണാതെ ഒഴിഞ്ഞുമാറുവാൻ നോക്കുകയായിരുന്നു. എന്നിട്ടും അവൾ മുൻകൈ എടുത്ത് ഇതാ തന്നെ അന്വേഷിച്ച് കണ്ടുപിടിച്ചിരിക്കുന്നു.

"നമ്മൾ കണ്ടിട്ട് കുറേക്കാലമായല്ലോ."

"ശരിയാണ്. അതിനിടയ്ക്ക് ഒരുപാട് കാര്യങ്ങൾ സംഭവിച്ചിരിക്കുന്നു. നിനക്കും എനിക്കും സ്വപ്നം കാണാൻപോലും കഴിയാത്ത എത്രയോ കാര്യങ്ങൾ.

"ഒരുപാട് കാര്യങ്ങൾ സംഭവിച്ചിരിക്കുന്നു..." അവൻ അവളുടെ വാക്കുകളുടെ പ്രതിധ്വനിപോലെ പറഞ്ഞു. പിന്നെ ചോദിച്ചു. "ബോർഡിങ്ങ് സ്കൂൾ എങ്ങനെയുണ്ട്?"

"കൊള്ളാം. അവിടെ ഒരറയിലിട്ടടച്ചതുപോലെയാണ്."

"നാടെങ്ങനെയുണ്ട്?"

"മോശം, ഇവിടത്തെപോലെതന്നെ."

വിഷയം മാറ്റുന്നതാണ് നല്ലതെന്ന് അവനു തോന്നി.

"കൊള്ളാം. വെക്കേഷൻ ആഘോഷമാക്കുന്നുണ്ടല്ലോ, അല്ലേ?" ഇതുംപറഞ്ഞ് അവൻ പോകാനൊരുങ്ങി. "എനിക്ക് പോണം. നിനക്കും പോവേണ്ടതുണ്ടാകുമല്ലോ." അവൾ മറുപടി പറഞ്ഞില്ല. ജൊറോഗെ അവളുടെ നേരെ നോക്കി.

"എനിക്കിവിടെ വല്ലാതെ ഒറ്റപ്പെട്ടതായി തോന്നുന്നു." അവൾ അവസാനം പറഞ്ഞു, ആത്മാർത്ഥവും വ്രണിതവുമായ ശബ്ദമായിരുന്നു അത്. "എല്ലാവരും എന്നിൽനിന്ന് ഒഴിഞ്ഞുമാറുകയാണ്."

അവന്റെ ഹൃദയം പിടച്ചു. അവൻ പറഞ്ഞു: "നമുക്ക് ഞായറാഴ്ച കാണാം."

"എവിടെ?"

പറ്റിയ ഒരു സ്ഥലത്തെക്കുറിച്ച് ആലോചിക്കാൻ അവൻ അല്പം സമയമെടുത്തു.

"പള്ളിയിൽ." കുഴപ്പം പിടിച്ച ഈ കാലത്ത് എല്ലാവരും പോയിരുന്നത് അവിടെയായിരുന്നു.

"ശരി, നമുക്ക് അവിടേക്ക് ഒരുമിച്ചുപോകാം. പണ്ടത്തെപ്പോലെ."

ഈ നിർദ്ദേശം അവൻ തള്ളിക്കളഞ്ഞില്ല.

"ശരി. ഞാൻ എന്റെ വീട്ടിനടുത്ത് കാത്തുനില്ക്കാം. നീ വന്നാൽ നമുക്കൊരുമിച്ചുപോകാം. പോകുന്ന വഴിക്കാണ് എന്റെ വീട്."

"സമാധാനത്തോടെ പോകൂ."

"സമാധാനത്തോടെ പോയി വരൂ."

ജൊറോഗെയ്ക്ക് മനസ്സിലെന്തോ തിരയിളക്കം അനുഭവപ്പെട്ടു. എന്നിട്ടും വീട്ടിൽ തിരിച്ചെത്തിയപ്പോൾ അങ്ങനെയൊരു ക്ഷണം സ്വീകരിച്ചതിൽ സ്വയം കുറ്റപ്പെടുത്തി. അവളെ തിരിച്ചു വിളിച്ച് ഈ പരിപാടി റദ്ദ് ചെയ്താലോ എന്നുപോലും തോന്നി.

അവൻ തന്റെ ഏറ്റവും നല്ല വസ്ത്രങ്ങൾ എടുത്തണിഞ്ഞു. വില കുറഞ്ഞ ഒരു നൈലോൺ ഷർട്ട്, വൃത്തിയുള്ള ഇസ്തിരിയിട്ട കാക്കി ട്രൗസർ. കാക്കി സോക്സും തന്റെ വീട്ടിനടുത്തുള്ള ഫാക്ടറിയിലുണ്ടാക്കിയ ബ്രൗൺ ഷൂസും കൂടിയായപ്പോൾ കാണാൻ നല്ല ചന്തം. മ്വിഹാകിയെ കാണാനുള്ള ആവേശം കുറെയൊക്കെ ഉറക്കത്തിൽ ഇല്ലാതായിപ്പോയിരുന്നു. അവൻ പരിഭ്രമിച്ചു. അവൻ സ്വയം പറഞ്ഞുകൊണ്ടേയിരുന്നു. "ഞാനൊരു വിഡ്ഢിയാണ്." ഞാനൊരു വിഡ്ഢിയാണ്, എന്നാൽ അവളുടെ തരളവും വ്യക്തവുമായ ശബ്ദം ഹൃദ്യമായി ചെവികളിൽ മുഴങ്ങിക്കൊണ്ടിരുന്നു: "ഞാൻ വല്ലാതെ ഒറ്റപ്പെട്ടുപോയി."

അവളുടെ ബാഹ്യരൂപം കണ്ടാൽ ആരാണ് അവൾ ഏകാകിനിയും മനോവിഷമമുള്ളവളുമാണെന്നു പറയുക? ജൊറോഗെ ആ സന്ദർശനത്തിനു വേണ്ടി മുൻകൂട്ടി തയ്യാറെടുത്തു. അവന്റെ വീടിന്റെ അടുത്തുള്ള വഴിയിലൂടെ അങ്ങോട്ടുമിങ്ങോട്ടും നടക്കാൻ തുടങ്ങി. അപ്പോൾ അവൾ വന്നു. മിഹാകി ധരിച്ചിരുന്ന വെള്ള ബ്ലൗസും പ്ലീറ്റ് വെച്ച തവിട്ടു നിറത്തിലുള്ള സ്കർട്ടും കണ്ടപ്പോൾ ജൊറോഗെയ്ക്ക് തന്റെ വസ്ത്രത്തെക്കുറിച്ച് അപകർഷത തോന്നി. അവർ നിശ്ശബ്ദരായി നടന്നു. അവൾ സംസാരിക്കുമ്പോൾ ആ ശബ്ദത്തിൽ അമർത്തിവെയ്ക്കാൻ കഴിയാത്ത ഉത്സാഹത്തിമിർപ്പ് അനുഭവപ്പെട്ടിരുന്നു.

അവൾ ജൊറോഗെയെക്കണ്ടിട്ട് ഒരുപാട് കാലമായിരുന്നു. അവരൊരുമിച്ച് സ്കൂളിൽ കഴിഞ്ഞ കാലത്തെക്കുറിച്ചുള്ള ഓർമ്മകൾ ഇപ്പോഴും അവരിൽ പുതുമയോടെ നിന്നു. തന്നോടു ചെയ്ത ഉപകാരങ്ങൾ അവ എത്ര പഴകിയവയായിരുന്നാലും വിസ്മരിക്കുന്ന ഒരുവളായിരുന്നില്ല മിഹാകി, ഈ കുട്ടി തന്റെ മനസ്സിന് കുഞ്ഞുനാളിൽ നൽകിയ സാന്ത്വനം അവളുടെ മനസ്സിൽ മായാതെ കിടപ്പുണ്ടായിരുന്നു. ജൊറോഗെ മറ്റു കുട്ടികളിൽനിന്ന് വ്യത്യസ്തനായിരുന്നു. എപ്പോഴും അവൾക്ക് ഒരാകർഷണകേന്ദ്രമായിരുന്നു. അവൾക്ക് മനസ്സമാധാനവും സാന്ത്വനവും നൽകി. അവരുടെ കുടുംബങ്ങൾ തമ്മിലുള്ള ബന്ധത്തിൽ പലതും സംഭവിച്ചിരിക്കുന്നു. അവളുടെ അച്ഛന് നുഗോത്തോവിനോട് വിരോധമായിരുന്നുവെന്ന് അവൾക്കറിയാമായിരുന്നു. അയാൾ അത് മറച്ചുവെച്ചിരുന്നുമില്ല. തന്നെ പരസ്യമായി അപമാനിച്ചതുകൊണ്ടാണ് ജക്കോബോ നുഗോത്തോവിനെ വെറുക്കുന്നതെന്നും അവൾക്കറിയാമായിരുന്നു. ആരുടെ ഭാഗത്താണ് ശരി, ആരുടെ ഭാഗത്താണ് തെറ്റ് എന്നു തീരുമാനിക്കാൻ അവൾക്ക് കഴിവുണ്ടായിരുന്നില്ല. അവൾ ആകെ വിശ്വസിച്ചിരുന്നത് തന്റെ അച്ഛൻ തെറ്റു ചെയ്തിട്ടില്ലെന്നും നുഗോത്തോ തന്റെ അഭ്യുദയകാംക്ഷിയുടെ നേരെ മോശമായി പെരുമാറി എന്നും ആയിരുന്നു. എന്നാൽ അവളെ സംബന്ധിച്ചിടത്തോളം ഇത് ഒരു ജക്കോബോ-നുഗോത്തോ ഇടപാട് മാത്രമായിരുന്നു.

ജൊറോഗെയുമായി തനിക്കുള്ള അടുപ്പമൊന്നും സ്ഥാനമുണ്ടായിരുന്നില്ല. അവളുടെയും ജൊറോഗെയുടെയും ലോകങ്ങൾ ഇത്തരത്തിലുള്ള ചരിത്രവാസനകളുടെയും മത്സരങ്ങളുടെയും വർഗ്ഗവ്യത്യാസങ്ങളുടെയും അപ്പുറത്തായിരുന്നു. ജൊറോഗെയുടെയും ചിന്ത ഇപ്രകാരമായിരിക്കുമെന്ന് അവൾ വിശ്വസിച്ചു. അതുകൊണ്ട് ഇത്രയും കാലം തമ്മിൽ കാണാതിരുന്നത് തികച്ചും ആകസ്മികമായിരുന്നില്ലെന്ന് മനസ്സിലാക്കിയില്ല. അടിയന്തരാവസ്ഥ പ്രഖ്യാപിക്കപ്പെട്ടത് അവളെ അധികമൊന്നും ബാധിച്ചിരുന്നില്ല. എങ്കിലും കൊല്ലങ്ങൾ കടന്നുപോയപ്പോൾ, മൗ മൗവിനെക്കുറിച്ച് അവരുടെ എതിരാളികളെ അവർ വെട്ടുകത്തികൊണ്ട് വെട്ടിനുറുക്കും എന്നും മറ്റുമുള്ള കഥകൾ കേട്ട്, അവൾ പേടിച്ചു.

ജൊറോഗെയുടെ ചേട്ടൻ ബോറോ കാട്ടിലേക്കു പോയി എന്ന് അവൾ കേട്ടിരുന്നു. എന്നാൽ അവൾക്ക് അത് തീർത്തും വിശ്വസിക്കാനായില്ല. അവളെ സംബന്ധിച്ചിടത്തോളം മൗ മൗ എന്നത് അവളുടെ ഗ്രാമത്തിലെ ആൾക്കാരായിരുന്നില്ല; അവളുടെ പരിചയത്തിൽപെട്ടവരും ആയിരുന്നില്ല.

വൃദ്ധനായ ആ ഉപദേശി പ്രസംഗിക്കുകയാണ്. ഗിക്കുയു വർഗ്ഗക്കാർക്ക് സംഭവിച്ച ദുരന്തത്തെക്കുറിച്ചാണ് ഇദ്ദേഹം സംസാരിച്ചിരുന്നത്. "ഒരു കാലത്ത് ദൈവത്തിന്റെ കൂടെ നടന്നിരുന്ന ഈ വർഗ്ഗക്കാർക്ക് ദൈവം സുന്ദരമായ ഒരു ഭൂപ്രദേശം ദാനം ചെയ്തിരുന്നു. ഇന്നവിടെ ചോരപ്പുഴ അനുസ്യൂതം ഒഴുകുകയാണ്. രക്തവർണ്ണമായ പാപം ആ ഭൂപ്രദേശത്തെ ആവരണം ചെയ്തിരിക്കുന്നു." ഇനിയൊരിക്കലും നമുക്കു കാണാൻ കഴിയാതെ അപ്രത്യക്ഷരായ യുവതീയുവാക്കളെക്കുറിച്ചും അദ്ദേഹം സംസാരിച്ചു. ഇപ്പോഴും ഡിറ്റെൻഷൻ ക്യാമ്പുകളിൽ കഴിയുന്ന അനേകം പേരെക്കുറിച്ച് സംസാരിച്ചപ്പോൾ ആ ഉപദേശിയുടെ മുഖം ഇരുണ്ടു. "ഇതെങ്ങനെ സംഭവിച്ചു? സൃഷ്ടികർത്താവിനെ, നമുക്ക് ജീവൻ നൽകിയ ദൈവത്തെ ധിക്കരിച്ചതുകൊണ്ടാണ് ഇത് സംഭവിച്ചത്. യഹോവയുടെ ശബ്ദം ശ്രവിക്കുവാൻ ഇസ്രായേലിന്റെ മക്കൾ സന്നദ്ധത കാട്ടിയില്ല. അവർ നാല്പതു കൊല്ലക്കാലം മരുഭൂമിയിൽ അലഞ്ഞുതിരിയുകയും അവിടെത്തന്നെ അടിഞ്ഞുവീഴുകയും ചെയ്യും."

"പ്രിയപ്പെട്ട ജനങ്ങളേ, ആസന്നമായ മഹാമാരിയിൽ നിന്നു രക്ഷപ്പെടുവാൻ നാമെന്തു ചെയ്യണം? നാം ദൈവത്തിങ്കലേക്ക് ശ്രദ്ധ തിരിക്കണം. നാം മുട്ടുകുത്തിനിന്നുകൊണ്ട് അങ്ങകലെക്കാണുന്ന മരത്തിൽ തൂക്കിയിട്ട മൃഗത്തെ ദർശിക്കണം. എങ്കിൽ നമ്മുടെ എല്ലാ വ്രണങ്ങളും സുഖപ്പെടും. കുഞ്ഞാടിന്റെ രക്തംകൊണ്ട് നാം ശുദ്ധീകരിക്കപ്പെടും. പ്രിയപ്പെട്ടവരേ, വിശുദ്ധ വേദപുസ്തകങ്ങളിൽ എന്താണോ പറഞ്ഞിരിക്കുന്നത്, അതാണ് ഞാൻ നിങ്ങളോടിപ്പോൾ പറയുവാൻ പോകുന്നത്. നമുക്ക് പ്രാർത്ഥിക്കാം."

അവരെല്ലാം മുട്ടുകുത്തിനിന്ന് നാടിനുവേണ്ടി പ്രാർത്ഥിച്ചു, ചിലർ കരഞ്ഞു. അവർ ഇനിയൊരിക്കലും കാണാനിടയില്ലാത്തവരെച്ചൊല്ലി കരഞ്ഞു.

ഉയരം കുറഞ്ഞ ഒരു മനുഷ്യൻ പ്രസംഗപീഠത്തിലേക്കു കയറി. ജൊറോഗെ അയാളെ അടുത്തു ചെന്നു നോക്കി. മുഖപരിചയം തോന്നി. അയാൾ സംസാരിക്കുവാൻ തുടങ്ങി. അപ്പോൾ ജൊറോഗെയ്ക്ക് ഓർമ്മ വന്നു. തങ്ങൾ 'ഈ' എന്നു വിളിക്കാറുള്ള ഭൗതികവാദിയായ അദ്ധ്യാപകനാണിത്. ഇപ്പോൾ അയാൾക്ക് മീശ ഉണ്ടായിരുന്നില്ല. ജൊറോഗെ പ്രാഥമിക വിദ്യാലയത്തിലെ പഠിത്തം അവസാനിപ്പിച്ചപ്പോൾത്തന്നെ 'ഇസാക്കാ' എന്ന അദ്ധ്യാപകൻ നിയേരിയിലേക്ക് പോയിരുന്നു. അതിനു

ശേഷം ജൊറോഗെ അയാളെക്കുറിച്ച് കേട്ടിരുന്നില്ല. ഇസാക്ക ഇപ്പോൾ ഒരു യഥാർത്ഥ സന്ന്യാസിയെപ്പോലെയാണ്. ഒരു 'റിവൈവലിസറ്റ്' എന്നു പറഞ്ഞാൽ ഇതാണർത്ഥം.

"വിശുദ്ധ മത്തായിയുടെ സുവിശേഷം നോക്കുക. ഇരുപത്തിനാലാ മദ്ധ്യായം, നാലാംവരി മുതൽ വായിച്ചു തുടങ്ങുക."

പേജുകൾ മറിക്കുന്ന ശബ്ദം.

"നമുക്കു വായന ആരംഭിക്കാം."

"അതിന് യേശു അവരോട് ഉത്തരം പറഞ്ഞത്: ആരും നിങ്ങളെ വഴി തെറ്റിക്കാതിരിപ്പാൻ സൂക്ഷിച്ചുകൊൾവിൻ."

"ഞാൻ ക്രിസ്തു എന്നു പറഞ്ഞു അനേകർ എന്റെ പേർ എടുത്തു വന്നു പലരെയും വഴി തെറ്റിക്കും."

"നിങ്ങൾ യുദ്ധങ്ങളെയും യുദ്ധശ്രുതികളെയും കുറിച്ചു കേൾക്കും, ചഞ്ചലപ്പെടാതിരിപ്പാൻ സൂക്ഷിച്ചുകൊൾവിൻ. അവ വരികയും പോവുകയും ചെയ്യും. രാജ്യം രാജ്യത്തോടും ഭരണകൂടം ഭരണകൂടത്തോടും എതിർക്കും. ക്ഷാമവും മഹാമാരിയും ഭൂകമ്പവും അവിടവിടെ ഉണ്ടാകും. എങ്കിലും ഇതു ഒക്കെയും ദുരിതങ്ങളുടെ ആരംഭമത്രെ."

"അന്ന് അവർ നിങ്ങളെ പീഡകൾക്കായി ഏല്പിക്കയും കൊല്ലുകയും ചെയ്യും. എന്റെ നാമം നിമിത്തം സകല ജനതകളും നിങ്ങളെ വെറുക്കും."

"പലരും പ്രതിരോധിക്കും. അന്യോന്യം ഒറ്റുകൊടുക്കും. അന്യോന്യം വെറുക്കുകയും ചെയ്യും."

"കള്ളപ്രവാചകന്മാർ പലരും വന്നു അനേകരെ വഴിതെറ്റിക്കും."

"അധർമ്മം പെരുകുന്നതുകൊണ്ട് അനേകരുടെ സ്നേഹം തണുത്തുറഞ്ഞുപോകും."

"എന്നാൽ അവസാനംവരെ സഹിച്ചുനിൽക്കുന്നവർ രക്ഷിക്കപ്പെടും."

ഉപദേശി വായന തുടർന്നു. എന്നാൽ 33-ാം വരിയിലെത്തിയപ്പോൾ നിർത്തി പള്ളിയിൽ കൂടിയിരിക്കുന്ന എല്ലാ ജനങ്ങളേയും നോക്കി. എന്നിട്ട് ശബ്ദമുയർത്തി വായന തുടർന്നു.

"ഞാൻ സത്യമായിട്ടു നിങ്ങളോടു പറയുന്നു. ഇതൊക്കെയും സംഭവിക്കുവോളം ഈ തലമുറ ഒഴിഞ്ഞുപോവുകയില്ല."

ആ കെട്ടിടത്തിൽ ഇരുട്ട് പരന്നതുപോലെ. വിളക്കു തെളിയിക്കാൻ ആരും ഇല്ലാത്തപോലെ.

ജൊറോഗെയും മിഹാകിയും നിശ്ശബ്ദരായി മുന്നോട്ടുനീങ്ങി. നേരം ഏറെയായിരുന്നു. ശുശ്രൂഷയ്ക്ക് ഏറെ മണിക്കൂറുകളെടുത്തു. മിഹാകി കാതിൽ മന്ത്രിച്ചു: "നമുക്ക് ആ പഴയ വഴിയിലൂടെ പോകാം."

ജൊറോഗെ സമ്മതിച്ചു. അവർ പണ്ട് സ്കൂളിൽനിന്ന് മടങ്ങി പ്പോകുമ്പോൾ നടക്കാറുണ്ടായിരുന്ന വഴിയായിരുന്നു അത്.

“ആ ഉപദേശി പറഞ്ഞത് ശരിയാണെന്ന് തോന്നുന്നുണ്ടോ?”

“എന്ത്? അയാൾ ഒരുപാട് കാര്യങ്ങൾ പറഞ്ഞല്ലോ.”

“യേശു വേഗത്തിൽ വരുമെന്ന് പറഞ്ഞത്.”

ജൊറോഗെ ഞെട്ടി. അവരുടെ പഴയ അദ്ധ്യാപകൻ ലോകത്തെക്കുറിച്ച് പ്രവചിച്ചത് അവൻ ഓർക്കുകയായിരുന്നു. അതു സത്യമാണെന്ന് തോന്നി യിരുന്നതുകൊണ്ട് അവനു മതിപ്പുതോന്നി. യുദ്ധം, പകർച്ചവ്യാധികൾ, അരക്ഷിതാവസ്ഥ, വഞ്ചന, കുടുംബങ്ങളുടെ തകർച്ച- ജൊറോഗെ ഇതെല്ലാം കണ്ടിരുന്നു. ആ അദ്ധ്യാപകൻ പറഞ്ഞത് ശരിയാണെന്നു തോന്നി. എന്നാൽ ഹിസ്റ്റീരിയ പിടിപെട്ടവന്റേതുപോലുള്ള ആ ശബ്ദം ഇഷ്ടമായില്ല. “പശ്ചാത്തപിക്കുക. ദൈവരാജ്യം അടുത്തെത്തിപ്പോയി.”

നാട് അത്തരമൊരു സ്ഥിതിയിലെത്തിയോ? യേശുവിന്റെ രണ്ടാം വരവോടെ ഈ ലോകത്തിലെ ജീവജാലങ്ങളെല്ലാം ഇല്ലാതാവുമോ?

“എനിക്കറിയില്ല.” ഒടുവിൽ അവൻ പറഞ്ഞു.

“പ്രിയപ്പെട്ട യേശുവേ.”, അവൾ മന്ത്രിച്ചു.

അവർ മിഹാകിയുടെ വീടിനടുത്തെത്തി. അവൾ പറഞ്ഞു: “നമുക്ക് വീട്ടിൽപോകാം.”

ജൊറോഗെ പ്രതിഷേധിച്ചു. അവളുടെ മുഖം ഇരുണ്ടു. നേർത്ത ശബ്ദ ത്തിൽ അവൾ പറഞ്ഞു. “കാരണം എനിക്കറിയാം. എന്റെ അച്ഛൻ ഒരു തലവനായതുകൊണ്ടല്ലേ?”

“ദയവുചെയ്ത് അങ്ങനെ പറയല്ലേ.”

താൻ പരാജയപ്പെട്ടുവെന്ന് അവന് മനസ്സിലായി. അവന്റെ ഹൃദയ ത്തെയാണ് അവൾ സ്പർശിച്ചത്. അവരൊരുമിച്ച് അകത്തേക്കുപോയി. മുമ്പത്തെ മാതിരി ആർഭാടങ്ങളൊന്നും ഇപ്പോൾ ജക്കോബോവിന്റെ വീട്ടിലുണ്ടായിരുന്നില്ല. പണ്ട് മറ്റു കുട്ടികളോടൊപ്പം അവിടെ സൂര്യകാന്തി പ്പൂക്കൾ പറിക്കുന്ന ജോലി ചെയ്യുമ്പോൾ ഈ വീട്ടിനടുത്തുവരുമ്പോ ഴെല്ലാം ജൊറോഗെയ്ക്ക് അടിവയറ്റിൽ എന്തോ ഭാരം കയറ്റിവെച്ചതു പോലെ തോന്നുമായിരുന്നു. ആ വീട് അധികനേരം നോക്കിക്കൊണ്ടിരി ക്കാൻ ജോറോഗെയ്ക്ക് കഴിഞ്ഞിരുന്നില്ല. ജക്കോബോയോ ജൂലി യാനയോ പുറത്തുവരുമെന്നും തങ്ങളുടെ ‘യൂറോപ്യൻ ഗൃഹം’ തുറിച്ചു നോക്കുന്നത് കണ്ടുപിടിക്കപ്പെടുമെന്നും ആയിരുന്നു അവന്റെ ഭയം.

ഇപ്പോഴും ആ വീട് കാണാൻ നല്ല ചന്തമുണ്ടായിരുന്നു. ജക്കോബോ അവിടെ ഉണ്ടായിരിക്കരുതേയെന്ന് ജൊറോഗെ ആശിച്ചു. തലവൻ വല്ല പ്പോഴുമേ അവിടെ ഉണ്ടാവുമായിരുന്നുള്ളൂ. എപ്പോഴെങ്കിലും വീട്ടിലേക്ക്

അയാൾ വരുന്നതു കണ്ടാൽ എന്തെങ്കിലും തകരാറുണ്ടെന്നുറപ്പിക്കാം. ജക്കോബോവിന്റെ പേര് കേൾക്കുമ്പോഴേ ഇപ്പോൾ നാട്ടുകാർ ഭയന്നു തുടങ്ങിയിരിക്കുന്നു. ഒരിക്കൽ ജൊറോഗെ ചന്തയിൽപോയി മടങ്ങു മ്പോൾ, മൂന്നു സ്ത്രീകൾ അടുത്ത കുറ്റിക്കാട്ടിനുള്ളിലേക്ക് കുതിക്കു ന്നത് അവൻ കാണുകയുണ്ടായി. അതെന്തിനാണെന്ന് അവൻ ആശ്ചര്യ പ്പെട്ടു. അവൻ നോക്കിയപ്പോൾ അതാ നില്ക്കുന്നു, ജക്കോബോ! അവനും പേടിച്ചുപോയി. എന്നാൽ ഓടിയൊളിക്കാൻ സമയമില്ലായിരുന്നു.

മ്വിഹാകി അടുക്കളയിലേക്കു പോയപ്പോൾ അവൻ എഴുന്നേറ്റുനിന്ന് ചുമ രിലെല്ലാം തൂക്കിയിട്ടിരുന്ന ഫോട്ടോകൾ നോക്കി. ലൂസിയ കുട്ടിയായിരി ക്കുമ്പോഴും ടീച്ചറായപ്പോഴും എടുത്ത ഫോട്ടോകൾ ഉണ്ടായിരുന്നു. അവളുടെ വിവാഹത്തിന് എടുത്ത രണ്ടു ഫോട്ടോകളും വിദേശത്തുപോയ അവളുടെ ആങ്ങള ജോണിന്റേതും ഉണ്ട്. മ്വിഹാകി എവിടെ? അവളെ ഒരു ഫോട്ടോവിൽ കാണാൻ അവൻ ആശിച്ചു. അപ്പോൾ ആരോ നടന്നു വരുന്ന ശബ്ദം കേട്ടു. ജൊറോഗെ തിരിഞ്ഞു നോക്കി. ജക്കോബോയും ഭാര്യ ജൂലിയാനയും തോക്കുധാരികളായ മൂന്നു ഹോംഗാർഡുകളും വീട്ടി നുള്ളിലേക്ക് പ്രവേശിക്കുകയായിരുന്നു. ജൊറോഗെ അവരെ നോക്കി ക്കൊണ്ടുതന്നെ അവന്റെ കസേരയിൽ ഒരറ്റത്തിരുന്നു. ഇടതുകൈ കസേരയിൽ വെച്ചു, വലതുകൈകൊണ്ട് ഒരു ബട്ടൻ തിരുപ്പിടിച്ചു കൊണ്ടിരുന്നു.

"പഠനമൊക്കെ എങ്ങനെയുണ്ട്?" ജക്കോബോ ചോദിച്ചു. അപ്പോ ഴേക്കും ജക്കോബോയും ഹോംഗാർഡുകളുമെല്ലാം കസേരകളിൽ ഇരുന്നുകഴിഞ്ഞിരുന്നു. ജൂലിയാന അടുക്കളയിലേക്കു പോയി. ജക്കോബോ വളരെ ക്ഷീണിതനായിത്തോന്നി. പഴയ അഭിമാനിയായ കർഷകനായിരുന്നില്ല അയാൾ അപ്പോൾ.

"എല്ലാം നന്നായി പോകുന്നു."

"ഇപ്പോൾ നീ ഏതു ക്ലാസിലാണ്?"

"എട്ടാം സ്റ്റാന്റേഡിൽ. ഇക്കൊല്ലം കെ.എ.പി.ഇ. പരീക്ഷ എഴുതും."

"പിന്നെ ഹൈസ്കൂളിൽ പോകുമോ?"

"പാസ്സാവുകയാണെങ്കിൽ പോകും."

ഇപ്പോൾ ജൊറോഗെയ്ക്ക് അല്പംകൂടി ധൈര്യം തോന്നി. കസേര യിൽ അമർന്നിരുന്നു. ജക്കോബോവിന്റെ മുഖത്ത് ചെറിയ ചുളിവ് വീണി രുന്നു. സംസാരിച്ചു തുടങ്ങിയപ്പോൾ ശബ്ദത്തിനും മാറ്റം വന്നതുപോലെ.

"നീ നല്ലവണ്ണം പഠിക്കുന്നുണ്ടെന്ന് ഞാൻ കരുതുന്നു. നിന്നെ പ്പോലുള്ളവരാണ് കഠിനാദ്ധ്വാനം ചെയ്ത് നാടിനെ രക്ഷിക്കേണ്ടത്."

ഇതു കേട്ടപ്പോൾ മനസ്സിൽ എന്തോ ഒന്ന് ഉയിർത്തെഴുന്നേല്ക്കുന്നതു പോലെ ജൊറോഗെയ്ക്ക് തോന്നി. നാടിന്റെ പുനർനിർമ്മാണത്തിൽ താൻ

പങ്കാളിയാകുന്നത് അവൻ കണ്ടു. ആ സാധ്യത ഓർത്തപ്പോൾ ഒരു നിമിഷനേരം ആത്മഹർഷമുണ്ടായി.

അവൻ ഹോംഗാഡുകൾക്കു നേരെ ഒളിഞ്ഞുനോക്കി. അവർ അവന്റെ നേരെ നോക്കുന്നത് കണ്ടു. അവരുടെ രക്തവർണ്ണമായ മേൽക്കുപ്പായം ഓർമ്മിപ്പിച്ചത് മരിച്ചുപോയ ബാർബറെയായിരുന്നു.

അവർ ഒരു കുന്നിൻമുകളിലേക്കു പോയി. വീടിനടുത്തായിരുന്നു അത്. അവൾ ഇടതുഭാഗത്ത് പുല്ലിൽ കിടന്നുകൊണ്ട് അവനെ നോക്കി. അവൻ നിവർന്നിരുന്നു താഴെയുള്ള സമതലപ്രദേശം വീക്ഷിക്കുകയായിരുന്നു. മഴക്കാലത്ത് എപ്പോഴും അവിടെ വെള്ളം നിറഞ്ഞിരിക്കും. ഇപ്പോൾ അത് വരണ്ടു കിടന്നിരുന്നു. മിഹാകി അവന്റെ പിൻഭാഗത്തെ പോക്കറ്റിലെ ബട്ടൻ തിരുപ്പിടിച്ചുകൊണ്ടിരുന്നു.

അവൾ പറഞ്ഞു: "ഞാൻ പേടിച്ചുപോയി."

"നീ ഒരിക്കലും പേടിക്കാൻ പാടില്ല." ജൊറോഗെ പറഞ്ഞു.

"ശരിക്കും പേടിച്ചു. ടീച്ചർ പറഞ്ഞിരുന്നില്ലേ ലോകം അവസാനിക്കാൻ പോവുകയാണെന്ന്."

ജൊറോഗെ തിരിഞ്ഞു നിന്ന് ഒരു നിമിഷനേരം അവളെത്തന്നെ നോക്കി നിന്നു. സൗഹൃദത്തോടെ ചിരിക്കാൻ ശ്രമിച്ചെങ്കിലും കഴിഞ്ഞില്ല. എന്തോ ഓർമ്മിക്കാൻ ശ്രമിക്കുന്നതുപോലെ അവന്റെ മുഖം ചെറിയ മടക്കുകളായി ചുളിഞ്ഞു.

"എല്ലാം നശിപ്പിക്കപ്പെടുന്നത് ആലോചിക്കാൻ തന്നെ വിഷമം. സമതലം പോലെ എല്ലാം അടിച്ചു പരത്തപ്പെടുക! ഹോ! എല്ലാവരുടെയും - കറുത്തവരുടെയും വെളുത്തവരുടെയും, എന്റെയും നിന്റെയും ചോരയും എല്ലുകളും എല്ലാം..."

"നിർത്തൂ!" അവൾ പറഞ്ഞു. രക്തം നിറഞ്ഞ തടാകവും എല്ലുകൾ ചിതറിക്കിടക്കുന്ന സമതലവും ഭാവനയിൽ പോലും കാണുവാൻ അവൾക്ക് കഴിയുമായിരുന്നില്ല.

"നിനക്ക് പേടിയാണല്ലോ" അവൻ പറഞ്ഞു. വീണ്ടും പുഞ്ചിരിക്കാൻ ശ്രമിച്ചു. അവൾ ഭയന്നതു കണ്ടപ്പോൾ അവനു ധൈര്യം തോന്നി. അവൾ ഒരു സ്ത്രീയാണ്. ഭയം തോന്നുന്നത് സ്വാഭാവികം.

ഭയപ്പാടിൽ നിന്ന് മുക്തയായപ്പോൾ അവൾ പറഞ്ഞു: "ഒരു രാത്രി ഉറങ്ങാൻ പോകുന്ന ഞാൻ പിറ്റേന്നു രാവിലെ എഴുന്നേല്ക്കുമ്പോൾ എല്ലാം നശിപ്പിക്കപ്പെട്ടതായി കാണുക?! അതോർക്കുമ്പോൾ തന്നെ പേടി തോന്നുന്നു."

"നീയും ബാക്കിയുണ്ടാവുകയില്ലല്ലോ. പിന്നെ നീയെങ്ങനെ അതു കാണും?"

"പരിഹസിക്കരുത്."

"ഞാൻ പരിഹസിക്കുകയല്ല."

അത് ശരിയായിരുന്നു. അവൾ പറഞ്ഞതിന്റെ സാധ്യതകളെക്കുറിച്ച് അവനും ആലോചിക്കയായിരുന്നു. എല്ലാരും നശിച്ച് താൻ മാത്രം ബാക്കിയായാൽ എന്തായിരിക്കും സ്ഥിതി? നാടിനെ നാശത്തിൽ നിന്ന് രക്ഷിക്കാൻ തനിക്ക് സഹായകമായിരുന്ന വിദ്യാഭ്യാസംകൊണ്ട് പിന്നെന്തു ഫലം? പിന്നെ അവനാലോചിച്ചു: തന്റെ കുടുംബം മാത്രമാണ് നശിപ്പിക്കപ്പെടുന്നതെങ്കിലോ? അവന്റെ അടിവയറിലൂടെ ഒരു വിറ പാഞ്ഞു. അവളോടു ചോദിച്ചു: "എന്നാണ് നീ തിരിച്ചു പോകുന്നത്?"

"അടുത്തയാഴ്ച."

"ഇത്ര പെട്ടെന്നോ?" അവളത് കേട്ടില്ല.

"ജൊറോഗെ? ഇശയ്യായും മറ്റും പ്രവാചകന്മാരും ഇതെല്ലാം പ്രവചിച്ചിട്ടുണ്ടെന്ന് നീ വിശ്വസിക്കുന്നുണ്ടോ?"

"അത് ബൈബിളിലുണ്ടല്ലോ."

"ഞാൻ വിചാരിക്കയായിരുന്നു. നമ്മുടെ രാജ്യത്തിന് ഇങ്ങനെയൊക്കെ സംഭവിക്കുമെന്ന് യേശു ശരിക്കും അറിഞ്ഞിരുന്നുവെങ്കിൽ അദ്ദേഹം അത് നിർത്താൻ ശ്രമിക്കുമായിരുന്നില്ലേ? നിനക്കും അങ്ങനെ തോന്നുന്നില്ലേ?"

ജൊറോഗെ ദൈവത്തിന്റെ നന്മയിൽ വിശ്വസിച്ചു. അതുകൊണ്ട് എല്ലാം നന്മയിൽ കലാശിക്കും എന്ന് അവൻ വിചാരിച്ചു. ദൈവത്തിന്റെ കർമ്മം നിർവ്വഹിക്കുവാൻ ദൈവം തന്നെയാണ് തെരഞ്ഞെടുത്തതെന്ന് വിഭാവനം ചെയ്തപ്പോൾ അത് അവനിൽ അനല്പമായ അഭിമാനമുളവാക്കി. അതിനാൽ അവൻ പറഞ്ഞു: "ദൈവം നിഗൂഢമായ വഴികളിലൂടെയാണ് പ്രവർത്തിക്കുന്നത്."

"എന്റെ യഥാർത്ഥ വേവലാതി ഇതാണ്. എന്റെ അച്ഛൻ. ആദ്യം വലിയ ദയയും സ്നേഹവുമൊക്കെയുള്ള ആളായിരുന്നു. പ്രത്യേകിച്ചും എന്നോട്. ഇടയ്ക്കിടെ എന്നെ വെറുപ്പിച്ചിരുന്നുവെങ്കിലും അതിലൊന്നും കാര്യമില്ലായിരുന്നു. അമ്മ ചീത്ത പറയുമ്പോഴൊക്കെ അച്ഛൻ എന്റെ സഹായത്തിനെത്തിയിരുന്നു. അച്ഛന്റെ പുഞ്ചിരി എനിക്കിഷ്ടമായിരുന്നു. അതുപോലെ പല്ലുകളുള്ള ഒരു ഭർത്താവിനെയായിരുന്നു എനിക്കിഷ്ടം. അവൾ നിർത്തി. ഒരു നിമിഷം ആലോചിച്ചു. എന്നിട്ട് എന്തോ മനസ്സിലാകാത്തതുപോലെ പറഞ്ഞു: "എന്നാൽ ഇപ്പോൾ അച്ഛൻ ഒന്നും പറയുന്നില്ല. അദ്ദേഹം ഇപ്പോൾ കൊണ്ടുനടക്കുന്ന തോക്കും പിസ്റ്റളും മറ്റും അച്ഛനെ എനിക്ക് അപരിചിതനാക്കുന്നു. ഞാൻ ഒരു വലിയ ആളായിരുന്നെങ്കിൽ, എനിക്ക് കരുത്തുണ്ടായിരുന്നെങ്കിൽ, ഞാൻ എന്തെങ്കിലുമൊക്കെ ചെയ്യുമായിരുന്നു... നിനക്കൊരു പക്ഷേ വിശ്വാസം വരില്ല എങ്കിലും...

"എല്ലായിടവും ഒരുപോലെതന്നെ." അതത്ര കാര്യമാക്കാതെ അവൻ പറഞ്ഞു. "എല്ലാറ്റിനും മാറ്റം വരും. ആളുകൾക്ക് ദൈവവിശ്വാസം വേണ മെന്നു മാത്രം." അവൾ പറഞ്ഞുകൊണ്ടിരുന്നു. അവൾ ജൊറോഗെ പറയുന്നതൊന്നും ശ്രദ്ധിക്കുന്നില്ലെന്ന് അവൾ മനസ്സിലാക്കിയിരുന്നില്ല.

"അച്ഛൻ ആരെയെങ്കിലും കൊന്നിരിക്കാമെന്ന് ആലോചിക്കുന്നതു പോലും എന്നിൽ വെറുപ്പുളവാക്കുന്നു. രാത്രിയിൽ അച്ഛൻ പെട്ടെന്ന് ഞെട്ടിയുണർന്ന് ആളുകൾ തന്റെ മരണത്തെക്കുറിച്ചു സംസാരിക്കുന്നത് കേട്ടെന്ന് പറയുന്നു. പിന്നെ... എല്ലാവരും എന്നെ ഒഴിഞ്ഞുമാറുകയാണ്. എന്റെ പ്രായക്കാരായ പെൺകുട്ടികൾ പോലും. അതൊക്കെ ഓർക്കു മ്പോൾ ഹോ... വയ്യ.."

അവൾ പൊട്ടിക്കരഞ്ഞു. മുതിർന്ന ഒരു പെൺകുട്ടിയുടെ കണ്ണുനീർ കണ്ടു ജൊറോഗെ പേടിച്ചുപോയി. എല്ലാ പെൺകുട്ടികളും ഇങ്ങനെ യാവുമെന്ന് അവൻ വിചാരിച്ചു. എന്നാൽ മിഹാകി ഇങ്ങനെയാകുമെന്ന് വിശ്വസിച്ചിരുന്നില്ല. അവൻ ഒരു പുൽക്കൊടിയെടുത്തു ചവയ്ക്കാൻ തുടങ്ങി. മിഹാകി തന്റെ കൈലേസെടുത്തു കണ്ണു തുടച്ചു. ജൊറോഗെ ദൂരേക്കു നോക്കിനിന്നു. താഴെയുള്ള സമതലപ്രദേശം വിശാലമായിരുന്നു. രാജ്യത്തിന്റെ ഭാവിക്കുവേണ്ടി താൻ ചെയ്യേണ്ട കാര്യങ്ങളെക്കുറിച്ചാലോ ചിക്കവേ അല്പസമയത്തേക്ക് ജൊറോഗെ മിഹാകിയെ മറന്നുപോയി. ഭാവനാലോകത്തിൽ സഞ്ചരിക്കുകയായിരുന്നു അവൻ. ഗോലിയാത്തിന്റെ ദുഷ്കർമ്മങ്ങളിൽനിന്ന് ഒരു രാജ്യത്തെ മുഴുവൻ രക്ഷിച്ച ദാവീദിനെ അവൻ ഓർത്തു.

"ഞാനൊരു പാവം കഥയില്ലാത്തവളാണെന്ന് നീ വിചാരിക്കുന്നു ണ്ടാവാം. എന്നാൽ എനിക്കറിയാം നമ്മുടെ ആളുകളും പാപം ചെയ്തിട്ടു ണ്ടെന്ന്."

വൃദ്ധനായ ആ ഉപദേശിയുടെ പാപത്തെപ്പറ്റിയുള്ള പ്രസംഗം കേൾക്കുന്നതുപോലെ അവന് തോന്നി. ഗിക്കുയു വർഗ്ഗക്കാർ പാപം ചെയ്തിട്ടുണ്ടെങ്കിൽ ദൈവം അദ്ദേഹത്തെ അവരുടെയടുത്തേക്കയച്ച താവാം. ശമുവേലിനെയും മറ്റനേകം പ്രവാചകന്മാരെയും അവൻ ഓർത്തു. എങ്കിലും പറഞ്ഞു:

"ഒരു ദേശത്തിനു മുഴുവൻ പാപം ചെയ്യാനാവുമോ?"

"ഒരാൾ പാപം ചെയ്താൽ മതി. ദൈവം എല്ലാവരെയും ശിക്ഷി ക്കുന്നു."

അവൻ ആലോചിച്ചു: അവൾ പറയുന്നത് ശരിയാണ്. ഇസ്രായേലിന്റെ മക്കളോട് ദൈവം ഇങ്ങനെ പലതും ചെയ്തിട്ടുണ്ട്. എന്നാൽ അപ്പോ ഴെല്ലാം അവരെ രക്ഷിക്കാൻ ആരെയെങ്കിലും അയച്ചിട്ടുമുണ്ട്.

"പാപം ആരെങ്കിലും ചെയ്തിരിക്കാം. ഒരുപക്ഷേ നീയോ ഞാനോ."

അങ്ങനെ ചിന്തിച്ചപ്പോൾ തന്റെ സ്വപ്നലോകത്തിൽനിന്ന് അവൻ പെട്ടെന്ന് ഉണർത്തപ്പെട്ടു. ഇതുപോലൊരു അനുഭവം മുമ്പും ഉണ്ടായിട്ടുണ്ട്. ഒരിക്കൽ അമ്മ അച്ഛനുമായി ശണ്ഠ കൂടിയ ദിവസം. താനാണതിനുത്തരവാദിയെന്നതുപോലെ അവന് കുറ്റബോധം തോന്നിയിരുന്നു. തന്റെ മനസ്സിലൊതുക്കി അവൻ മിഹാകിയെ നോക്കി ഉറച്ച സ്വരത്തിൽ പറഞ്ഞു. “ഈ രാജ്യത്ത് സമാധാനം വരും!” ജനങ്ങളെ സമാശ്വസിപ്പിക്കുകയെന്ന തന്റെ ദൗത്യം അവൻ ആരംഭിച്ചു കഴിഞ്ഞു.

“ജൊറോഗെ? നീ ശരിക്കും അങ്ങനെ വിചാരിക്കുന്നുണ്ടോ?” അവൾ ചോദിച്ചു. ആശ്വാസത്തിന്റെ പ്രതീകമാണവനെന്നതുപോലെ അവൾ അവന്റെ അരികിലേക്കു നീങ്ങിയിരുന്നു.

“ഉവ്വ്. ഇരുണ്ട രാത്രിക്കുശേഷം സൂര്യപ്രകാശം ഉണ്ടാവും. നാം രാത്രി ഉറങ്ങാൻ പോകുന്നത് പിറ്റേന്നു സൂര്യൻ ഉദിക്കുമെന്ന വിശ്വാസത്തോടു കൂടിയാണ്.” തന്റെ വാദഗതി അവനിഷ്ടപ്പെട്ടു. എന്നാൽ അവൾ “നാളെ!” എന്ന് പരിഹസിച്ചു പറഞ്ഞത് അവന് ഇഷ്ടപ്പെട്ടില്ല. “നാളെ! നാളെ ഒരിക്കലും വരുന്നില്ല. എനിക്ക് ഇന്നിനെക്കുറിച്ച് ചിന്തിക്കാനാണിഷ്ടം.” അവൾ അവന്റെ നേരെ പ്രതീക്ഷയോടെ നോക്കി. അപ്പോൾ ഒരു കുഞ്ഞിന്റേതെന്നപോലെ അവളുടെ കണ്മണികൾ ഇളകുന്നുണ്ടായിരുന്നു. അവളുടെ മനസ്സിൽ ഒരാശയമുദിച്ചു. അവൾ ആവേശത്തോടെ അവന്റെ കഴുത്തിൽ പിടിച്ച് കുലുക്കി.

“എന്താണിത്?” പെട്ടെന്ന് ഞെട്ടലോടെ ജൊറോഗെ ചോദിച്ചു.

“ഒന്നുണ്ട്. നീയും ഞാനും എങ്ങോട്ടെങ്കിലും പോയാലോ? ഈ ഇരുണ്ട കാലം കഴിഞ്ഞശേഷം തിരിച്ചുവന്നാൽ മതി.”

“പക്ഷേ...”

“നിനക്ക് ഞാനൊരു നല്ല സഹോദരിയായിരിക്കും. രുചിയുള്ള ഭക്ഷണം പാകം ചെയ്തു തരാം.

“ഒരു നിമിഷം.”

“ഇതൊരു നല്ല ആശയമാണ് അല്ലേ?”

ജൊറോഗെ ഗൗരവത്തിലായി. ഈ നിർദ്ദേശം തന്റെ സ്വപ്നത്തെ തകർക്കുന്നതുപോലെ തോന്നി. തന്റെ ദൗത്യം ഉപേക്ഷിച്ചുപോയാൽ ദൈവം എന്തു വിചാരിക്കും?

“പാടില്ല. നമ്മുടെ രക്ഷിതാക്കന്മാരെ തനിച്ചാക്കി എങ്ങനെ പോവും?”

“നമുക്ക്...”

“പറയൂ. നാമെങ്ങോട്ട് പോകും, എന്തു ഭക്ഷിക്കും?”

അവൾക്ക് നിരാശ തോന്നി. എന്നാൽ ഉടനെ അതിനെ ചിരികൊണ്ട്

മായ്ച്ചുകളഞ്ഞു; എന്നിട്ട് പറഞ്ഞു. "അതത്ര കാര്യമായെടുക്കേണ്ട. ഞാൻ തമാശ പറഞ്ഞതാണ്."

ഈ പെൺകുട്ടി എന്താണുദ്ദേശിക്കുന്നതെന്ന് അറിയാതെ ജൊറോഗെ കുഴങ്ങി. അവന് നേരിയ ഈർഷ്യ തോന്നി അവളോട്. വാസ്തവത്തിൽ അവന് അവളെ മനസ്സിലാക്കുവാൻ ഒരിക്കലും കഴിഞ്ഞിരുന്നില്ല. എങ്കിലും അവൻ ചിരിക്കാൻ ശ്രമിച്ചുകൊണ്ടുപറഞ്ഞു.

"എനിക്കതറിയാമായിരുന്നു."

അവന് ദേഷ്യം വന്നിരുന്നുവെന്ന് മനസ്സിലായതിനാൽ അവൾ അവനെ സമാധാനിപ്പിക്കുവാൻ നോക്കി.

"നമുക്ക് ചങ്ങാതിമാരായിരിക്കാം. എന്നും പരസ്പര വിശ്വാസത്തോടെ കഴിയാം."

"നാം ചങ്ങാതിമാരാണല്ലോ," അവൻ പറഞ്ഞു.

"പക്ഷേ നീ എന്നെ കാണാൻ വരുന്നില്ലല്ലോ."

അവർ തമ്മിലുള്ള വ്യത്യാസത്തെക്കുറിച്ച് അവൻ ബോധവാനായി.

"നാം തമ്മിൽ കാണാറില്ല."

"മടങ്ങി വരുമ്പോൾ നീ എന്നെ ഒറ്റയ്ക്കാക്കുമോ?" അവൾ അപേക്ഷാ ഭാവത്തിൽ ചോദിച്ചു. അവളുടെ കണ്ണിലെ കൃഷ്ണമണികൾ ഇളകുന്നുണ്ടായിരുന്നു. അവൾ അവന്റെ വളരെ അടുത്തായിരുന്നു ഇരുന്നത്. അവന്റെ ഷർട്ടിന്റെ കോളർ തൊട്ട് അതിന്മേൽ ഉണ്ടായിരുന്ന ഒരു ചെറിയ ജീവിയെ അവൾ തട്ടിയെറിഞ്ഞു. ഒരു സഹോദരൻ നോക്കുന്നതുപോലെ അവൻ അവളെ നോക്കി - അവർ തമ്മിലുള്ള വ്യത്യാസം വേഗത്തിൽ മറന്നു. അവനെ സംബന്ധിച്ചിടത്തോളം തന്റെ സഹോദരിയാകുമായിരുന്ന ഒരു പെൺകുട്ടി മാത്രമായിരുന്നു അവൾ.

അവൻ പറഞ്ഞു: "നീ മടങ്ങി വന്നാൽ ഞാൻ നിന്നോടൊപ്പം ഉണ്ടാകും."

"സത്യം?"

"സത്യം."

അവർ ഒരുമിച്ചു നടന്നു; ഉരുണ്ടുകൂടുന്ന ഇരുളിൽ അകപ്പെടാതിരിക്കാൻ വേണ്ടിയെന്നോണം ഒരു പക്ഷി കരഞ്ഞു. പിന്നെ മറ്റൊരു പക്ഷി. ഈ രണ്ടുപേർ, ഒരാൺകുട്ടിയും ഒരു പെൺകുട്ടിയും അവരവരുടെ ലോകങ്ങളിൽ മുഴുകി മുന്നോട്ടുപോയി. ആ സമയത്ത് അവരുടെ നാടിനെയാകെ വിഴുങ്ങാൻ പോകുന്ന ആ വലിയ ഇരുളിനെ ഒരു നിമിഷം അവർ വിസ്മരിച്ചു.

പന്ത്രണ്ട്

ഹൗലാൻഡ്സിന് ഗൂഢമായ ഒരു കൃതാർത്ഥത അനുഭവപ്പെട്ടു. തന്റെ ഉദ്ദേശ്യം ഫലിക്കുന്നു. കറുത്തവർ കറുത്തവരെ നശിപ്പിക്കുകയാണ്. അങ്ങനെ അവർ അവരെത്തന്നെ നിശ്ശേഷം നശിപ്പിക്കും. കാട്ടിൽ ഒളിച്ചു പാർക്കുന്ന കറുത്ത വർഗ്ഗക്കാർ ഒരു ഗ്രാമത്തെ മൊത്തമായി നശിപ്പിച്ചാൽ ത്തന്നെ അയാൾക്കെന്ത്? തൊഴിലാളികളുടെ എണ്ണം ഇത്തിരി കുറയും. അല്ലാതെന്ത്? അവർ സ്വയം നശിപ്പിക്കട്ടെ. ശേഷിക്കുന്നവർ വെള്ളക്കാർ അവർക്കുവേണ്ടി കരുതിവെച്ച ഭൂമികൊണ്ട് തൃപ്തരാവും. അതെ. ഹൗലാൻഡ്സ് താൻ തുടങ്ങിവെച്ച പണിയിൽ തൃപ്തനായി. അടിയ ന്തരാവസ്ഥയുടെ തുടക്കത്തിൽ താൻ കൃഷിസ്ഥലത്തുനിന്ന് വിളിക്കപ്പെട്ട പ്പോൾ ഹൗലാൻഡ്സിന് ദേഷ്യമായിരുന്നു. ചിലപ്പോഴൊക്കെ തന്റെ കൃഷി പ്പണിയിലേക്ക് തിരിച്ചുപോകാൻ അയാൾ കൊതിച്ചിരുന്നു. എന്നാൽ, കൊല്ലങ്ങൾ കടന്നുപോയപ്പോൾ, മറ്റുള്ളവരെ തന്റെ ചൊൽപ്പടിക്ക് നിർത്താനുള്ള ആഗ്രഹം മനസ്സിൽ വളർന്നു. തന്റെ പ്രായക്കാരായ മറ്റു പലർക്കും ചെയ്യാൻ കഴിയുന്നതിനേക്കാൾ നന്നായി ആ ജോലി അയാൾ ചെയ്തു. ഹൗലാൻഡ്സ്, തലവൻ ജക്കോബോയുടെ നേരെ നോക്കി. മുഖത്ത് കുടിലമായ ഒരു പുഞ്ചിരി. തലവന് ഒരു ചവിട്ടുവെച്ചുകൊടുക്കു വാനുള്ള ആഗ്രഹമായിരുന്നു മനസ്സിൽ മുന്നിട്ടുനിന്നിരുന്നത്. അപ്പോഴും അയാൾ ഇളിച്ചുകൊണ്ടിരുന്നു.

"ബോറോ ആണ് ആ സംഘത്തെ നയിക്കുന്നതെന്ന് തനിക്കുറ പ്പാണോ?"

"ഉറപ്പ് പറയാൻ കഴിയില്ല, എങ്കിലും..."

"എന്ത്?"

"ഈ മനുഷ്യൻ അപകടകാരിയാണെന്ന് നിങ്ങൾക്കും അറിയാമല്ലോ. അയാൾ ഓടിപ്പോകുന്നതിനുമുമ്പ് നാം തമ്മിൽ സംസാരിച്ചപ്പോൾ ഞാനിത് പറഞ്ഞിരുന്നതാണല്ലോ. അയാൾ വീട്ടിലേക്ക് പലപ്പോഴും വരാറുണ്ടെന്ന് പറഞ്ഞുകേൾക്കുന്നുണ്ട്. ഇനിയത് ശരിയല്ലെങ്കിൽത്തന്നെ

നുഗോത്തോവിനറിയാമായിരിക്കുമല്ലോ അയാളുടെ മകൻ എവിടെയാണ് ഒളിച്ചുപാർക്കുന്നതെന്ന്."

"നുഗോത്തോവിന്റെ നീക്കങ്ങൾ നിരീക്ഷിക്കാൻ ആളുകളെ ഏർപ്പാടാക്കിയിട്ടില്ലേ?"

എന്നെങ്കിലും നുഗോത്തോവിനെ തന്റെ കൈപ്പിടിയിലൊതുക്കാൻ കഴിയുമെന്ന് ഹൗലാൻഡ്സിന് ഉറപ്പുണ്ടായിരുന്നു. നുഗോത്തോ തന്റെ ശത്രുവാണ്. എങ്കിലും അയാളെ കീഴടക്കാനും അപമാനിതനാക്കാനുമുള്ള എല്ലാ പദ്ധതികളും താൻ നീട്ടിനീട്ടിക്കൊണ്ടുപോയിരുന്നത് എന്തിനാണെന്ന് അയാൾക്കുതന്നെ പിടി കിട്ടിയില്ല. അതായിരുന്നുവല്ലോ അയാളുടെ ലക്ഷ്യംതന്നെ. കൃഷിപ്പണിയിലേക്ക് മടങ്ങുന്നതിനുമുമ്പ് തനിക്കു ലഭിക്കാവുന്ന സുവർണ നേട്ടം അതായിരിക്കും. അതിനിടയ്ക്ക്, നുഗോത്തോവിനെ ഉടനടി അറസ്റ്റുചെയ്യുവാനുള്ള ജക്കോബോവിന്റെ നീക്കങ്ങളെല്ലാം താൻ ചെറുക്കും. തന്റെ ഭാര്യയ്ക്കും മകൻ സ്റ്റീഫനും കുറച്ചുകാലം ഇംഗ്ലണ്ടിലേക്ക് മാറിത്താമസിക്കണമെന്ന ഭാര്യയുടെ ആവശ്യത്തെയെന്നതുപോലെ ഇതും താനനുവദിക്കയില്ല. സിറിയാനയിൽ നിന്ന് കുറച്ചു മൈൽ അകലെയുള്ള യൂറോപ്യൻ ഹൈസ്കൂളിലായിരുന്നു സ്റ്റീഫൻ അപ്പോൾ പഠിച്ചിരുന്നത്.

ജാക്കോബോയുടെ മറുപടി അല്പം നീണ്ടതായിരുന്നു.

"ആളുകളെയൊക്കെ ഏർപ്പാടാക്കിയിട്ടുണ്ട്. എന്നാൽ മറ്റൊരു കാര്യം കൂടിയുണ്ട്. ഞാനിത് പറയാനുദ്ദേശിച്ചതല്ല. കുറച്ചു ദിവസം മുമ്പ് ഈ ഒരു കുറിപ്പ് ഒരു കവറിലാക്കി ആരോ എന്റെ വാതിൽപ്പടിയിൽ ഇട്ടേച്ചു പോയി." തലവൻ തന്റെ കോട്ടിന്റെ അകത്തെ പോക്കറ്റിൽ കൈയിട്ടു പകുതി ഒരു കുറിപ്പു പുറത്തെടുത്ത് ഹൗലാൻഡ്സിന് കൊടുത്തു. ഇതായിരുന്നു കുറിപ്പ്.

"നിന്റെ കൊലപാതക പ്രവർത്തനങ്ങൾ നിർത്തുക. ഇല്ലെങ്കിൽ നിന്റെ തല ഞങ്ങൾ വെട്ടിയെടുക്കും. ഇത് അവസാനത്തെ താക്കീതാണ്."

"ഇതെന്ത്? ഇനിയും വല്ല കുറിപ്പും കിട്ടിയിട്ടുണ്ടോ?"

"ഉണ്ട്. രണ്ടെണ്ണം. എന്നാൽ..."

"വിഡ്ഢി, എന്നിട്ട് നീയതെന്തു ചെയ്തു?" ഹൗലാൻഡ്സ് ദേഷ്യം കൊണ്ടുവിറച്ചു. അയാൾ എഴുന്നേറ്റുനിന്നു. ജക്കോബോ കുറച്ചു പിന്നോക്കം മാറി വാതിലിനടുത്ത് നിന്നു. ഇത്തരം വിവരക്കേട് ഹൗലാൻഡ്സിന് ഉൾക്കൊള്ളാനാവുമായിരുന്നില്ല. രണ്ടു ഭീഷണിക്കത്തുകൾ കിട്ടുക; എന്നിട്ട് മിണ്ടാതിരിക്കുക! കുറച്ചു കഴിഞ്ഞപ്പോൾ അയാൾ ആറിത്തണുത്തു.

“ശരി, ഈയൊരെണ്ണം ഇവിടിരിക്കട്ടെ. ആരാണ് ഇതയച്ചത് എന്നറിയാമോ?”

“നുഗോത്തോ”

“അതെങ്ങനെ തനിക്കറിയാം?”

“വേറെ ആർക്കാണ് എന്റെ വീട്ടിൽ എളുപ്പത്തിൽ കടന്നുവരാൻ കഴിയുക? കുറച്ചു മാസം മുമ്പ് അയാളുടെ ഇളയമകൻ എന്റെ വീട്ടിലുണ്ടായിരുന്നു.”

“അവനെന്തു ചെയ്യുകയായിരുന്നു?”

“അവൻ ഒരു സ്കൂൾകുട്ടിയാണ്. പിന്നെ അവൻ... അതായത് എന്റെ മകൾ...”

ഹൗലാൻഡ്സിന് ഇതൊന്നും മനസ്സിലായില്ല. ജക്കോബോയ്ക്ക് ഭ്രാന്താണോ?

“ശരി. ഇതിവിടിരിക്കട്ടെ. വേണമെങ്കിൽ കുറെക്കൂടി ഹോംഗാർഡുകളെ കൂട്ടിക്കോളൂ. ഒരു ഗാർഡില്ലാതെ വീടിനു വെളിയിലിറങ്ങരുത്. നുഗോത്തോവിന്റെ ഓരോ ചലനവും നിരീക്ഷിക്കുക.”

“ശരി സാർ.”

“ഇടയ്ക്കൊന്ന് പറഞ്ഞേക്കാട്ടെ. പുതിയ ഹോംഗാർഡ് പോസ്റ്റിന്റെ പണി പൂർത്തിയായാൽ നിങ്ങളും കുടുംബവും അങ്ങോട്ടു മാറിത്താമസിച്ചോളൂ.”

“ശരി, സർ.”

ജനുവരിയിലെ ചൂടുള്ള ഒരു പ്രഭാതമായിരുന്നു അത്. രണ്ടു ചെറുപ്പക്കാർ ബൈബിളും പ്രാർത്ഥനാപുസ്തകങ്ങളും അശ്രദ്ധമായി കൈയിൽ പിടിച്ചുകൊണ്ട് ഇടുങ്ങിയ നാട്ടുവഴിയിലൂടെ നടന്നുപോവുകയായിരുന്നു. അവർക്ക് പിറകിൽ ബൈബിളും പ്രാർത്ഥനാപുസ്തകങ്ങളുമേന്തിയ ഒരു കൂട്ടം സ്ത്രീപുരുഷന്മാർ ഉണ്ടായിരുന്നു. പാപികളെ രക്ഷിക്കാനുള്ള യേശുവിന്റെ കഴിവിനെക്കുറിച്ച് സംസാരിക്കുകയായിരുന്നു അവർ. ഏറ്റവും പിറകിലായി സ്ത്രീകൾ. അവരുടെ ഏറ്റവും നല്ല ഞായറാഴ്ച വസ്ത്രമണിഞ്ഞ് ഉത്സാഹത്തിൽ നടന്നിരുന്നു. അവർ ഉച്ചത്തിൽ പാടുകയായിരുന്നു.

“ഞങ്ങൾ യേശുവിനെ സ്തുതിക്കുന്നു.
കർത്താവിന്റെ കുഞ്ഞാടാകും യേശുവിനെ
യേശുവേ, നിന്റെ രക്തം ഞങ്ങളുടെ
പാപങ്ങളെ കഴുകിക്കളയുന്നു.
നാഥാ അങ്ങയെ ഞാൻ സ്തുതിക്കുന്നു.”

നഗരത്തിൽനിന്നും ഏതാനും നാഴികകൾ അകലെയുള്ള ക്രിസ്ത്യാനികളുടെ ഒരു യോഗത്തിന് പോവുകയായിരുന്നു അവർ.

"നമ്മൾ എത്താറായോ?" ജൊറോഗെ മറ്റേ യുവാവിനോട് ചോദിച്ചു. അവന്റെ പേര് മുകാത്താ എന്നായിരുന്നു.

"ഇല്ല. ഞാൻ മുൻപേ പറഞ്ഞ ഒരു കാട്ടുപ്രദേശമില്ലേ? അവിടെ പോലും നാം എത്തിയിട്ടില്ല."

"അപ്പോൾ ഇനിയും കുറെ ദൂരമുണ്ടല്ലോ."

"അധികമൊന്നുമില്ല. ഞാനവിടെ എത്രയോ തവണ നടന്നു പോയിട്ടുണ്ട്."

"അവിടെ കുറേ ആളുണ്ടാകുമോ?"

"ഉവ്വ്. കുറേ സ്ത്രീകൾ?"

"അതെന്താ, സ്ത്രീകൾ മാത്രം?"

"അതിന് പുരുഷന്മാരെവിടെ?"

"എന്തിനാ നമ്മൾ രണ്ടുപേർ മാത്രം."

"വേറെയും ആളുകളുണ്ട്."

"ഉണ്ടായിരിക്കാം."

അവർ രണ്ടുപേരും ചിരിച്ചു. ഉടനെ നിശ്ശബ്ദരായി. മിഹാകി തങ്ങളുടെ കൂടെ ഉണ്ടായിരുന്നുവെങ്കിൽ എത്ര നന്നായിരുന്നുവെന്ന് ജൊറോഗെ ഓർത്തു. എന്നാൽ ഈ ഒഴിവുകാലത്ത് അവൾ വീട്ടിൽ വന്നിരുന്നില്ല. ലൂസിയയുടെ കൂടെ താമസിക്കുവാൻ പോയിരുന്നു. അവളുടെ കത്തു വായിക്കുന്നത് ജൊറോഗെയ്ക്ക് ഇഷ്ടമായിരുന്നു. രണ്ടാമത്തെ ടേമിന്റെ ഒഴിവു ദിനങ്ങളിൽ അവർ കൂടെക്കൂടെ കാണാറുണ്ടായിരുന്നു. അവൻ അവളുടെ വീട്ടിൽ പോയില്ലെന്നു മാത്രം. അവർക്ക് സംസാരിക്കുവാൻ ധാരാളം വിഷയങ്ങളുണ്ടായിരുന്നു. എന്തെങ്കിലും വൈഷമ്യം ഉണ്ടാവുമ്പോൾ ധൈര്യം സംഭരിക്കുവാൻ അവളുടെ വാക്കുകളായിരുന്നു ജൊറോഗെ ഓർക്കാറുണ്ടായിരുന്നത്. "ജൊറോഗെ നീ വിജയിക്കും." ഈ വാക്കുകൾ മനസ്സിലോർത്തുകൊണ്ടായിരുന്നു അവൻ പരീക്ഷാ ഹാളിൽ പ്രവേശിച്ചത്. തന്നെ ആദ്യമായി സ്കൂളിലയച്ച അമ്മയോടും പിന്നെ മിഹാകിയോടുമായിരുന്നു അവന് ഏറെ കടപ്പാട്. താൻ തോറ്റാലോ? എല്ലാറ്റിന്റെയും അവസാനമായിരിക്കും അത്. വിദ്യാഭ്യാസ മില്ലാതെ എന്ത് ഭാവി? എന്തായാലും തനിക്ക് കൂട്ടായി ദൈവമുണ്ടായിരി ക്കുമെന്ന് അവൻ വിശ്വസിച്ചു.

"ഇതാ ഇതാണ് ആ കാട്ടുപ്രദേശം."

"ഹോ! എന്തൊരു ഇടതൂർന്ന കാട്! പേടിയാവുന്നു."

അവർ ഒരു പാറമേൽ കയറിനിന്നു.

"അതാ. അവിടെ കാണാമോ?"

"ആ കാട്ടിനപ്പുറത്താണോ?"

"അതിനുമപ്പുറം. ആ കുന്നിന്റെ ഇടതുഭാഗത്ത്."

ജൊറോഗെ, കുറേദൂരെ ഒരു കുന്ന് കണ്ടു.

"എനിക്കു കാണാം."

"അവിടെയാണ് മീറ്റിംഗ് നടക്കാൻ പോകുന്നത്."

അവർ കുന്നിറങ്ങി. ഇസാക്കാമാഷും മറ്റുള്ളവരും കുറച്ചുകൂടി അടുത്തായിരുന്നു. അവർ അപ്പോഴും പാപവിമോചനത്തെക്കുറിച്ചുള്ള ചർച്ചയിൽ മുഴുകിയിരിക്കയായിരുന്നു. അവർ നടന്നുപോകുന്ന വെട്ടുവഴിക്ക് വീതി കൂടിക്കൂടി വന്നു. ഇടതൂർന്ന കാട്ടുപ്രദേശത്തിലൂടെ അത് മുന്നോട്ടുപോയി. പെട്ടെന്ന് ജൊറോഗെ ഒരു ശബ്ദം കേട്ടു.

"നില്ക്കൂ!"

രണ്ടുപേരും നിന്നു. അവർ ഭയന്നു വിറച്ചു. കാരണം, അവരുടെ മുന്നിൽ വെള്ളക്കാരനായ ഒരു മിലിട്ടറി ഓഫീസർ നിൽക്കുന്നുണ്ടായിരുന്നു.

"കൈ പൊക്കൂ."

അവർ കൈപൊക്കി. അവരുടെ കൈയിലുണ്ടായിരുന്ന ബൈബിളും പ്രാർത്ഥനാപുസ്തകവുമെല്ലാം വായുവിൽ പൊങ്ങി നിന്നു. ദൈവവചനങ്ങൾ ഏവർക്കും കാണാൻവേണ്ടി അവർ പൊക്കിപ്പിടിക്കുകയാണോ എന്നു തോന്നി.

"അടുത്തേക്ക് വരൂ."

അവർ അടുത്തേക്കു ചെന്നു. ഒരു പിസ്റ്റൾ അവർക്കു നേരെ നീണ്ടുവന്നു. പെട്ടെന്ന്, പിന്നിലുണ്ടായിരുന്ന സംഘം മുന്നോട്ടുവന്നു. അവരും ജൊറോഗെയുടെയും മുകാത്തയുടെയും പിന്നിൽ വരിയായിനിന്നു. പിന്നാലെ വന്ന സ്ത്രീകൾ ഈ രംഗം കണ്ടു. അതോടെ പാട്ട് പൊടുന്നനെ നിലച്ചു. ആദ്യം ചോദ്യം ചെയ്യപ്പെട്ടത് സ്ത്രീകളായിരുന്നു. അവരെ യാത്ര തുടരാനനുവദിച്ചു. അപ്പോഴാണ് ജോറോഗെ ചുറ്റും നോക്കിയത്. കാട്ടുപൊന്തകളിൽ ഒളിച്ചുനിന്നിരുന്ന അനേകം പട്ടാളക്കാരാൽ തങ്ങൾ വളയപ്പെട്ടിരിക്കുന്നു. പട്ടാളക്കാരുടെ കൈയിലുണ്ടായിരുന്ന യന്ത്രത്തോക്കുകളെല്ലാം നിരത്തിലേക്ക് ചൂണ്ടിയിരുന്നു. ജൊറോഗെ കൈയിലുണ്ടായിരുന്ന ബൈബിൾ കുറേക്കൂടി മുറുക്കിപ്പിടിച്ചു.

അവരോടെല്ലാവരോടും ഇരിക്കാനും രേഖകൾ കാണിക്കാനും ആവശ്യപ്പെട്ടു. ഭാഗ്യവശാൽ, ജൊറോഗെയുടെയും മുകാത്തയുടെയും കൈയിൽ അവരുടെ മുമ്പത്തെ ഹെഡ്മാസ്റ്റർ കൊടുത്ത, അവർ സ്കൂൾ വിദ്യാർത്ഥികളാണെന്നു കാണിക്കുന്ന സർട്ടിഫിക്കറ്റുകൾ ഉണ്ടായിരുന്നു. അവരുടെ പിറകെ വന്ന ആളുകൾക്ക് അങ്ങനെയൊരു ഭാഗ്യമുണ്ടായില്ല. അതിലൊരാളെ തല്ലിച്ചതച്ചു. അയാൾ മൂത്രമൊഴിച്ചുപോയി. എന്നാൽ അയാൾ ദയയ്ക്കുവേണ്ടി യാചിച്ചില്ല. 'ജീസസ്' എന്നു മാത്രം അയാൾ ഇടയ്ക്കിടെ ഉരുവിട്ടുകൊണ്ടിരുന്നു.

ഇസാക്കാ നിലത്തിരുന്നു ശാന്തതയോടെ ആ രംഗം നോക്കിക്കൊണ്ടിരുന്നു. അയാളുടെ പക്കൽ രേഖകളൊന്നും ഉണ്ടായിരുന്നില്ല. വെള്ളക്കാരനായ പട്ടാളക്കാരൻ അയാളെ നോക്കി അലറിയപ്പോൾ നഷ്ടപ്പെട്ട ഇസാക്ക ശാന്തനായി മറുപടി പറഞ്ഞു. രേഖകൾ എവിടെയയാണ് താൻ ഇട്ടേച്ചു പോന്നത്? അവ വീട്ടിൽ മറന്നുവെച്ചുപോരുവാൻ ഒരുപക്ഷേ സാത്താനായിരിക്കാം അയാളെ പ്രേരിപ്പിച്ചത്. എന്നാൽ വെള്ളപ്പട്ടാളക്കാരന് കാര്യം മനസ്സിലായി; ഇസാക്കാ ഒരു മൗ മൗ ആയിരുന്നു! യേശുവാണ് തന്നെ രക്ഷിച്ചതെന്നും യേശുവെ ഈ മൗ മൗവുമായി കൈമാറാൻ താൻ തയ്യാറില്ലെന്നും അയാൾ പറഞ്ഞു. ചുകപ്പ് തീപാറുന്ന കണ്ണുകളോടെ പട്ടാള ഉദ്യോഗസ്ഥൻ അയാളെ നോക്കി. എന്നാൽ തൊടുകപോലും ചെയ്തില്ല. ഇസാക്കായെ ആ ഉദ്യോഗസ്ഥന് പേടിയാണോ എന്ന് ജൊറോഗെ അതിശയിച്ചു. ഇസാക്കാമാഷിന്റെ ആ കൂസലില്ലായ്മയിൽ നിഗൂഢമായ എന്തോ ഒന്നുണ്ടായിരുന്നു. മറ്റുള്ളവരെയെല്ലാം പോകാനനുവദിച്ചപ്പോൾ ഇസാക്കായെ മാത്രം വിട്ടില്ല. അയൾ പ്രതിഷേധിച്ചുമില്ല.

"എന്റെ കൂടെ വരൂ. യേശു നിങ്ങൾക്കുവേണ്ടി എന്താണ് ചെയ്യാൻ പോകുന്നതെന്ന് കാണാമല്ലോ."

ഇടതൂർന്ന കാട്ടുപ്രദേശത്തേക്ക് അയാൾ നയിക്കപ്പെട്ടു. മറ്റുള്ളവർ വളരെ ദൂരെ എത്തുന്നതിന് മുമ്പ് കാടിനുള്ളിൽ നിന്ന് ഭയാനകമായ ഒരു നിലവിളി കേട്ടു. തിരിഞ്ഞുനോക്കാൻ ആരും ധൈര്യപ്പെട്ടില്ല. ജൊറോഗെ ശ്വാസം പിടിച്ചു നിന്നതിനാൽ ഉദരം വലിഞ്ഞു മുറുകുന്നതുപോലെ തോന്നി. അവർ കുറച്ചുകൂടി മുന്നോട്ടുനീങ്ങി. പെട്ടെന്ന് മറ്റൊരു നിലവിളി കൂടി ഉയർന്നെങ്കിലും ആ ശബ്ദത്തെ വിഴുങ്ങിക്കളയുന്നവിധം യന്ത്രത്തോക്കുകളുടെ കാതടപ്പിക്കുന്ന ശബ്ദവും. വീണ്ടും നിശ്ശബ്ദത.

"അവരയാളെ കൊന്നു." തോക്കിന്റെ ശബ്ദം കേട്ട് കുറച്ചുനേരത്തിനുശേഷം ഒരാൾ പറഞ്ഞു. ജൊറോഗെയെ പെട്ടെന്ന് കടുത്ത വിഷമം പിടികൂടി. എല്ലാറ്റിനോടും ഒരു വിരക്തി. അവരെല്ലാം "ഊ" എന്നു വിളിക്കുന്ന ഇസാക്കാമാഷിനെ ഇനി കാണുകയില്ലെന്ന വേദനാജനകമായ കാര്യം അവന് അവിശ്വസനീയമായി തോന്നി.

"നിനക്ക് ഒന്നിലും വിശ്വാസമില്ലേ?"

"ഇല്ല. ഒന്നിലുമില്ല. പ്രതികാരത്തിൽ മാത്രം."

"ഭൂമി തിരിച്ചു കിട്ടുമെന്ന കാര്യത്തിലോ?"

"നഷ്ടപ്പെട്ട ഭൂമി നമുക്കൊരു പക്ഷേ തിരിച്ചുകിട്ടുമായിരിക്കാം. എന്നാൽ അതിനു പകരമായി ഞാൻ സ്നേഹിച്ചിരുന്ന എത്രയോ ആൾക്കാരെ എനിക്കു നഷ്ടപ്പെട്ടു കഴിഞ്ഞു. പിന്നെ ഭൂമി കൊണ്ടെന്തു കാര്യം? വ്യർത്ഥമായൊരു വിജയമായിരിക്കും അത്."

പുതിയ ഒളിത്താവളത്തിന് കുറച്ചു മൈലുകൾക്കപ്പുറം തന്റെ കൂട്ടുകാരനുമൊത്തിരിക്കുന്ന ബോറോ അയാളുടെ മനസ്സിലിരിപ്പ് കുറെക്കൂടി വ്യക്തമായി പറഞ്ഞു. അവരുടെ പഴയ ഒളിസങ്കേതം ഇസാക്കാ യാതൊരു കാരണവുമില്ലാതെ കൊല്ലപ്പെട്ട ആ കാട്ടുപ്രദേശമായിരുന്നു. ബോറോവിന്റെ നേതൃത്വത്തിലുള്ള സംഘത്തെ കണ്ടുപിടിക്കാൻ പട്ടാളക്കാർ റോന്തു ചുറ്റുന്നുണ്ടായിരുന്നു.

ബോറോ കാട്ടിൽ എത്തിയിട്ട് ഇപ്പോൾ കുറെക്കാലമായി. അവൻ വലിയ ധൈര്യശാലിയായിരുന്നു. തനിക്ക് എന്തു സംഭവിക്കും എന്നതിനെക്കുറിച്ച് അവന് ഒരു പരിഭ്രമവും ഉണ്ടായിരുന്നില്ല. ഈ മനോഭാവമാണ് അവനെ ഫ്രീഡം ഫൈറ്റേഴ്സിന്റെ നേതാവാക്കിയത്. അവന്റെ യൗവനത്തിന്റെ നല്ല ദിവസങ്ങളൊക്കെ മഹായുദ്ധത്തിലെ രക്തച്ചൊരിച്ചിലിൽ പാഴായിപ്പോയി. അവന് നന്നായി വഴങ്ങുന്നത് യുദ്ധം ചെയ്യുക എന്നത് മാത്രമായിരുന്നു.

സ്വാതന്ത്ര്യത്തിനുവേണ്ടി യുദ്ധം ചെയ്യുവാനുള്ള അദമ്യമായ ആഗ്രഹം മാത്രമാണ് തന്നെ കാട്ടിലേക്ക് നയിച്ചതെന്ന് ബോറോ പറയാറുണ്ടായിരുന്നു. എന്നാൽ ഈ ആവേശം പെട്ടെന്ന് തണുത്തുപോയി. അയാളുടെ ദൗത്യം ഇപ്പോൾ പ്രതികാരം മാത്രമായി. ഇപ്പോൾ മനസ്സിൽ പ്രതികാരാവേശം മാത്രം. ഒരു വെള്ളക്കാരനെയെങ്കിലും കൊല്ലാൻ കഴിഞ്ഞാൽ, കൊല്ലപ്പെട്ട ഒരു സഹോദരനുവേണ്ടിയെങ്കിലും പ്രതികാരം ചെയ്യാൻ കഴിഞ്ഞെന്ന സംതൃപ്തിയുണ്ടാവും.

"പിന്നെ സ്വാതന്ത്ര്യം?" കൂട്ടുകാരൻ ചോദിച്ചു.

"അതൊരു തോന്നൽ മാത്രമാണ്. നിനക്കും എനിക്കുമൊക്കെ എന്ത് സ്വാതന്ത്ര്യം?"

"പിന്നെ നമ്മളെന്തിന് പോരാടണം?"

"കൊല്ലാൻ, നീ കൊന്നില്ലെങ്കിൽ, നീ കൊല്ലപ്പെടും. അതുകൊണ്ട് കൊന്നുകൊണ്ടേയിരിക്കുക, നശിപ്പിച്ചു കൊണ്ടേയിരിക്കുക. അതാണ് പ്രകൃതി നിയമം. വെള്ളക്കാരനും പോരാടുന്നുണ്ട്, കൊല്ലുന്നുണ്ട്. ഗ്യാസും ബോംബും മറ്റും ഉപയോഗിച്ച്."

"മഹത്തായ ഒരു ലക്ഷ്യത്തിനുവേണ്ടി അതു ചെയ്യാം. അതല്ലാതെ വെറുതെ യുദ്ധം ചെയ്യുകയും കൊല്ലുകയും ചെയ്യുന്നത് തെറ്റാണെന്ന് തോന്നുന്നില്ലേ?"

"എന്താണ് നമ്മുടെ മഹത്തായ ലക്ഷ്യം?"

"എന്താ സംശയം? സ്വാതന്ത്ര്യം തന്നെ. പിന്നെ നഷ്ടപ്പെട്ട നമ്മുടെ സാംസ്കാരിക പൈതൃകം വീണ്ടെടുക്കണം."

"അതിൽ അല്പം കാര്യമുണ്ട്. എന്നാൽ, എന്നെ സംബന്ധിച്ചിടത്തോളം കൊല്ലപ്പെട്ട ഒരു സഹോദരനെ തിരിച്ചുകൊണ്ടുവരാനുള്ള

കഴിവില്ലെങ്കിൽ സ്വാതന്ത്ര്യത്തിന് ഒരർത്ഥവുമില്ല. അത് സാധ്യമല്ലെന്നെ നിക്കറിയാം. അതുകൊണ്ട് ഞാൻ പോരാടുന്നു, കൊല്ലുന്നു, എന്റെ വാളി നിരയാവുന്നവനെ നോക്കി ആനന്ദം കൊള്ളുന്നു. അതു മതി. ജക്കോബോ മരിക്കണം."

"ശരി, നീ ഇത് ഒരു പാടുതവണ പറഞ്ഞുകഴിഞ്ഞല്ലോ."

"അതെ, ഞാനിത് ഒരു പാടുതവണ പറഞ്ഞു", ബോറോ മെല്ലെ ഈ വാക്കുകൾ ആവർത്തിച്ചു.

"പിന്നെന്തിന് വെച്ച് താമസിപ്പിക്കണം?"

"എന്താണ് താമസമെന്ന് എനിക്കുതന്നെ നിശ്ചയമില്ല. ചിലപ്പോൾ ചിലതൊക്കെ തോന്നുന്നു. എന്നാൽ അതൊഴിവാക്കാൻ വയ്യ. നാം ഒരുപാട് താക്കീതുകൾ അയാൾക്ക് അയച്ചെങ്കിലും അതൊന്നും അയാൾ ചെവിക്കൊണ്ടില്ല. 'റിഫ്റ്റ് വാലി'യിൽ നിന്ന് പിരിച്ചുവിടപ്പെട്ടവരോട് അയാൾ എങ്ങനെയാണ് പെരുമാറിയതെന്നു നോക്കൂ."

"ശരിയാണ്."

"പിന്നെ മറ്റേയാൾ, ഹൗലാൻഡ്സ്."

"അയാൾ ഒരപകടകാരിയാണ്."

"ജക്കോബോവിനെ ഒറ്റയ്ക്ക് വെടിവെച്ചുകൊല്ലണം. മറ്റാരെയും നമ്മൾ ഇപ്പോൾ കൊല്ലണ്ട."

കൂട്ടുകാരന് ബോറോ പറയുന്നത് മനസ്സിലായില്ല. ഒറ്റ ശ്വാസത്തിൽ തന്നെ നാട്ടുനീതിക്കനുസരിച്ച് ഇഞ്ചിഞ്ചായി കൊല്ലുന്നതിനെക്കുറിച്ച് പറയുകയും തൊട്ടടുത്ത നിമിഷം കരുതലോടുകൂടിയിരിക്കേണ്ടതിന്റെ ആവശ്യത്തെക്കുറിച്ച് ഉപദേശിക്കുകയും.

"ആരാണത് ചെയ്യാൻ പോകുന്നത്?"

"ഞാൻ ചെയ്യും."

"ഇല്ല. ഞങ്ങൾക്ക് നിന്നെ പറഞ്ഞയയ്ക്കാൻ വയ്യ. നീയിവിടെയില്ലെ ങ്കിൽ ഞങ്ങൾക്കൊന്നും ചെയ്യാൻ കഴിയില്ല."

"ഞാൻ പിടിക്കപ്പെട്ടാൽ നീ നേതൃത്വമേറ്റെടുക്കണം. എല്ലാം ഞാൻ നിനക്ക് കാണിച്ചുതന്നിട്ടുണ്ടല്ലോ."

"ഇല്ല! ഇല്ല! ഞങ്ങളിലാരെങ്കിലും ഒരാൾ ചെയ്യാം."

"ഇതെന്റെ വ്യക്തിപരമായ കാര്യമാണ്."

"എന്നാൽ നമുക്ക് നറുക്കെടുത്ത് തീരുമാനിക്കാം."

"ആലോചിക്കാം."

അവർ വീണ്ടും തങ്ങളുടെ ഒളിസങ്കേതത്തിലേക്ക് മടങ്ങി.

പതിമ്മൂന്ന്

ജോറോഗെ ഹൈസ്ക്കൂളിൽ ചേരുന്നു.

"ഹൈസ്കൂളിലോ!"

"അതെ. അവൻ കെ.എ.പി.ഇ പാസ്സായി."

നുഗോത്തോവിന് സന്തോഷമായി. വിവരമറിഞ്ഞ് ന്യോക്കാബിയുടെയും നുജേരിയുടെയും മനസ്സ് നിറഞ്ഞുതുളുമ്പി. ഏറെക്കാലത്തിനുശേഷം നുഗോത്തോവിന്റെ കണ്ണുകൾ പ്രകാശിച്ചു. അയാൾ തല ഉയർത്തിപ്പിടിച്ച് നടക്കുവാൻപോലും ശ്രമിച്ചു. ഇതാ, അവസാനം കുടുംബത്തിന് അഭിമാനമായിത്തീരാവുന്ന ഒരു പുത്രൻ! തന്നെ വെറുത്തിരുന്ന ഹൗലാൻഡ്സ്മാർക്കും ജക്കോബോമാർക്കും മറ്റേതൊരാൾക്കും സമശീർഷനായിത്തീരാവുന്ന ഒരു മകൻ! കമാവുവിനും സന്തോഷമായി. ജൊറോഗെയെ തുടർന്നും സഹായിക്കാൻ കഴിഞ്ഞെങ്കിൽ എന്ന് അയാൾക്ക് മോഹിച്ചു. ജൊറോഗെ കുടുംബത്തിനുവേണ്ടി എന്തെങ്കിലും ചെയ്യും.

ജൊറോഗെയ്ക്ക് സന്തോഷമായി. ജയിച്ചുവെന്നുകേട്ടപ്പോൾ ജൊറോഗെയ്ക്ക് ആദ്യം തോന്നിയത് തന്നെ സഹായിച്ച ദൈവത്തിനു മുമ്പിൽ മുട്ടുകുത്തി പ്രാർത്ഥിക്കാനാണ്. "എനിക്ക്, ഇനിയുമിനിയും അറിവ് തരിക. എന്നിട്ട് എന്നെ അങ്ങയുടെ പ്രകാശത്തിന്റെയും സമാധാനത്തിന്റെയും ഉപകരണമാക്കുക." സിറിയാനയിലെ വലിയ മിഷൻ സ്കൂളായ സെക്കണ്ടറി സ്കൂളിൽ പോവുകയെന്നത് അത്ര ചെറിയ കാര്യമൊന്നുമല്ലല്ലോ.

ആ പ്രദേശത്തുനിന്ന് ഹൈസ്കൂളിൽ ചേരുന്ന ആദ്യത്തെ കുട്ടി താനാണെന്ന് ജൊറോഗെയ്ക്ക് പിൽക്കാലത്ത് മനസ്സിലായി. മ്വിഹാകിയും പാസായിരുന്നു. എന്നാൽ അധികമൊന്നും മാർക്കില്ലായിരുന്നു. അതിനാൽ അവളുടെ ബോർഡിങ്ങ് സ്കൂളിന് കുറച്ചു മൈൽ ദൂരെയുള്ള ടീച്ചർ ട്രെയ്നിങ്ങ് സ്കൂളിലാണ് അവൾ ചേർന്നത്. ജക്കോബോവിന്റെ മകളെ താൻ പിൻതള്ളിയെന്നതിൽ ജൊറോഗെയ്ക്ക് ആദ്യം അത്യാഹ്ലാദം

തോന്നിയെങ്കിലും അവൾക്ക് തുടർന്നു പഠിക്കാൻ കഴിയാത്തതിൽ വിഷമം തോന്നി.

അവന്റെ വിജയത്തെക്കുറിച്ചുള്ള വാർത്ത ആ കുന്നിൻപുറത്ത് മുഴുവൻ പരന്നു. കാലം വളരെ മോശമായിരുന്നുവെങ്കിലും വിദ്യാഭ്യാസ കാര്യത്തിൽ ആളുകൾ ഏറെ തത്പരരായിരുന്നു. അന്യോന്യം എന്തൊക്കെ അഭിപ്രായ വ്യത്യാസമുണ്ടായിരുന്നാലും അറിവും ഗ്രന്ഥപരിചയവും ഉണ്ടായിരിക്കണമെന്ന കാര്യത്തിൽ ബോറോയും ജക്കോബോയും നുഗോത്തോയും എല്ലാം ഒരേ പക്ഷക്കാരായിരുന്നു. വിദ്യാഭ്യാസത്തിലൂടെയാണ് തങ്ങളുടെ മോചനം സാധ്യമാവുക എന്ന് ഗിക്കുയുവർഗ്ഗക്കാർ എങ്ങനെയോ വിശ്വസിച്ചിരുന്നു. ജൊറോഗെയ്ക്ക് യാത്ര പറയാനുള്ള സമയമായപ്പോൾ പലരും പണം സംഭാവന നൽകി. അവനിപ്പോൾ നുഗോത്തോവിന്റെ മകൻ മാത്രമായിരുന്നില്ല. നാടിന്റെ ഓമനപ്പുത്രനാണ്.

പോകുന്നതിന് തൊട്ടുമുമ്പുള്ള ഞായറാഴ്ച അവൻ മിഹാകിയെ കണ്ടു. അവർ മുൻപ് പോയ ആ കുന്നിൻപുറത്തുപോയി. ജൊറോഗെയ്ക്ക് ഇപ്പോൾ നവ്യമായ ഒരു അഭിമാനവും കരുത്തും അനുഭവപ്പെട്ടു. തന്റെ വഴി താൻ കണ്ടുപിടിച്ചിരിക്കുന്നു. നാടിന് തന്നെ ആവശ്യമുണ്ട്. ദൈവം തനിക്കൊരു വഴി തന്നിരിക്കുന്നു. മടങ്ങിവന്ന് താൻ കുടുംബത്തെയും നാടിനെയും രക്ഷിക്കും. ഒരു വർഷംമുമ്പായിരുന്നു അവനും മിഹാകിയും ഒരുമിച്ച് ഈ കുന്നിൻപുറത്ത് ഇരുന്നത്. മിഹാകിക്ക് വലിയ മാറ്റമൊന്നും വന്നിട്ടില്ല. അവൾ പുൽക്കൊടികൾ ഓരോന്നായി പറിച്ചു ചവച്ചുകൊണ്ടിരുന്നു. മുൻപ് ഇരുന്നതുപോലെ അവൾ അവന്റെ വളരെ അടുത്ത് ഇരുന്നില്ല. അവർ പല കാര്യങ്ങളെക്കുറിച്ചും സംസാരിച്ചു. എന്നാൽ അവർ രണ്ടുപേരുടെയും ഹൃദയത്തിൽ നിറഞ്ഞുനിന്നിരുന്ന ഒരു കാര്യത്തെക്കുറിച്ചുമാത്രം അവർ ഒന്നും പറഞ്ഞില്ല.

അവൾ ചോദിച്ചു: "എപ്പോഴാണ് പോകുന്നത്?"

"അടുത്ത മാസം ആദ്യം"

"സിറിയാന ഒരു നല്ല സ്കൂളാണ്."

"ശരിയാണ്."

"ആളുകൾ നാടുവിടുമ്പോൾ നാട്ടിൽ വിട്ടേച്ചുപോകുന്നവരെ അവർ മറക്കുന്നു."

"അങ്ങനെയോ?"

മിഹാകിക്ക് മനസ്സിടിഞ്ഞു. എങ്കിലും അവൾ പറഞ്ഞു: "അതെ. വലിയ പഠിപ്പെല്ലാം കഴിഞ്ഞിട്ട് നീ എന്താണ് ചെയ്യുക?"

"ശരിക്ക് പറയുകയാണെങ്കിൽ, എന്തു ചെയ്യുമെന്ന് ഞാനാലോചിച്ചിട്ടില്ല. ഒരുപക്ഷേ നിന്റെ ചേട്ടനെപ്പോലെ മക്കരേരെയിലോ ബ്രിട്ടനിലോ പോയേക്കും."

“എന്റെ ചേട്ടൻ പോയത് അമേരിക്കയിലാണ്, ബ്രിട്ടനിലല്ല.”

“ഓ, അതെല്ലാം ഒരുപോലെയാണ്.” അവൻ പറഞ്ഞു. എന്നിട്ട് അവളുടെ സാന്നിദ്ധ്യം ആദ്യമായി അറിയുന്നതുപോലെ കുറച്ചുകൂടി അടുത്തേക്ക് നീങ്ങിയിരുന്നു. അവൾ താഴോട്ടു നോക്കിക്കൊണ്ട് മണ്ണിൽ കൈ വിരൽകൊണ്ട് എന്തോ ചിത്രം വരക്കുകയായിരുന്നു. അവൾ തന്റെ മുഖത്ത് നോക്കാത്തതെന്തെന്ന് അവൻ അദ്ഭുതപ്പെട്ടു. അവൾക്ക് തന്നോട് അസൂയയാണോ?

“അതിനുശേഷം?”

അവന്റെ മുഖത്ത് ഗൗരവം. മനസ്സ് വീണ്ടും ആദർശലോകത്ത് വിഹരിച്ചു.

“നമ്മുടെ രാജ്യത്തിന് നമ്മെയെല്ലാം ആവശ്യമുണ്ട്.”

“രാജ്യത്തിന് ശരിക്കും നിന്നെ ആവശ്യമുണ്ടെന്ന് തോന്നുന്നുണ്ടോ?”

“ഉണ്ട്.” അല്പം അസ്വസ്ഥതയോടെ അവൻ പറഞ്ഞു. മിഹാകി തന്നെ സംശയിക്കുകയാണോ?

“രാജ്യത്തിന് എന്നെ ആവശ്യമുണ്ട്. നിന്നെയും വേണം. എല്ലാരെയും വേണം. നമ്മളെല്ലാം ഒന്നിച്ചുചേർന്ന് രാജ്യത്തെ പുനഃസൃഷ്ടിക്കണം. ഞാൻ അന്ന് നിന്റെ വീട്ടിൽ വന്നപ്പോൾ നിന്റെ അച്ഛൻ എന്നോട് അതാണ് പറഞ്ഞത്.”

“രാജ്യമാകെ ഇപ്പോൾ കനത്ത ഇരുട്ടിലാണ്,”

അവൾ സ്വയം മന്ത്രിച്ചു.

“നാളെ സൂര്യനുദിക്കും.”

അവൻ വിജയഭാവത്തോടെ പറഞ്ഞു. എന്നിട്ട്, തനിക്കൊരിക്കലും മോഹഭംഗം വരില്ലെന്ന ഭാവത്തോടെ അവളെ നോക്കി. ദൈവത്തിന് നിഗൂഢമായ വഴികളുണ്ടെന്ന് അവനറിയാമായിരുന്നു.

“നീ എപ്പോഴും നാളെയെപ്പറ്റി, നാളെയെപ്പറ്റിമാത്രം സംസാരിക്കുന്നു. എപ്പോഴും രാജ്യത്തെക്കുറിച്ചും ജനങ്ങളെക്കുറിച്ചും മാത്രം സംസാരിക്കുന്നു. എന്താണ് ഈ നാളെ എന്ന് പറയുന്നത്? എന്താണ് നിന്നെ സംബന്ധിച്ചേടത്തോളം രാജ്യവും ജനങ്ങളും?”

മിഹാകി പെട്ടെന്ന് നിർത്തി. ജ്വലിക്കുന്ന കണ്ണുകളോടെ അവനെ നോക്കി. ജൊറോഗെ ഇതു കണ്ടു പരിഭ്രമിച്ചു. അവളെ ദേഷ്യം പിടിപ്പിക്കുവാൻ അവന് ഇഷ്ടമല്ല. അവന് വേദന തോന്നി. അവളെ ഒന്നുകൂടി നോക്കി, കണ്ണുകൾ പിൻവലിച്ചു. പിന്നെ അവൻ മുന്നിൽ പരന്നു കിടക്കുന്ന മഞ്ഞു പുതച്ചു നിൽക്കുന്ന മലനിരകളെ നോക്കി.

“മിഹാകി, ദ്വേഷ്യപ്പെടല്ലേ. എനിക്കെന്താണിപ്പോൾ പറയാൻ കഴിയുക? നിനക്കും എനിക്കും ആശിക്കുവാൻ മാത്രമേ കഴിയൂ. ഒരു

നിമിഷം ഓർത്തുനോക്കൂ. നിന്റെ ജീവിതത്തിലെ എല്ലാ നാളും ഇങ്ങനെയാണെന്ന് നീ മനസ്സിലാക്കിയാൽ, ദിവസവും രക്തമൊഴുകുകയും മനുഷ്യർ കാടുകളിൽ മരിച്ചുവീഴുകയും മറ്റു ചിലർ ദയയ്ക്കുവേണ്ടി കരഞ്ഞ് യാചിക്കുകയും ചെയ്യുമ്പോൾ ഇത് ഇങ്ങനെ തുടർന്നുപോകുമെന്ന് ഒരു നിമിഷമെങ്കിലും നീ മനസ്സിലാക്കിയിരുന്നെങ്കിൽ രക്തച്ചൊരിച്ചിലിനും മരണത്തിനും യാതൊരു കാരണവുമില്ലെങ്കിൽ ജീവിതം അർത്ഥശൂന്യമാകും. ഈ ഇരുട്ടും ഭീകരതയും എന്നും തുടരുമെന്ന് പേടിക്കേണ്ട. നേരം പുലരും. ഈ കഷ്ടപ്പാടുകൾക്കെല്ലാംശേഷം പ്രകാശം നിറഞ്ഞ ഒരു നല്ല ദിവസം വരും. അന്ന് ദൈവസ്നേഹത്തിന്റെ ഊഷ്മളതയും വിശുദ്ധിയും നമുക്ക് അനുഭവപ്പെടും."

തല അവന്റെയടുത്തുവെച്ചുകൊണ്ട് അവൾ കിടക്കുകയായിരുന്നു. സന്തോഷംകൊണ്ട് അവളുടെ കണ്ണുകൾ വികസിച്ചു. പ്രതീക്ഷ നൽകുന്ന അവന്റെ സംസാരം തുടർന്നു പോകുന്നത് അവൾക്കിഷ്ടമായിരുന്നു. അവൾക്കിപ്പോൾ അവനെ വിശ്വാസമാണ്. പ്രകാശപൂരിതമായ ഒരു നാളെ എന്ന സങ്കല്പം അവളുടെ മുന്നിൽ തെളിഞ്ഞുവന്നു. അപ്പോൾ ഇപ്പോഴത്തെ ബുദ്ധിമുട്ടുകൾ വിസ്മരിക്കാം. ദൈവസ്നേഹത്തിന്റെ ചൂടും നൈർമ്മല്യവും എല്ലാവരും ഉച്ഛ്വസിക്കുകയാണെങ്കിൽ, എങ്കിൽ എവിടെയാണ് വിദ്വേഷവും മറ്റും?

"നീ ഉറങ്ങുകയാണോ?"

"ഏയ്, അല്ല." അവൾ പെട്ടെന്ന് പറഞ്ഞു.

"സൂര്യനസ്തമിക്കാറായി. നമുക്ക് വീട്ടിൽ പോകാം."

അവർ പോകാനെഴുന്നേറ്റു. പിരിയുമ്പോൾ അവൾ അവനെ നോക്കി ഉറച്ച ശബ്ദത്തിൽ പറഞ്ഞു:

"നീ വിജയിക്കും."

ജൊറോഗെയ്ക്ക് ഹൃദയത്തിൽ ഒരുതരം പുച്ഛം അനുഭവപ്പെട്ടു. മിഹാകിക്ക് തന്നോട് അസൂയയാണോ എന്ന് സംശയിച്ചതിന് കുറ്റപ്പെടുത്തി അവൻ പറഞ്ഞു:

"നന്ദി, മിഹാകി. നീ എനിക്ക് ശരിക്കും ഒരു പെങ്ങളെപ്പോലെ തന്നെയാണ്."

അവൾ മന്ത്രിച്ചു: "നന്ദി."

അവൻ പോകുന്നത് അവൾ നോക്കിനിന്നു. പിന്നെ തല തിരിച്ചു. ഒരു കർച്ചീഫെടുത്ത് കവിളിലെ നനവ് തുടച്ചുകൊണ്ട് വീട്ടിലേക്ക് വേഗത്തിൽ ഓടിപ്പോയി.

പതിന്നാല്

സിറിയാനയിലെ സെക്കണ്ടറി സ്കൂൾ അറിയപ്പെടുന്ന ഒരു വിജ്ഞാന കേന്ദ്രമായിരുന്നു. കോളനിപ്രദേശത്ത് ആദ്യമായി സ്ഥാപിക്കപ്പെട്ട സ്കൂളുകളിലൊന്ന് എന്ന നിലയിൽ അത് അതിവേഗം വികസിച്ചിരുന്നു; മിഷനറിമാരായ സ്ഥാപകരുടെ പ്രവർത്തനങ്ങളാണ് അതിന്റെ വളർച്ച യ്ക്ക് പ്രധാന കാരണം.

ജൊറോഗെയെ സംബന്ധിച്ചിടത്തോളം അവിടെ പോവുകയെന്നത് തന്റെ സ്വപ്നങ്ങളുടെ സാക്ഷാത്കാരംതന്നെ. അവൻ ആദ്യമായി വെള്ള ക്കാരുടെ അടുത്തുനിന്ന് വിദ്യാഭ്യാസം നേടുകയാണ്. ഇതുതന്നെയാണ് അവന്റ മനസ്സിൽ ആശയക്കുഴപ്പമുണ്ടാക്കിയതും. വെള്ളക്കാരുമായി അവൻ ഇതുവരെ നേരിട്ട് ഇടപെട്ടിട്ടില്ലെന്നത് നേരുതന്നെ. എന്നിരുന്നാലും ഒരു വെള്ളക്കാരൻ തന്നെ ശകാരിച്ചാൽ അതവന് മനസ്സിലാക്കാവുന്ന തേയുള്ളൂ. അയാളോട് എങ്ങനെ പ്രതികരിക്കണമെന്നുപോലും അവ നറിയാം. എന്നാൽ പുഞ്ചിരിക്കുകയും പൊട്ടിച്ചിരിക്കുകയും ചെയ്യുന്ന ഒരു വെള്ളക്കാരനോട് താനെങ്ങനെയാണ് പെരുമാറേണ്ടത്? തന്നോട് ചങ്ങാത്തം കൂടുകയും ഒരു ക്രിസ്തുമതവിശ്വാസിയെന്ന നിലയിൽ തന്റെ ഉയർച്ചയിൽ സഹായിക്കുകയും ചെയ്യുന്ന ഒരു വെള്ളക്കാരനോട് എങ്ങനെ പ്രതികരിക്കണം? അതിനെക്കുറിച്ച് അവൻ തികച്ചും അജ്ഞനാണ്.

ഇവിടെവെച്ചും പല വർഗ്ഗങ്ങളിൽപ്പെടുന്ന കുട്ടികളുമായി അവൻ പരി ചയപ്പെട്ടു. അവർ അവന്റെമേൽ വല്ല മാന്ത്രികവിദ്യയും പ്രയോഗിച്ചിരുന്നു വെങ്കിൽ അവന് അദ്ഭുതമുണ്ടാകുമായിരുന്നില്ല. എന്നാൽ ഇതാ, എല്ലാ രീതിയിലും അവനെപ്പോലെത്തന്നെയുള്ള കുറെ കുട്ടികൾ! നന്ദി, ലുവോ, വക്കാംബ, ഗിരിയാമ എന്നിവരുമായെല്ലാം അവൻ ചങ്ങാത്തം കൂടുകയും ഒന്നിച്ചു പ്രവർത്തിക്കുകയും ചെയ്തു. അവരുടെ മനസ്സുകളിലും ആശകളും ആശങ്കകളും ഇഷ്ടാനിഷ്ടങ്ങളും ഒക്കെയുണ്ടായിരുന്നു. അവൻ ആരുമായെങ്കിലും കലഹിച്ചാലോ, ആരെയെങ്കിലും വെറുത്താലോ അത് അവനെ സംബന്ധിച്ച് തന്റെ സ്വന്തം ഗ്രാമത്തിൽനിന്നു വരുന്ന ഏതെങ്കിലും ഒരു കുട്ടിയോടു ചെയ്യുന്നപോലെ തന്നെയായിരുന്നു.

തിളച്ചുമറിയുന്ന ഒരു നാടിന്റെ നടുവിൽ സമാധാനം പുലരുന്ന ഒരു ചെറിയ മരുപ്പച്ചയായിരുന്നു സ്കൂൾ. ദൈവവുമായുള്ള സമാഗമത്തിന് പറ്റിയ സ്ഥലമായിരുന്നു അത്. അവൻ ഒരുപാടു സമയം ചെലവഴിച്ചിരുന്ന, തണലിടമായ പള്ളി മാത്രമല്ല, നിശ്ശബ്ദത കളിയാടിയിരുന്ന ലൈബ്രറിപോലും ദൈവവുമായി സംവദിക്കാൻ പറ്റിയ ഇടമായിരുന്നു. കുറെക്കാലമായി വീട്ടിൽ തങ്ങളെ തുറിച്ചുനോക്കിയിരുന്ന ദുരിതങ്ങളിൽ നിന്നും കഷ്ടപ്പാടുകളിൽനിന്നുമെല്ലാം മുക്തനായിത്തീരുമെന്ന് അവൻ ആദ്യമായി ആശിച്ചു. ഭാവിയെക്കുറിച്ചുള്ള തന്റെ സ്വപ്നങ്ങളും അവയിലെത്താനുള്ള കൃത്യമായ പദ്ധതികളും ആസൂത്രണം ചെയ്യാൻ ഇവിടെ അവന് അവസരമുണ്ട്. ക്ഷമാശീലവും കഠിനയത്നവുമുണ്ടെങ്കിൽ വിജ്ഞാനസമ്പാദനത്തിനുള്ള തന്റെ ആഗ്രഹം നിറവേറ്റാനാകുമെന്ന് അവൻ വിശ്വസിച്ചു. ഒരു പുതിയ ദിനം പുലരുന്നുവെന്ന് ഉദ്ഘോഷിക്കാൻ ഒരുപക്ഷേ സൂര്യൻ ഉദിച്ചുയർന്നേക്കാം.

സിറിയാനയിലെ സെക്കണ്ടറി സകൂൾ ചില ഇന്റർ സ്കൂൾ സ്പോർട്സ് മീറ്റുകളിൽ പങ്കെടുത്തിരുന്നു. ഏഷ്യൻ വംശജരും യൂറോപ്യൻ വംശജരുമായ കുട്ടികൾക്കുവേണ്ടി നടത്തപ്പെടുന്ന സ്കൂളുകളും അക്കൂട്ടത്തിലുണ്ടായിരുന്നു. യൂറോപ്യൻ കുട്ടികൾക്കുവേണ്ടി നടത്തപ്പെടുന്ന ഒരു പ്രശസ്ത വിദ്യാലയമായിരുന്നു ഹിൽ സ്കൂൾ.

ഹിൽ സ്കൂളിലെ ഒരു ടീം സിറിയാനയിലേക്ക് ഫുട്ബാൾ കളിക്കാൻ വന്നു, പതിനൊന്ന് കളിക്കാർക്കു പുറമെ കാണികളായും ചിലർ വന്നിരുന്നു. ജൊറോഗെ ഫുട്ബാൾ കളിച്ചിട്ടില്ലാത്തതുകൊണ്ട് അവൻ കാണികളിലൊരാളായി വന്ന യൂറോപ്യൻ കുട്ടിയുമായി സംഭാഷണത്തിലേർപ്പെട്ടു. സംഭാഷണമാരംഭിച്ചപ്പോൾതന്നെ, താൻ ആ കുട്ടിയെ എവിടെയോവെച്ച് കണ്ടിട്ടുള്ളതായി ജൊറോഗെയ്ക്ക് തോന്നി. തവിട്ടുനിറമുള്ള മുടിയുള്ള ഉയരം കൂടിയ ഒരു കുട്ടിയായിരുന്നു അത്. കാറ്റിൽ എപ്പോഴും തന്റെ മുഖത്ത് വീണുകൊണ്ടിരുന്ന മുടിയിഴകളെ നേരെയാക്കുവാൻ അവൻ എപ്പോഴും തല ആട്ടിക്കൊണ്ടിരുന്നു.

"നിന്നെ ഞാൻ മുമ്പ് എവിടെയോ കണ്ടിട്ടുണ്ടല്ലോ."

ജൊറോഗെ ആ കുട്ടിയെ ഒരു ഭാഗത്തേക്കു മാറ്റി നിർത്തി ചോദിച്ചു.

"കണ്ടിട്ടുണ്ടോ?"

ആ കുട്ടി ജൊറോഗെയുടെ കണ്ണുകളിലേക്കു നോക്കി. ആദ്യമാദ്യം അവന് ഒരങ്കലാപ്പ്. പിന്നീട് അവന്റെ മുഖത്ത് പ്രകാശം പരന്നു. അവൻ ചോദിച്ചു: "നീ കിംപാങ്ങായിൽ നിന്നാണോ വരുന്നത്?"

"അതെ, മുമ്പ് അവിടെവെച്ചാണ് ഞാൻ നിന്നെ കണ്ടത്."

"എനിക്ക് ഓർമ്മ വന്നു. നുഗോത്തോയുടെ മകനല്ലേ?"

"ആ..." കുട്ടി പെട്ടെന്ന് നിർത്തി.

"എന്റെ പേര് സ്റ്റീഫൻ എന്നാണ്. സ്റ്റീഫൻ ഹൗലാൻഡ്സ്."

"ഞാൻ ജൊറോഗെ."

അവർ നിശ്ശബ്ദരായി നടന്നു. തനിക്ക് സ്റ്റീഫനെ ഒട്ടും പേടിയില്ലെന്ന് ജൊറോഗെയ്ക്ക് മനസ്സിലായി. സ്കൂളിൽ സ്റ്റീഫൻ ഒരു വെറും വിദ്യാർത്ഥിയാണ്. താനെന്തിന് ഒരു വിദ്യാർത്ഥിയെ പേടിക്കണം?

"നീ എന്നാണിവിടെ വന്നത്?"

"ഈ കൊല്ലമാദ്യം. നീയോ?"

"ഞാൻ രണ്ടുകൊല്ലമായി ഹിൽ സ്കൂളിൽ പഠിക്കുന്നു."

"ഇവിടെ വരുന്നതിനുമുമ്പ് ഏത് സ്കൂളിലായിരുന്നു."

"നൈറോബിയിൽ. നീയോ?"

"ഞാൻ കമാഹോ ഇന്റർ മീഡിയറ്റ് സ്കൂളിലായിരുന്നു."

"ഞങ്ങളുടെ വീട്ടിനടുത്തുകൂടെ നീ പോയിരുന്നത് ആ സ്കൂളിലേക്കായിരുന്നോ?"

"അല്ല, അത് കമായേ പ്രൈമറി സ്കൂളായിരുന്നു. ഞാനവിടെ നാലാം ക്ലാസുവരെ പോയി. നീ എന്നെ കാണാറുണ്ടായിരുന്നോ?"

"ഉവ്വ്." ജൊറോഗെയോടോ മറ്റേതെങ്കിലും കുട്ടിയോടോ സംസാരിക്കാനുള്ള കൊതിയോടെ താൻ റോഡരികിലുള്ള കുറ്റിക്കാടുകളിൽ ഒളിച്ചിരിക്കാറുള്ള കാര്യം സ്റ്റീഫൻ പെട്ടെന്ന് ഓർത്തു. എന്നാൽ അവർ അടുത്തെത്തുമ്പോൾ അവന് സംസാരിക്കാൻ പേടിയായിരുന്നു.

"ഞങ്ങൾ നിന്നെ കണ്ടിരുന്നില്ല."

"റോഡിനടുത്ത് ഞാൻ ഒളിച്ചിരിക്കാറുണ്ടായിരുന്നു. നിങ്ങളോട് വർത്തമാനം പറയണമെന്ന് എനിക്കു തോന്നിയിരുന്നു." സ്റ്റീഫന്റെ നാണം മാറി.

"പിന്നെയെന്തുകൊണ്ട് സംസാരിച്ചില്ല?"

"എനിക്കു പേടിയായിരുന്നു!"

"പേടിയോ?"

"അതേ. നിങ്ങൾ എന്നോട് സംസാരിക്കില്ലെന്നും ചങ്ങാത്തം കൂടില്ലെന്നും ഞാൻ വിചാരിച്ചു.

"അതെയോ! സ്ഥിതി അത്രയും മോശമായിരുന്നോ?"

"ഏയ്, അത്രയ്ക്കൊന്നുമില്ല." അവന് ആരുടെയും സഹതാപം ആവശ്യമുണ്ടായിരുന്നില്ല.

"എന്നോട് ക്ഷമിക്കണം. ഞാൻ നിന്നെ കണ്ടപ്പോൾ ഓടിപ്പോയി. എനിക്കും നിന്നെ പേടിയായിരുന്നു."

"പേടിയോ?" ഇപ്പോൾ സ്റ്റീഫനാണ് ആശ്ചര്യപ്പെട്ടത്.

"അതെ. എനിക്കും നിന്നെ ഭയമായിരുന്നു."

"പക്ഷേ ആരെയും ഉപദ്രവിക്കാൻ ഞാൻ വിചാരിച്ചിരുന്നില്ലല്ലോ."

"എന്റെ കാര്യവും അങ്ങനെത്തന്നെ. പിന്നെ നിന്റെ മനസ്സിലെന്താ യിരുന്നുവെന്ന് ഞാനെങ്ങനെ അറിയാൻ?"

"കാര്യം രസകരം; അല്ലേ?"

"അതെ. നാം എന്തിനെയെങ്കിലും പേടിക്കുന്നത് ആരെങ്കിലും ഒരു പക്ഷേ നമ്മുടെ ഹൃദയം അതിനുവേണ്ടി പാകപ്പെടുത്തിയതിനാലാകാം; അതിനെ പേടിക്കണമെന്ന് നമ്മെ ആരെങ്കിലും പഠിപ്പിച്ചതിനാലുമാകാം. അതുമല്ലെങ്കിൽ, മറ്റുള്ളവർ അതിനെ പേടിക്കുന്നത് കണ്ടിട്ടുമാകാം. എന്റെ കാര്യത്തിൽ അങ്ങനെയായിരുന്നു. എന്റെ ചേട്ടന്മാർ നൈറോബി യിൽപോയി അവിടത്തെ തെരുവുകളിലൂടെ നടന്നു. മടങ്ങി വന്നപ്പോൾ അവർ പറഞ്ഞത് യൂറോപ്യന്മാർ അവരെ നോക്കിയ രീതി അവർക്ക് രസിച്ചില്ലെന്നാണ്."

"എല്ലാവരുടെയും കാര്യത്തിൽ ഇത് ശരിയാണെന്നാണ് എനിക്ക് തോന്നുന്നത്. എന്റെ എത്രയോ ചങ്ങാതിമാർ പറയുന്നത് കേട്ടിട്ടുണ്ട്. ആഫ്രിക്കക്കാർ അവരെ നോക്കുന്ന രീതി അവർക്കിഷ്ടപ്പെടുന്നില്ലെന്ന്. നൈറോബിയിലായാലും ഗ്രാമപ്രദേശത്തായാലും കാര്യങ്ങൾ ഒരുപോലെ ത്തന്നെ. ആകാശം തെളിഞ്ഞു കിടന്നാലും സൂര്യൻ പ്രകാശിച്ചുനിന്നാലും നമുക്ക് ആകാശത്തിന്റെ ഭംഗി ആസ്വദിക്കാൻ കഴിയുന്നില്ല. ചുറ്റുപാടു കളെ വലിഞ്ഞു മുറുക്കിയിരിക്കുന്ന വിദ്യുൽപ്രവാഹത്തെക്കുറിച്ച് നമുക്ക് ബോധമുള്ളതിനാലാണത്. നമുക്കതിനെ കാണാൻ കഴിയുന്നില്ല, സ്പർശി ക്കാനും. എന്നാൽ അതിന്റെ സാന്നിധ്യത്തെ സദാ നാം അനുഭവിക്കുന്നു."

"അതു ശരിയാണ്. ചിലപ്പോൾ അത് നമ്മെ ഭ്രാന്തിന്റെ വക്കുവരെ എത്തിക്കും. നമുക്കതിനെ പേടിയാണ്, നാം അതിൽനിന്ന് ഓടിയൊളി ക്കാൻ ശ്രമിച്ചാലോ? ആ ശ്രമം നിഷ്ഫലമാകും. നിങ്ങൾ എങ്ങോട്ടു പോകാൻ ശ്രമിച്ചാലും ശരി, നിങ്ങൾ എത്തുന്നതിന് മുമ്പ് അതവിടെയു ണ്ടാവും."

"ഹോ, എത്ര കഷ്ടം."

"കഷ്ടം തന്നെ!", ജൊറോഗെ സമ്മതിച്ചു. അവർക്ക് തമ്മിൽ വലിയ അടുപ്പം അനുഭവപ്പെട്ടു. ആർക്കും രക്ഷപ്പെടാൻ കഴിയാത്ത ഭീതിയുടെയും അരക്ഷിതത്വത്തിന്റേതുമായ സമാനുഭവങ്ങളിലൂടെ കടന്നു പോയവർക്കിട യിലുണ്ടാകുന്ന അടുപ്പം.

"നമ്മുടെ നാടിന് എത്ര നല്ല കാലാവസ്ഥയാണ്. തികച്ചും ആകർഷ ണീയം."

"ഇത് സൂര്യപ്രകാശത്തിന്റെയും മഴയുടെയും കാറ്റിന്റെയും കുന്നു കളുടെയും താഴ്‌വരകളുടെയും സമതലങ്ങളുടെയും നാടാണ്. എന്നാൽ സൂര്യപ്രകാശം-"

"ഇപ്പോൾ സർവ്വത്ര ഇരുട്ടാണ്."

"അതെ ഇരുട്ടുതന്നെ. എല്ലാം ശരിയാകുമായിരിക്കും."

ജൊറോഗെ ഇപ്പോഴും ഭാവിയിൽ വിശ്വസിച്ചു. കരയുന്ന ഒരു കുട്ടിക്ക് നല്ല നാളെയെക്കുറിച്ചുള്ള പ്രതീക്ഷ നൽകുവാൻ മാത്രമേ അവന് കഴിയുമായിരുന്നുള്ളൂ. ഭാവിയിലുള്ള ഈ വിശ്വാസം കാലിക യാഥാർത്ഥ്യങ്ങളിൽനിന്നുള്ള ഒരൊളിച്ചോട്ടമാണെന്ന് അവന് അറിയാമായിരുന്നില്ല.

അവർ ആൾക്കൂട്ടത്തിൽനിന്ന് ദൂരെ മാറി, ഒരു മരച്ചുവട്ടിൽ നിന്നു.

"ഞാൻ അടുത്തുതന്നെ വീട്ടിൽനിന്ന് പോവുകയാണ്."

"എവിടെയാണ് പോകുന്നത്?"

"ഇംഗ്ലണ്ടിലേക്ക്."

"അതല്ലേ നിന്റെ വീട്?"

"അല്ല. അതെന്റെ നാടും വീടും ഒന്നുമല്ല. ഞാൻ ഇവിടെയാണ് ജനിച്ചത്. ഇംഗ്ലണ്ടിൽ പോയിട്ടില്ല. പോകണമെന്നുമില്ല."

പോകേണ്ടിവരുമോ?"

"ഉവ്വ്. അച്ഛന് പോകണമെന്നില്ല. എന്നാൽ അമ്മ പറയുന്നു പോയേ തീരൂ എന്ന്."

"എപ്പോഴാണ് പോകുന്നത്?"

"അടുത്ത മാസം."

"മടങ്ങി വരുമല്ലോ."

ചെയ്യാനിഷ്ടമില്ലാത്തത് ചെയ്യാൻ നിർബന്ധിക്കപ്പെടുന്ന ആ ചെറുപ്പക്കാരനോടുള്ള സഹാനുഭൂതി ജൊറോഗെയുടെ മനസ്സിൽ നിറഞ്ഞു. താനെങ്കിലും തന്റെ രാജ്യത്തോടൊപ്പം ജയിക്കുകയോ തോൽക്കുകയോ ചെയ്യും. തനിക്ക് വേറെ എവിടെയെങ്കിലും പോകാനില്ലല്ലോ.

"എനിക്ക് മടങ്ങിവരണമെന്നുണ്ട്."

"അച്ഛനും കൂടെ വരുന്നുണ്ടോ?"

"ഇല്ല. അച്ഛൻ ഇവിടെത്തന്നെ നില്ക്കും. എന്നാൽ... എന്നാൽ ഞാൻ ഇനി മടങ്ങിവരാത്തവിധം പോവുകയാണോ എന്നൊരു തോന്നൽ. അതാണെന്നെ ഭയപ്പെടുത്തുന്നത്."

അവർക്കിടയിൽ വീണ്ടും നിശ്ശബ്ദത. ജൊറോഗെ വിഷയം മാറ്റാനാഗ്രഹിച്ചു.

"ടീമുകൾ സൈഡ് മാറിയല്ലോ."

"നമുക്ക് പോയി അവരെ പ്രോത്സാഹിപ്പിക്കാം."

രണ്ടുപേരും കളിക്കളത്തിനടുത്തേക്ക് പോയി. പരസ്പരം ഇടപഴകാൻ

എന്നിട്ടും അവർക്ക് ലജ്ജയായിരുന്നു. തമ്മിൽ വീണ്ടും കണ്ടുമുട്ടുമെന്ന് പരിഭ്രമിച്ച് അവർ രണ്ടു ഭാഗത്തേക്കു പോയി.

മ്വിഹാകി ഇടയ്ക്കിടെ അവന് കത്തെഴുതിയിരുന്നു. ടീച്ചേഴ്സ് ട്രെയ്നിങ്ങ് സ്കൂളിലേക്ക് പോകുന്നതിനു തൊട്ടുമുമ്പ് അവളെഴുതിയ ആദ്യത്തെ കത്ത് ജൊറോഗെ ഇപ്പോഴും ഓർക്കുന്നു.

പ്രിയപ്പെട്ട ജൊറോഗെ,

നിന്നെ കാണാത്തതുകൊണ്ട് ഞാൻ എത്രമാത്രം ദുഃഖിക്കുന്നുണ്ടെന്ന് നിനക്കറിയില്ല. കഴിഞ്ഞ കുറെ ദിവസമായി നിന്നെക്കുറിച്ച് മാത്രമേ ഞാൻ ഓർക്കാറുണ്ടായിരുന്നുള്ളൂ. നീ എന്നിൽനിന്നും ഏറെ അകലെയാണ്. എന്ന അറിവ് എന്റെ ചിന്തകളെ വേദനാഭരിതമാക്കുന്നു. എന്നാൽ എനിക്കറിയാം നീ അവിടെ എന്താണ് ചെയ്യുന്നതെന്ന്. നിശ്ചയദാർഢ്യമുള്ളതുകൊണ്ട് നീ എല്ലാറ്റിലും ജയിക്കുമെന്ന് എനിക്കറിയാം. ഞാൻ നിന്നെ വിശ്വസിക്കുന്നു.

ഞാൻ അടുത്തയാഴ്ച ട്രെയ്നിങ്ങ് സ്കൂളിലേക്ക് പോവുകയാണ്. ഇവിടെ കഴിയുന്നത് നരകതുല്യമാണ്. അച്ഛന്റെ സ്വഭാവം വളരെ മാറിപ്പോയി. അദ്ദേഹം എപ്പോഴും എന്തിനെയൊക്കെയോ ഭയപ്പെട്ടുകൊണ്ടിരിക്കുന്നു. ഓരോ ദിവസവും പുതിയ പുതിയ അറസ്റ്റുകൾ നടക്കുന്നു. മൗമൗക്കാർ കുറെ വീടുകൾ കത്തിക്കുന്നു. ഇന്നലെ കുറെ ആളുകളെ തല്ലിച്ചതയ്ക്കുന്നത് ഞാൻ കാണാനിടയായി. അവർ ദയയ്ക്കുവേണ്ടി കരഞ്ഞ് യാചിക്കുകയായിരുന്നു. ഹോ എത്ര ഭീകരം! എന്താണ് സംഭവിക്കുന്നതെന്ന് എനിക്ക് മനസ്സിലാകുന്നില്ല. ചുറ്റുപാടും ഭയം കനത്തുനിൽക്കുന്നു. മരണത്തെക്കുറിച്ചുള്ള ഭയമല്ല, ജീവിതത്തെക്കുറിച്ചുള്ള ഭയം.

ഈ ഭയം എന്നെയും ഗ്രസിച്ചിരിക്കുന്നു. ഇതിങ്ങനെ തുടർന്നാൽ എനിക്ക് ഭ്രാന്തു പിടിക്കും. ഞാനിതെല്ലാം നിന്നോട് പറയുന്നത് ഇതിൽ നിന്നെല്ലാം രക്ഷപ്പെടുവാനുള്ള സാദ്ധ്യതയെക്കുറിച്ചാലോചിക്കുമ്പോഴുള്ള സന്തോഷം ഒന്നുകൊണ്ടു മാത്രമാണ്..."

വർഷാവസാനമാവുമ്പോഴേക്കും എന്തൊക്കെ മാറ്റങ്ങളാണ് വീട്ടിൽ ഉണ്ടാവുക എന്ന് ജൊറോഗെ അതിശയിക്കുകയായിരുന്നു. തനിക്ക് വീട്ടിൽ പോകണമെന്ന് തോന്നുന്നുണ്ടോ? പോകുകയാണെങ്കിൽ അവിടത്തെ ദുരിതങ്ങൾ തന്റെ മനസ്സമാധാനത്തെ ഇല്ലാതാക്കിക്കളയും. മടങ്ങിപ്പോകണമെന്ന് അവന് തോന്നിയില്ല. പഠനം പൂർത്തിയാകുന്നതുവരെ ഇവിടെക്കഴിഞ്ഞശേഷം വിജയിയായുള്ള ഒരു തിരിച്ചുപോക്കായിരിക്കും ഉചിതമെന്നവന് തോന്നി.

പതിനഞ്ച്

ഒരു തിങ്കളാഴ്ചയിലെ തണുത്തു വിറങ്ങലിച്ച പ്രഭാതം. സ്കൂളിൽ രണ്ടു ടേം കഴിഞ്ഞ് മൂന്നാമത്തെ ടേമായിരുന്നു അത്. അതും അവസാനിക്കാറായി. ജൊറോഗെ പതിവുപോലെ എഴുന്നേറ്റു. പ്രാർത്ഥന കഴിഞ്ഞ്, രാവിലത്തെ പരേഡിന് തയ്യാറായി. തണുപ്പു കൂടുതലുണ്ടെങ്കിലും സന്തോഷം തോന്നി. റോൾകോളിനു ശേഷം ദൈവസമാഗമത്തിനായി അവൻ പള്ളിയിലേക്കു പോയി; പിന്നെ പ്രാതലിന് ഡൈനിങ്ങ് ഹാളിലേക്ക്. അതായിരുന്നു പതിവ്. തലേദിവസത്തെ ഹോംവർക്ക് പൂർണ്ണമായും ചെയ്തുതീർന്നിട്ടില്ലാത്തതിനാൽ പ്രാതൽ വേഗം കഴിച്ചു.

ആദ്യത്തെ ക്ലാസ് ഇംഗ്ലീഷായിരുന്നു. ജൊറോഗെയ്ക്ക് ഇംഗ്ലീഷ് സാഹിത്യം ഇഷ്ടമായിരുന്നു.

"ഇന്നെന്താണ് ഇത്ര വലിയ സന്തോഷം?" മറ്റൊരു കുട്ടി അവനെ കളിയാക്കി.

"എനിക്കെപ്പോഴും സന്തോഷമാണല്ലോ."

"അല്ല. കണക്കുചെയ്യുമ്പോൾ അത്ര സന്തോഷമില്ല" മറ്റൊരു കുട്ടി ഒന്നു തോണ്ടി.

അവർ ചിരിച്ചു. ജൊറോഗെയുടെ ചിരി ക്ലാസിൽ മുഴുവൻ മുഴങ്ങി. ആദ്യം സംസാരിച്ച കുട്ടി പറഞ്ഞു. "അവൻ ചിരിക്കുന്നത് നോക്കിയേ, നോക്കിയേ. ഇതൊരു ഇംഗ്ലീഷ് ക്ലാസ്സായതുകൊണ്ടാണ് അവൻ ചിരിക്കുന്നത്."

"നിനക്കെന്താ, ഞാൻ കരയണമെന്നുണ്ടോ?" ജോറോഗെ ചോദിച്ചു. അവൻ വലിയ ഉത്സാഹത്തിലായിരുന്നു.

"അതല്ല; എന്റെ അമ്മ പറയാറുണ്ടായിരുന്നു. ആരും തന്നെ രാവിലെ കണക്കറ്റ് സന്തോഷിക്കരുതെന്ന്, അതൊരു ദുശ്ശകുനമാണ്."

"അന്ധവിശ്വാസിയാകല്ലേ."

എങ്കിലും പയ്യന്റെ ആ ശകുനനിരീക്ഷണം ജൊറോഗെയ്ക്ക് ഇഷ്ടപ്പെട്ടില്ല. കഴിഞ്ഞ ഒരാഴ്ച മുഴുവൻ അവൻ ദുഃസ്വപ്നങ്ങൾ കാണുകയായിരുന്നു. ആ ദുസ്വപ്നങ്ങൾ മനസ്സിനെ വല്ലാതെ അലട്ടിയതുകൊണ്ട്

മിഹാകിക്ക് കത്തെഴുതുവാൻ പോലും അവന് കഴിഞ്ഞില്ല. ഇന്നു രാത്രി എന്തായാലും എഴുതും. സ്റ്റീഫൻ ഇംഗ്ലണ്ടിലേക്ക് മടങ്ങിപ്പോയെന്നും അവന്റെ ഏടത്തിയും അവർക്കൊപ്പം പോയിട്ടുണ്ടെന്നും അവൾക്കെഴുതണം. അവൾ, പക്ഷേ മിഷനറിയുടെ പണി തുടരുവാൻ തിരിച്ചുവരും. സ്റ്റീഫനെ ആദ്യം കണ്ടപ്പോൾ അവൾക്കെഴുതിയിരുന്നു. സ്റ്റീഫനെക്കുറിച്ചുള്ള അഭിപ്രായമെല്ലാം അതിൽ ഉൾക്കൊള്ളിച്ചിരുന്നു. "അവൻ ഏകാകിയും ദുഃഖിതനുമായ കാണപ്പെട്ടു" എന്ന വാക്യത്തോടെയായിരുന്നു കത്ത് അവസാനിപ്പിച്ചത്.

മുറിയിൽ വലിയ ശബ്ദകോലാഹലമായിരുന്നു. അപ്പോൾ ഒരു കുട്ടി പതുക്കെ പറഞ്ഞു: "മാഷ് വരുന്നു, മിണ്ടാതിരി."

മുറിയിൽ നിശ്ശബ്ദത പരന്നു. മാസ്റ്റർ വന്നു. അദ്ദേഹം എപ്പോഴും കൃത്യസമയം പാലിച്ചിരുന്നു. ഈ മിഷനറിമാർക്ക് അവരുടെ ജോലിയോടുള്ള സത്യസന്ധത ജൊറോഗെയെ അദ്ഭുതപ്പെടുത്തിയിരുന്നു. പഠിപ്പിക്കുക എന്നത് അവരുടെ ജീവന്മരണപ്രശ്നമാണെന്ന് തോന്നിച്ചു. വെള്ളക്കാരാണെങ്കിലും അവർ ഒരിക്കലും നിറത്തെക്കുറിച്ച് സംസാരിച്ചില്ല, ആഫ്രിക്കക്കാർ മോശക്കാരാണെന്ന് കരുതിയില്ല. വിവിധ വർഗ്ഗങ്ങളിൽനിന്നുവന്ന കറുത്തവരുമായി ഒത്തൊരുമയോടെ പണിയെടുക്കാനും തമാശ പറയാനും ചിരിക്കാനും അവർക്കു കഴിഞ്ഞിരുന്നു. നാടു മുഴുവൻ ഇങ്ങനെയായിരുന്നെങ്കിൽ എന്ന് ചിലപ്പോഴൊക്കെ ജോറോഗെ ആഗ്രഹിക്കാറുണ്ട്.

ഇതൊരു ചെറിയ സ്വർഗ്ഗം തന്നെ. വിവിധ ജീവിതമേഖലകളിലും വിവിധ മതവിശ്വാസങ്ങളിലുംപെട്ട കുട്ടികൾക്ക് വേലിക്കെട്ടുകൾ മറന്നുകൊണ്ട് ഒത്തൊരുമയോടെ ജീവിക്കാൻ കഴിയുന്ന ഒരു സ്വർഗ്ഗം. പലരും വിശ്വസിച്ചിരുന്നത് സ്കൂളിലെ സമാധാനപരമായ അന്തരീക്ഷത്തിനു കാരണം ഹെഡ്മാസ്റ്ററുടെ സ്വഭാവവിശേഷമാണെന്നായിരുന്നു. വെള്ളക്കാരും കറുത്തവരുമായ എല്ലാ കുട്ടികളെയും അയാൾ ഒരുപോലെ കണ്ടു. നല്ല കാര്യങ്ങൾ ചെയ്താൽ ഉടനെ പ്രശംസ ചൊരിയുന്ന അദ്ദേഹം ചീത്ത കാര്യങ്ങൾ കണ്ടാൽ പെട്ടെന്ന് ശാസിക്കാനും മടിച്ചിരുന്നില്ല. എല്ലാ കുട്ടികളിലുമുള്ള നല്ല വശങ്ങൾ പുറത്തുകൊണ്ടുവരാൻ അദ്ദേഹം പരിശ്രമിച്ചു. കുട്ടികളെയെല്ലാം സ്കൂളിന്റെ സൽപ്പേരിനുവേണ്ടി കഠിനാദ്ധ്വാനം ചെയ്യാൻ പ്രേരിപ്പിച്ചു. എന്നാൽ ഏറ്റവും നല്ല കാര്യങ്ങൾ, ശരിക്കും ഒന്നാന്തരം എന്ന് തോന്നുന്നവ, ചെയ്യാൻ വെള്ളക്കാർക്കു മാത്രമേ കഴിയുകയുള്ളൂ എന്നും അദ്ദേഹം വിശ്വസിച്ചിരുന്നു. മനുഷ്യവർഗ്ഗത്തിന്റെ പ്രത്യേകിച്ച് കറുത്ത വർഗ്ഗക്കാരുടെ ഉന്നതിക്കുള്ള ഏകമാർഗ്ഗം വെള്ളക്കാരന്റെ സംസ്കാരത്തെ സ്വീകരിക്കലും പരിപോഷിപ്പിക്കലുമാണെന്ന് അദ്ദേഹം കുട്ടികളെ ധരിപ്പിച്ചു. വെള്ളക്കാരന്റെ ഭരണത്തോടും അവരുടെ

സാംസ്കാരിക മേധാവിത്വത്തോടും ഉള്ള അതൃപ്തി ജനങ്ങളുടെയിടയിൽ വളർത്താൻ പരിശ്രമിക്കുന്ന കറുത്ത വർഗ്ഗക്കാരായ രാഷ്ട്രീയ നേതാക്കന്മാരോട് അദ്ദേഹം സ്വാഭാവികമായിത്തന്നെ എതിരായിരുന്നു.

ജൊറോഗെ ഒരു ചോദ്യത്തിനുത്തരം പറയാൻ ശ്രമിക്കുമ്പോഴാണ് ഹെഡ്മാസ്റ്റർ പടിവാതില്ക്കൽ പ്രത്യക്ഷപ്പെട്ടത്. ഹെഡ്മാസ്റ്റർ വന്നത് എന്തിനാണെന്നന്വേഷിക്കാൻ ക്ലാസ് ടീച്ചർ പുറത്തേക്കുപോയി. തിരിച്ചു വന്നപ്പോൾ അദ്ദേഹം ജൊറോഗെയെ നോക്കി പുറത്ത് ആരോ അവനെ കാത്തുനില്ക്കുന്നുണ്ടെന്നു പറഞ്ഞു.

അവന്റെ ഹൃദയം ഉച്ചത്തിൽ മിടിച്ചു. ഹെഡ്മാസ്റ്റർക്ക് എന്താണ് തന്നോടു പറയാനുള്ളത് എന്നതിനെക്കുറിച്ച് അവന് ഒരു രൂപവുമില്ല. ഓഫീസിനു പുറത്ത് ഒരു കറുത്ത കാർ നിന്നിരുന്നു. ഓഫീസിൽ കടന്ന് അവിടെ നിന്നിരുന്ന രണ്ടു പൊലീസുകാരെ കണ്ടപ്പോൾ മാത്രമാണ് പുറത്തു കിടന്നിരുന്ന കാർ താനുമായി ബന്ധപ്പെട്ടതാണന്ന് ജൊറോഗെയ്ക്ക് മനസ്സിലായത്. ജൊറോഗെയുടെ ഹൃദയം ഭയംകൊണ്ടുമിടിച്ചു.

അവിടെനിന്നിരുന്ന പൊലീസുകാരോട് ഹെഡ്മാസ്റ്റർ എന്തോ പറഞ്ഞു. അവർ ഉടനെ മാറിനിന്നു.

"ഇരിക്കൂ, കുട്ടീ." കാൽമുട്ടിന്റെ ശക്തി ക്ഷയിച്ചതുപോലെ അനുഭവപ്പെട്ട ജൊറോഗെ ആശ്വാസത്തോടെ ഒരു കസേരയിൽ തളർന്നിരുന്നു. ഹെഡ്മാസ്റ്റർ അവനെ ദയാപൂർവ്വം നോക്കി. അദ്ദേഹം തുടർന്നു: "നിന്റെ കുടുംബത്തെക്കുറിച്ച് ഇത് കേൾക്കാനിടയായതിൽ എനിക്ക് വിഷമം തോന്നുന്നു."

ജോറോഗെ ആ മിഷനറിയുടെ മുഖവും ചുണ്ടുകളും സൂക്ഷ്മമായി നിരീക്ഷിച്ചു. മുഖത്ത് യാതൊരു ഭാവഭേദവുമില്ലാതെ, എന്നാൽ കടിച്ചുപിടിച്ച ചുണ്ടുകളോടെ ജൊറോഗെ ഹെഡ്മാസ്റ്റർ പറയുന്നത് മുഴുവൻ കേട്ടു.

"നീ പെട്ടെന്ന് വീട്ടിൽ പോകണം. സംഗതി ഇത്തിരി വിഷമമുള്ളത് തന്നെ... നിന്നെക്കൊണ്ട് നിന്റെ ആൾക്കാർ പണ്ട് എന്തുതന്നെ ചെയ്തിച്ചിട്ടുണ്ടെങ്കിലും നീ ഒരു കാര്യം ഓർക്കണം. യേശു വാതിൽക്കൽ നിൽപ്പുണ്ട്. വാതിലിൽ മുട്ടുന്നുണ്ട്; അകത്ത് പ്രവേശിക്കാൻ അനുവാദം തേടിക്കൊണ്ട്. യേശുവിന്റെ വഴി പിന്തുടരാനാണ് ഞങ്ങൾ നിന്നെ പഠിപ്പിച്ചത്. നീ ഞങ്ങളെ നിരാശപ്പെടുത്തുകയില്ലെന്ന് പ്രതീക്ഷിക്കുന്നു." ഹെഡ്മാസ്റ്റർ കരയുന്നതുപോലെ തോന്നി.

കാറിനടുത്തേക്ക് ചെന്നപ്പോഴാണ്, തന്റെ കുടുംബം എന്താണ് ചെയ്തതെന്ന് എന്നതിനെക്കുറിച്ച് ഹെഡ്മാസ്റ്റർ ഒരു സൂചനയും തന്നിരുന്നില്ലെന്നു ജോറോഗെ ഓർത്തത്. ഹെഡ്മാസ്റ്ററുടെ സാന്ത്വനവചനങ്ങൾ അവന്റെ മനോദുഃഖം വർദ്ധിപ്പിക്കാനേ ഉപകരിച്ചുള്ളൂ.

ഹോംഗാർഡ് പോസ്റ്റിലെത്തിയപ്പോഴുണ്ടായ അനുഭവം ജൊറോ ഗെയ്ക്ക് ജീവിതത്തിലൊരിക്കലും മറക്കാനാവില്ല. "വേദനയുടെ കൂടാരം" എന്ന പേരിൽ കുപ്രശസ്തി നേടിയ ഹോംഗാർഡ് പോസ്റ്റായിരുന്നു അത്. അവിടെ എത്തിയതിന്റെ പിറ്റേന്ന് അവൻ ഒരു ചെറിയ മുറിയിലേക്ക് വിളിപ്പിക്കപ്പെട്ടു. രണ്ട് യൂറോപ്യൻ ഓഫീസർമാർ അവിടെയുണ്ടാ യിരുന്നു. ഒരാൾക്ക് ഒരു ചുവന്ന താടിയുണ്ടായിരുന്നു.

"നിന്റെ പേരന്താണ്?" ചുവന്ന താടിക്കാരൻ ചോദിച്ചു. അപ്പോൾ അയാളുടെ തവിട്ടുനിറമുള്ള കണ്ണുകൾ അവനെ ക്രൂരമായി നോക്കുന്നു ണ്ടായിരുന്നു.

"ജൊറോഗെ."

"നിനക്കെത്ര വയസ്സായി?"

"ഏതാണ്ട് പത്തൊമ്പതായി എന്നു തോന്നുന്നു."

"പറയൂ", പുറത്തു നിന്നിരുന്ന ഒരു ഹോംഗാർഡ് അലറി.

"നീ മൗ മൗ പ്രതിജ്ഞയെടുത്തിട്ടുണ്ടോ?"

"ഇല്ല"

"പറയൂ", പുറത്തു നിന്നിരുന്ന ഹോംഗാർഡ് വീണ്ടും കുരച്ചു.

"ഇല്ല സർ."

"എത്ര പ്രതിജ്ഞയെടുത്തിട്ടുണ്ട്?"

"ഞാൻ പ്രതിജ്ഞയൊന്നും എടുത്തിട്ടില്ലെന്ന് പറഞ്ഞല്ലോ. അഫൻഡി."

അടി വീണത് വളരെ വേഗത്തിലായിരുന്നു. കണ്ണിൽ നിറയെ ഇരുട്ട്. ഒന്നും കാണാനാവുന്നില്ല. തവിട്ടുനിറമുള്ള കണ്ണുകൾ അവന്റെ നേർക്കു യരുന്നതും കണ്ടില്ല.

"നീ പ്രതിജ്ഞയെടുത്തിട്ടുണ്ടോ?"

"ഞാനൊരു സ്കൂൾകുട്ടിയാണ്, അഫെൻഡി." കൈകൾ യാന്ത്രിക മായി മുഖത്തേക്കുയർത്തിക്കൊണ്ട് അവൻ പറഞ്ഞു.

"നീ എത്ര പ്രതിജ്ഞയെടുത്തിട്ടുണ്ട്?"

"ഒന്നുമെടുത്തിട്ടില്ല സാർ."

മറ്റൊരടി. എത്ര നിയന്ത്രിച്ചിട്ടും അവന് കണ്ണുനീർ തടയാനായില്ല. സ്കൂളിൽ കളിയാടിയിരുന്ന ശാന്തത അവനോർമ്മിച്ചു. അതൊരു നഷ്ടസ്വർഗ്ഗമായി.

"നിനക്ക് ബോറോവിനെ അറിയാമോ?"

"അവനെന്റെ സഹോദരനാണ്."

"അവനെവിടെയാണുള്ളത്?"

"എനിക്കറി...യില്ല."

ജൊറോഗെ പൊടി നിറഞ്ഞ തറയിൽ വീണു കിടന്നു. തവിട്ടു കണ്ണുകളുള്ള ആളിന്റെ മുഖം ചുവന്നിരുന്നു. ജൊറോഗെയെ "ബ്ലഡി മൗ മൗ" എന്ന് ശകാരിക്കാൻ വേണ്ടി മാത്രം അയാൾ വായ് തുറന്നു. കുറച്ചു കഴിഞ്ഞപ്പോൾ ജൊറോഗെയെ വാതിൽക്കലുണ്ടായിരുന്ന രണ്ടു ഹോംഗാർഡുകളും കൂടി പുറത്തേക്കു കൂട്ടിക്കൊണ്ടുപോയി. അവന് ബോധം നശിച്ചിരുന്നു. തവിട്ടു നിറമുള്ള കണ്ണുകളുള്ള ആ ഓഫീസറുടെ മുള്ളാണി തറച്ച ഷൂസ് അതിന്റെ ധർമ്മം നിർവ്വഹിച്ചതുകൊണ്ട് അവന്റെ ശരീരമാകെ രക്തത്തിൽ കുളിച്ചിരുന്നു.

രാവേറെച്ചെന്നപ്പോൾ അബോധാവസ്ഥയിൽ നിന്ന് അവനുണർന്നു. അവൻ കിടന്നിരുന്ന കുടിലിൽ നിന്ന് വളരെയകലെയല്ലാത്ത മറ്റൊരു കുടിലിൽ നിന്ന് ഒരു സ്ത്രീ നിലവിളിക്കുന്നത് അവൻ കേട്ടു. അത് നുജേരിയാണോ? അല്ലെങ്കിൽ ന്യോക്കാബിയോ? അതോർത്തപ്പോൾ തന്നെ അവൻ ഹതാശനായി. താൻ മരിക്കുന്നതിനു മുമ്പ് അവരെയെല്ലാം ഒന്നു കൂടി കാണുവാൻ അവനാശിച്ചു. തന്റെ അന്ത്യമടുത്തുവെന്ന് അവൻ വിചാരിച്ചു. മരണത്തെ അവൻ സ്വാഗതം ചെയ്തു. മരണം ഒരു അഗാധ നിദ്രയിലേക്ക് നമ്മെ നയിക്കുന്നു. ജീവിതഭയങ്ങൾക്കോ മൃതിയിലേക്ക് നീങ്ങുന്ന പ്രതീക്ഷകൾക്കോ, നഷ്ടസ്വപ്നങ്ങൾക്കോ നമ്മെ ആ മഹാനിദ്രയിൽ നിന്നും ഉണർത്താൻ കഴിയുന്നില്ല.

അവർ അവനെ ചോദ്യം ചെയ്തു കഴിഞ്ഞിരുന്നില്ല. അടുത്ത ദിവസവും ആ ചെറിയ മുറിയിലേക്ക് അവൻ ആനയിക്കപ്പെട്ടു. പഴയ ചോദ്യങ്ങൾ അവർ വീണ്ടും ആവർത്തിച്ചാൽ എന്തുത്തരം പറയും? കളവുപറയുകയോ? എല്ലാ ചോദ്യത്തിനും "അതെ" എന്നുത്തരം പറഞ്ഞാൽ അവർ അവനെ വെറുതെ വിടുമോ? അവന് സംശയമായിരുന്നു. ദേഹമാകെ വിങ്ങിയിരുന്നു. എന്നാൽ ഏറ്റവും സങ്കടമുള്ള കാര്യം അവൻ ഇതിനെക്കുറിച്ച് ഒന്നും അറിഞ്ഞിരുന്നില്ലെന്നതാണ്.

"നീയാണോ ജൊറോഗെ?"

"അതെ."

"നീ പ്രതിജ്ഞയെടുത്തിട്ടുണ്ടോ?" എല്ലാ കണ്ണുകളും അവന്റെ നേരെ തിരിഞ്ഞു. ജൊറോഗെ ഒരു നിമിഷം സംശയിച്ചു. ഹൗലാൻഡ്സും അവിടെയുണ്ടെന്ന് അവൻ മനസ്സിലാക്കി. തവിട്ടുനിറമുള്ള കണ്ണുകളുള്ളയാൾ തെല്ലിട കഴിഞ്ഞ് അനുനയത്തിൽ പറഞ്ഞു. "നോക്കൂ. സത്യം മാത്രമേ പറയാവൂ. സത്യം പറയുകയാണെങ്കിൽ നിന്നെ വെറുതെ വിടാം." ശരീരത്തിലെ വേദന 'ഉവ്വ്' എന്നു പറയാൻ അവനെ പ്രേരിപ്പിച്ചു.

എന്നാൽ അവൻ പെട്ടെന്ന് 'ഇല്ല' എന്നു പറഞ്ഞു. കുറച്ചടി പിറകോട്ടു മാറി. ആരും അവനെ തൊട്ടില്ല.

"ആരാണ് ജക്കോബോവിനെ കൊന്നത്?" മി. ഹൗലാൻഡ്സ് ആദ്യ മായി ചോദിച്ചു. കുറച്ചു സമയത്തേക്ക് ജൊറോഗെ അടിമുടി വിറച്ചു. അവന് തലചുറ്റുന്നതുപോലെ തോന്നി.

"കൊല്ലപ്പെട്ടെന്നോ?" അവൻ അവിശ്വസനീയതയോടെ മന്ത്രിച്ചു. പെട്ടെന്ന്, മിഹാകിക്ക് വല്ലതും പറ്റിയോ എന്നറിയാനുള്ള ഉൽക്കണ്ഠ അവന്റെ മനസ്സിൽ തലയുയർത്തി. ശത്രുക്കളോടാണ് താൻ സംസാരി ക്കുന്നതെന്ന് ഒരു നിമിഷനേരത്തേക്ക് അവൻ മറന്നു.

അവിടെയുണ്ടായിരുന്ന വെള്ളക്കാർ അവനെ സൂക്ഷ്മമായി നിരീക്ഷിച്ചു.

"അതെ. കൊല്ലപ്പെട്ടു."

"ആരാണ് കൊന്നത്?"

"അത് നീ പറയണം."

"ഞാനോ, സർ! പക്ഷേ..."

"അതെ. നീ തന്നെ പറയണം."

ഹൗലാൻഡ്സ് എഴുന്നേറ്റ് ജൊറോഗെയുടെ അടുത്തുവന്നു. അയാളെ കാണുമ്പോൾ തന്നെ പേടിയാകും. ഹൗലാൻഡ്സ് പറഞ്ഞു: "നിനക്ക് ഞാൻ കാണിച്ചുതരാം." അയാൾ ഒരു കൊടിലുകൊണ്ട് ജൊറോഗെയുടെ മൂത്രക്കുഴൽ പിടിച്ചമർത്താൻ തുടങ്ങി.

"നിന്റച്ഛനെ ചെയ്തതുപോലെ നിന്നെയും ഷണ്ഡനാക്കും."

ജൊറോഗെ ഉച്ചത്തിൽ നിലവിളിച്ചു.

"പറയൂ. ആരാണ് നിന്നെ ജക്കോബോവിന്റെ വീട്ടിൽ വിവരം ശേഖരി ക്കാനയച്ചത്?"

ജൊറോഗെ ഒന്നും കേട്ടില്ല. അത്ര തീക്ഷ്ണമായിരുന്നു വേദന. എന്നിട്ടും ആ മനുഷ്യൻ സംസാരിച്ചുകൊണ്ടേയിരുന്നു. ഓരോ ചോദ്യം ചോദിക്കുമ്പോഴും കൊടിലു പിടിച്ചമർത്തും.

"ജാക്കോബോവിനെക്കൊന്നത് താനാണെന്ന് നിന്റച്ഛൻ പറഞ്ഞ കാര്യം നിനക്കറിയാമോ?"

അവൻ അപ്പോഴും നിലവിളിച്ചു. ഹൗലാൻഡ്സ് അവനെ നിരീക്ഷിച്ചു. ആ കുട്ടി കണ്ണുകളും കൈകളും യാചനാഭാവത്തിൽമേലോട്ടുയർത്തു ന്നത് അയാൾ കണ്ടു. ജൊറോഗെയുടെ ശരീരം ദുർബ്ബലമായി. അവൻ

താഴെ വീണു. ഹൗലാൻഡ്സ് ആദ്യം അവനെയും പിന്നെ ഓഫീസർമാരെയും നോക്കിക്കൊണ്ട് പുറത്തുപോയി. ചുകന്ന താടിക്കാരനും തവിട്ടു നിറമുള്ള കണ്ണുകളുള്ളവനും പരിഹാസപൂർവ്വം ചിരിച്ചു.

ജൊറോഗെയെ പിന്നെ ആരും ഒന്നും ചെയ്തില്ല. കുറച്ചു ദിവസം കഴിഞ്ഞ് അവന് സുഖമായപ്പോൾ അവനും അവന്റെ രണ്ട് അമ്മമാരും വിട്ടയയ്ക്കപ്പെട്ടു.

നുഗോത്തോവിനെ ഇട്ട് അടച്ചിരുന്ന കുടിൽ ആകെ ഇരുട്ടു പിടിച്ചതായിരുന്നു. രാത്രിയും പകലും വേർതിരിച്ചറിയുവാൻ കഴിഞ്ഞിരുന്നില്ല. അയാളെ സംബന്ധിച്ചിടത്തോളം ഇരുളും വെളിച്ചവും ഒന്നുതന്നെ. സമയമെന്നത് ഒന്നുമില്ലായ്മയുടെ ഒരു നൈരന്തര്യം മാത്രം. ഒരു വശം തിരിഞ്ഞു കിടന്നുറങ്ങുവാൻ നോക്കി. എന്നാൽ പൃഷ്ഠഭാഗം മാത്രമേ പരിക്കുപറ്റാത്തതായി ഉണ്ടായിരുന്നുള്ളൂ. അതിനാൽ ദിവസങ്ങളോളം അയാൾ ഒരേ ഇരിപ്പിൽ ഇരുന്നുകൊണ്ടു കഴിച്ചുകൂട്ടി. ഉറക്കം തീരെ ഉണ്ടായിരുന്നില്ല. ജീവിതമാകെ വിസ്മരിക്കുവാൻ അയാൾക്കു തോന്നി. തിരിഞ്ഞു നോക്കുമ്പോൾ തോൽവി മാത്രമേ കാണാനുണ്ടായിരുന്നുള്ളൂ.

മക്കളുടെ പരാജയത്തിന് താൻ കാരണക്കാരനായിരുന്നുവെന്ന ബോധം ഒരു നിഴലുപോലെ അയാളെ പിൻതുടർന്നു. ഈ ദുരന്തം അയാളുടെ മേൽ നിപതിക്കും മുമ്പുതന്നെ താൻ വിലമതിച്ചിരുന്നവയിൽ നിന്നൊക്കെ വേർപെടുത്തപ്പെട്ടതുമൂലം. ജീവിതം അയാളെ സംബന്ധിച്ചേടത്തോളം അർത്ഥശൂന്യമായിക്കഴിഞ്ഞിരുന്നു.

താൻ കഠിനവേദനയനുഭവിക്കേണ്ടി വന്നുവെങ്കിൽപോലും ജക്കോബോവിന്റെ മരണത്തെച്ചൊല്ലി നുഗോത്തോവിന് ദുഃഖം തോന്നിയില്ല. ശരിക്കു പറഞ്ഞാൽ അയാളുടെ മനസ്സിൽ നിഗൂഢമായൊരു സംതൃപ്തിയാണ് ഉണ്ടായത്. ദൈവനീതിയാണ് നടപ്പാക്കപ്പെട്ടത്. ഒന്നുരണ്ടു ദിവസം നീണ്ടു നിവർന്നു നടന്നു. പിന്നീടാണറിഞ്ഞത് കൊലപാതകത്തിന്റെ പേരിൽ തന്റെ മകൻ കമാവു അറസ്റ്റു ചെയ്യപ്പെട്ടു എന്ന്. ഒന്നൊന്നര ദിവസം എന്തു ചെയ്യേണ്ടു എന്നറിയാതെ ഇരുന്നു. എന്നാൽ ഒരു രാത്രി. എന്താണ് ചെയ്യേണ്ടതെന്നതിനെക്കുറിച്ച് ഒരു തീരുമാനമെടുത്തു, ഗിക്കുയൂ വർഗ്ഗക്കാരുടെയിടയിൽ ഒരു ചൊല്ലുണ്ട്: “ഒരു ചെന്നായ്ക്ക് രണ്ടു പ്രാവശ്യം കീഴടങ്ങരുത്” എന്ന്. ഇപ്പോൾ, വെള്ളക്കാർ ഈ വർഗ്ഗനിയമം മറിച്ചിട്ടുകൊണ്ട് അലറുകയാണ്: “പല്ലിനു പകരം പല്ല്!” കടിക്കാനുള്ള ശക്തി നഷ്ടപ്പെട്ട തന്റെ പല്ല് പകരം നൽകുന്നതാണ് നല്ലതെന്ന് നുഗോത്തോവിന് തോന്നി. ഡിസ്ട്രിക് ഓഫീസറുടെ മുറിയിൽ കയറിച്ചെന്ന് താനാണ് ജാക്കോബോവിനെ കൊന്നതെന്ന് പറയാനുള്ള ധൈര്യം തനിക്ക് കൈവന്നത് എങ്ങനെയാണെന്ന് നുഗോത്തോവിനും അറിയില്ല. ഗ്രാമത്തെ മുഴുവൻ നടുക്കിയ ഒരു കുറ്റസമ്മതമായിരുന്നു അത്.

അവർ നുഗോത്തോവിനെ പിടിച്ചുകൊണ്ടു പോയി. ദിവസങ്ങളോളം പലവിധത്തിലും കഠിനമായി പീഡിപ്പിച്ചു. എന്നിട്ടും, താൻ ജക്കോബോവിനെ കൊന്നു എന്നല്ലാതെ മറ്റൊന്നും അയാൾ വെളിപ്പെടുത്തിയില്ല.

ഹൗലാൻഡ്സ്, സാധാരണയായി സർക്കാർ ഏജന്റുമാരും വെള്ളക്കാരും ചെയ്യാറുള്ളതുപോലെ, നിയമം കൈയിലെടുത്തു. നുഗോത്തോവിൽനിന്ന് എല്ലാ വിവരങ്ങളും കിട്ടണമെന്ന് അയാൾക്ക് വാശിയായിരുന്നു. അതുകൊണ്ട് നുഗോത്തോവിനെ ദിവസങ്ങളോളം തല്ലിച്ചതച്ചു. അയാളെ വേദനിപ്പിച്ച് കീഴ്പ്പെടുത്തി തന്റെ ഹിതാനുസാരിയാക്കണമെന്ന് ഹൗലാൻഡ്സ് തീരുമാനിച്ചുറച്ചു.

തനിക്കുവേണ്ടി പണിയെടുത്ത, എന്നിട്ടും തന്റെ തീരുമാനങ്ങളെ ധിക്കരിച്ച നുഗോത്തോയ്ക്ക് ഇനി തന്നിൽനിന്നും രക്ഷയില്ല. കാരണം അയാളെ സംബന്ധിച്ചേടത്തോളം വഴിമുടക്കി നിന്നിരുന്ന തിന്മയുടെ ഒരു പ്രതീകമായിരുന്നു നുഗോത്തോ.

അതിനാൽ നുഗോത്തോവിന്റെ കാര്യം വന്നപ്പോൾ അയാൾ ഭ്രാന്തനായി മാറി. നുഗോത്തോവിനെ ഹൗലാൻഡ്സ് ചോദ്യം ചെയ്യുമ്പോൾ, കൂടെ ജോലി ചെയ്തിരുന്ന ഹോംഗാർഡുകൾക്കുപോലും അവിടെ നില്ക്കാൻ ഭയപ്പെട്ടു.

എന്നാൽ നുഗോത്തോ താൻ പറഞ്ഞ കാര്യത്തിൽ ഉറച്ചുനിന്നു.

ജൊറോഗെ എന്നും ഒരു സ്വപ്നജീവിയായിരുന്നു. കഷ്ടപ്പാട് വരുമ്പോൾ നല്ലൊരു നാളെയിലേക്ക് ഉറ്റുനോക്കികൊണ്ട് സ്വയം സമാശ്വസിപ്പിക്കുന്ന ഒരു ഭാവനാജീവി. സ്കൂളിൽ ചേരുന്നതിനുമുമ്പ് ഒരിക്കൽ ഒരമ്മാവന്റെ വീട്ടിൽ കന്നുകാലികളെ നോക്കാൻ അവനെ നിയോഗിച്ചിരുന്നു. കന്നുകാലികൾ അവനെ വളരെയധികം കഷ്ടപ്പെടുത്തി. എന്നാൽ മറ്റു കുട്ടികളെപ്പോലെ കരയുന്നതിനുപകരം ഒരു മരത്തിൽ കയറിയിരുന്ന്, സ്കൂളിൽ പോകുന്നതിനെക്കുറിച്ച് സ്വപ്നം കാണുകയാണ് ചെയ്തത്. എന്നാൽ തന്റെ ബുദ്ധിമുട്ടുകൾ തീരുമല്ലോ. ഒരു മണിക്കൂറോളം അവൻ ഭാവനാലോകത്തിലായിരുന്നു. ഒരു മുതിർന്ന കുട്ടിയായി സ്കൂളിൽ പോകുന്നതായിരുന്നു അവൻ സ്വപ്നം കണ്ടിരുന്നത്. അതിനിടയിൽ കൃഷിസ്ഥലത്തെ വിളകൾ ഒട്ടുമുക്കാലും കന്നുകാലികൾ തിന്നു തീർത്തു. അമ്മാവൻ ഒട്ടും സമയം കളയാതെ അവനെ വീട്ടിലേക്ക് തിരിച്ചയയ്ക്കുകയും ചെയ്തു. താൻ ജീവിക്കുമെന്ന് വിശ്വസിച്ചിരുന്ന ഭാവനാലോകത്തിൽ നിന്ന് തികച്ചും വ്യത്യസ്തമായ യാഥാർത്ഥ്യത്തെ തൊട്ടുമുന്നിൽ കണ്ടപ്പോൾ ജൊറോഗെയ്ക്ക് അനുഭവപ്പെട്ട ഞെട്ടലിന്റെ ശക്തി കൂട്ടുവാൻ മാത്രമേ ഈ ഗതകാലസ്മരണകൾ ഉപകരിച്ചുള്ളൂ. ഈ കഷ്ടപ്പാടുകൾക്ക് ഒരു അവസാനമോ പ്രതിവിധിയോ ഇല്ലാത്തതുപോലെ

തോന്നി. ആദ്യമൊക്കെ മനസ്സിൽ ഒന്നും ഏശാത്തതുപോലെ തോന്നി. ഒരു മരവിപ്പ്. അച്ഛനും തനിക്കിപ്പോഴുള്ള ഏക സഹോദരനും ബുദ്ധി മുട്ടിലായിരിക്കുന്നു എന്നും താനിപ്പോൾ സ്കൂളിലല്ല എന്നും മാത്രം അവൻ തിരിച്ചറിഞ്ഞു.

മനസ്സിന്റെ സമനില വീണ്ടെടുത്ത ശേഷവും ആ പഴയ ഭയം അവനെ വേട്ടയാടി. അവന്റെ കുടുംബം തകരാൻ പോകുന്നു. അതു തടയാൻ അവൻ അശക്തനാണ്. അച്ഛൻ ആ കൊലപാതകം നടത്തിയിരിക്കുമെന്ന് ചിന്തിക്കാൻപോലും അവനു കഴിഞ്ഞില്ല. നുജേരിയോടും ന്യോക്കാബി യോടും പോലും അവൻ ഇതിനെക്കുറിച്ച് മിണ്ടിയില്ല. അവർക്ക് ഒരു പക്ഷേ അവന്റെ മനോഗതി തിരിച്ചറിഞ്ഞതുകൊണ്ടാവാം അവരും അതെ ക്കുറിച്ച് ഒന്നും പറയാൻ ശ്രമിച്ചില്ല. ഒരു ദിവസം രാത്രി വീടുകളിൽ എരിഞ്ഞിരുന്ന തീയെല്ലാം കെട്ടടങ്ങിയപ്പോൾ, ചുറ്റുപാടും എല്ലാ ശബ്ദവും നിലച്ചപ്പോൾ അമ്മ അവനോട് സംസാരിക്കാൻ ശ്രമിച്ചു.

“ജൊറോഗെ.” അവരുടെ ശബ്ദമാണതെന്ന് തോന്നിയില്ല.

“എന്താ, അമ്മേ.” അമ്മ എന്തായിരിക്കും പറയുക എന്നു ഭയന്ന് അവൻ ശ്വാസം പിടിച്ചു നിന്നു. എന്നാൽ അവർക്ക് തുടരാനായില്ല. അവൻ ഇടയ്ക്കിടെ മൂക്കു പിഴിയുന്നതും തേങ്ങലടക്കാൻ പാടുപെടുന്നതും അവൻ അറിഞ്ഞു. അവൻ ശ്വാസം വിട്ടു. നോവൂറുന്ന ഒരാശ്വാസം.

എന്നാൽ ചിന്താരഹിതനായിരിക്കാൻ കഴിഞ്ഞില്ല. കൊല്ലപ്പെട്ട തലവൻ, അദ്ദേഹത്തിന്റെ വീട്ടിൽവെച്ചുകണ്ട ക്ഷീണിതരൂപത്തിൽ അവന്റെ മനസ്സിലുയർന്നു. ഏതൊന്നിനെക്കുറിച്ചു ചിന്തിക്കുമ്പോഴും ജക്കോബോവിന്റെ മുഖം അതിൽ നിഴലിച്ചതായി കണ്ടു. താൻ വിജയി ക്കുവാൻ പോകുമ്പോഴേക്കും പരാജയം തന്നിലടിച്ചേല്പിച്ച ഒരു രൂപമായി മാത്രമേ ജൊറോഗെയ്ക്ക് അതിനെ കാണാൻ കഴിഞ്ഞുള്ളൂ.

ഒരു പ്രാവശ്യം മാത്രം അവൻ മിഹാകിയെക്കുറിച്ച് ചിന്തിച്ചു. അമ്മ അവനോട് സംസാരിക്കാൻ ശ്രമിച്ച രാത്രിയായിരുന്നു അത്. അവളെ ക്കുറിച്ച് ഒരു കുറ്റബോധത്തോടുകൂടെ മാത്രമേ അവന് ചിന്തിക്കാൻ കഴി ഞ്ഞുള്ളൂ. അവളുമായുള്ള തന്റെ ബന്ധമാണ് ഈ നിർഭാഗ്യത്തിനൊക്കെ കാരണമെന്ന് ഒരു നിമിഷനേരത്തേക്ക് അവനു തോന്നി. “ഞാനാണ് ഇതിനൊക്കെ കാരണം!” രാത്രിയുടെ നിശ്ശബ്ദതയിൽ അമ്മയോട് വിളിച്ചു കൂവണമെന്ന് അവനു തോന്നി. ‘തലവനോ’ടു മുൻപുണ്ടായിരു ന്നതിനേക്കാൾ കൂടുതൽ വെറുപ്പു തോന്നി.

ഇങ്ങനെ ചിന്തിച്ചു ചിന്തിച്ച് മനസ്സിന്റെ ഭാരം സഹിക്കാൻ കഴിയാതെ ഒരുനാൾ അവൻ വീടുവിട്ടു. ശാന്തമായ ഒരു രാത്രിയായിരുന്നു അത്. എല്ലാവരും ഉറങ്ങുന്നു. ഈ ധൈര്യം തനിക്ക് എങ്ങനെ കിട്ടി എന്ന്

ജൊറോഗെ അദ്ഭുതപ്പെട്ടു. അവൻ നേരെ തലവന്റെ പഴയ വീട്ടിലേക്കു നടന്നു. ഇടിച്ചു തകർക്കാനെന്നപോലെ മുഷ്ടി ചുരുട്ടിക്കൊണ്ട് വഴി കാണിക്കാൻ തലവന്റെ ഭൂതം അവിടെയുണ്ടായിരുന്നു. അവൻ വഴിയിലൂടെ ഈ മർദ്ദനത്തിന് ഒരറുതി വരുത്തണം. തലവനോട് പ്രതികാരം ചെയ്യണം - അയാളുടെ കുടുംബത്തെ നശിപ്പിക്കണം. എന്നാൽ ആളൊഴിഞ്ഞ ആ വീട്ടിനടുത്തെത്തിയപ്പോൾ, തന്നെ നയിച്ചിരുന്ന ആ ഭൂതം മിഹാകിയായി രൂപാന്തരപ്പെട്ടു. അവളെ അടിക്കാൻ കൈ ഓങ്ങി. എന്നാൽ അവളെയും കൂട്ടി ഈ ദുരന്തങ്ങളിൽ നിന്നൊക്കെ രക്ഷപ്പെടാനാണ് തന്റെ മനസ്സ് ഇച്ഛിക്കുന്നതെന്ന് അവൻ ഉടനെ തിരിച്ചറിഞ്ഞു. അവളാണ് അവസാനത്തെ ആശാകേന്ദ്രം. പിന്നെ... ഭയാനകമായ ഒരു സ്വപ്നത്തിൽ നിന്നെന്നപോലെ ജൊറോഗെ ഉണർന്നെഴുന്നേറ്റു. വീട്ടിനു ചുറ്റുമുള്ള വേലിക്കു പുറത്തുനിന്ന് ആരോ നടന്നുവരുന്ന ശബ്ദം കേട്ടു. ആൾത്താമസമില്ലെങ്കിലും ആ വീട്ടിൽ ഇപ്പോൾ കാവൽ ഏർപ്പെടുത്തിയിരുന്നുവെന്ന കാര്യം അവൻ മറന്നിരുന്നു.

അവൻ പതിയെ താൻ വന്ന പാതയിലൂടെ തിരിച്ചു നടന്നു. രാവിലെ അമ്മയുടെ മുഖത്തുപോലും നോക്കാൻ അവൻ ധൈര്യപ്പെട്ടില്ല. തന്റെ ഇപ്പോഴത്തെ മനോനിലയെക്കുറിച്ചോർത്ത് അവന് പോലും ഭയം തോന്നിയിരുന്നു.

അന്ന് ആദ്യമായി അവൻ ഭയവും കുറ്റബോധവും മൂലം കരഞ്ഞു. പ്രാർത്ഥിക്കുകപോലും ചെയ്തില്ല.

പതിനാറ്

ന്യോക്കാബിയും നുജേരിയും ഒരു മൂലയിലിരുന്നു. അവരുടെ കവിളിലൂടെ കണ്ണുനീർ ഒഴുകുന്നത് ജൊറോഗെയ്ക്ക് കാണാമായിരുന്നു. അതവനെ വല്ലാതെ വിഷമിപ്പിച്ചു. കാരണം, കുട്ടിക്കാലത്തുതന്നെ അവൻ ഒരു കാര്യം മനസ്സിലാക്കിയിരുന്നു; ഒരു പുരുഷൻ അസുഖമായി കിടക്കുമ്പോൾ സ്ത്രീകൾ കരഞ്ഞാൽ അതിനർത്ഥം ആ മനുഷ്യൻ രോഗവിമുക്തനാവുകയില്ലെന്നാണ്. എങ്കിലും അച്ഛന്റെ വികൃതമായ മുഖത്ത് നോക്കിക്കൊണ്ടിരിക്കുമ്പോൾപോലും കരഞ്ഞുകൊണ്ടിരുന്ന സ്ത്രീകളെ സമാധാനിപ്പിക്കാനുള്ള കരുത്ത് അവനുണ്ടായില്ല. 'നാളെ' എന്ന ഉത്തരം ലഭിക്കാത്ത ഒരു പ്രശ്നത്തെ ആദ്യമായി മുഖാമുഖം നേരിടുകയായിരുന്നു ജൊറോഗെ. ഈ ബോധമായിരുന്നു അവനെ ബലഹീനനാക്കിയതും 'അടിയന്തരാവസ്ഥ'യെ ഒരു പുതിയ വെളിച്ചത്തിൽ കാണുവാൻ പ്രേരിപ്പിച്ചതും.

നുഗോത്തോ വളരെ പ്രയാസപ്പെട്ട് ഒരു വശത്തേക്ക് തിരിഞ്ഞു കിടക്കാൻ ശ്രമിച്ചു. ദിവസങ്ങൾക്ക് ശേഷം ആദ്യമായി അയാൾ കണ്ണു തുറന്നു. ന്യോക്കാബിയും നുജേരിയും വേഗത്തിൽ കിടക്കയ്ക്കരികിൽ എത്തി. നുഗോത്തോവിന്റെ കണ്ണുകൾ കുടിലിനുള്ളിൽ മുഴുവൻ പരതി. അവ സ്ത്രീകളിലോരോ ആളിലും മാറി മാറി നോട്ടമുറപ്പിച്ചു. ആദ്യം നുജേരിയിൽ, അയാൾ എന്തോ സംസാരിക്കാനെന്നോണം വായ തുറന്നു. എന്നാൽ ഒരു കണ്ണുനീർത്തുള്ളിയാണ് കവിളിലൂടെ ഉരുണ്ടു വീണത്. അയാൾ അത് തുടച്ചു കളയാൻ നോക്കി. എന്നാൽ കൈ പൊക്കാൻ കഴിയാത്തതുകൊണ്ട് ആ കണ്ണുനീർത്തുള്ളി ഒഴുകി താഴെ വീണു. രണ്ടു തുള്ളി കണ്ണുനീർ കൂടി അടർന്നു വീണു. നുഗോത്തോ കണ്ണുതിരിച്ച് ജൊറോഗെയിൽ നോട്ടമുറപ്പിച്ചു. ഓർമ്മശക്തി വീണ്ടെടുക്കാൻ അയാൾ ഒരു മൽപിടുത്തം നടത്തുന്നത് പോലെ തോന്നി. ഒരിക്കൽ കൂടി സംസാരിക്കാൻ ശ്രമിച്ചു.

"നീയിവിടെയുണ്ടോ?"

"ഉണ്ടച്ഛാ"

ജൊറോഗെയുടെ മനസ്സിൽ പ്രത്യാശയുടെ വെളിച്ചം ജ്വലിച്ചു. അച്ഛന്റെ മനസ്സ് പ്രവർത്തിക്കുന്നുണ്ടെന്നറിഞ്ഞപ്പോൾ അവന് സുരക്ഷിതത്വം തോന്നി.

ഹോംഗാർഡ് പോസ്റ്റിൽനിന്ന് കൊണ്ടുവന്ന ശേഷം ആദ്യമായാണ് നുഗോത്തോ വായ തുറക്കുന്നത്. നാലു ദിവസം കഴിഞ്ഞു അയാൾ വന്നിട്ട്. ആ ദിവസം ജൊറോഗെ ഒരിക്കലും മറക്കില്ല. ഓരോ വശത്തും ഓരോ ആൾ താങ്ങിപ്പിടിച്ചാണ് നുഗോത്തോവിനെ കൊണ്ടുവന്നത്. ചെറിയ മുറിവുകളും വടുക്കളും കൊണ്ട് അയാളുടെ മുഖം വികൃതമായിരുന്നു. മൂക്ക് മുറിഞ്ഞിരുന്നു. കാലുകൾ വലിച്ചിഴയ്ക്കാൻ മാത്രമേ കഴിഞ്ഞിരുന്നുള്ളൂ. കഴിഞ്ഞ നാലു ദിവസത്തോളമായി വായും കണ്ണുകളും അടഞ്ഞു തന്നെ കിടക്കുന്നു.

“നീ സ്കൂളിൽ നിന്ന് വന്നതാണോ?”

“അതേ, അച്ഛാ.”

“എന്നെ കാണാൻ?”

“അതെ” അവൻ നുണ പറഞ്ഞു.

“അവർ നിന്നെ അടിച്ചോ?”

“ഇല്ലച്ഛാ”

“അപ്പോൾ... നീ... എന്നെ പരിഹസിക്കാൻ വന്നതാണല്ലേ? നിന്റെ സ്വന്തം അച്ഛനെ പരിഹസിക്കാൻ. ഞാൻ അവിടേക്ക് തന്നെ മടങ്ങിപ്പോകാം, വിഷമിക്കണ്ട.”

“അങ്ങനെ പറയല്ലേ അച്ഛാ. ഞങ്ങൾ എല്ലാത്തിനും അച്ഛനു കടപ്പെട്ടിരിക്കുന്നു. അച്ഛനില്ലെങ്കിൽ ഞങ്ങളെങ്ങനെ കഴിയും?” ജൊറോഗെ കീഴ്ച്ചുണ്ടു കടിച്ചു.

നുഗോത്തോ തുടർന്നു: “നിന്റെ ചേട്ടന്മാരൊന്നും ഇവിടെയില്ലേ?”

“അവരൊക്കെ മടങ്ങി വരും, അച്ഛാ.”

“ങും! ഞാൻ മരിക്കുമ്പോൾ! എന്നെ കുഴിച്ചിടാൻ. കമാവു എവിടെ?”

ജൊറോഗെ മറുപടി പറയാൻ കഴിയാതെ വിമ്മിട്ടപ്പെട്ടു. നുഗോത്തോ തുടർന്നു. “ഒരുപക്ഷേ, അവനെ അവർ കൊല്ലും. അവനെ ഹോംഗാർഡ് പോസ്റ്റിലേക്ക് കൊണ്ടുപോയില്ലേ? എന്നാൽ എന്തിന് - അവർക്ക് ഒരു വയസ്സന്റെ രക്തം വേണ്ടായിരിക്കും. നോക്ക്, ജക്കോബോവിനെ ഞാൻ കൊന്നതാണോ എന്ന് എന്നോട് ചോദിക്കരുത്. ഞാനയാളെ വെടിവെച്ചോ? എനിക്കറിയില്ല. ഒരാൾ കൊല്ലുന്നത് എപ്പോഴാണെന്ന് ആർക്കും പറയാൻ കഴിയില്ല. കുറെ മുമ്പ് തന്നെ ഞാൻ അയാളുടെമേൽ വിധി പ്രസ്താവിച്ചു. വധശിക്ഷ നടപ്പാക്കി. ഹാ! അവൻ ഇനിയിങ്ങ് വരട്ടെ. അവന് ധൈര്യമുണ്ടോ? ങാ ഹാ! അതെ. എനിക്കറിയാം. അവർക്ക്

വേണ്ടത് യുവാക്കളുടെ രക്തമാണ്, അവിടെ നോക്ക്, അവർ മുവാംഗിയെ കൊണ്ടുപോയില്ലേ? അവൻ ചെറുപ്പക്കാരനായിരുന്നില്ലേ?"

നുഗോത്തോ അങ്ങനെ സംസാരിച്ചുകൊണ്ടേയിരുന്നു. അപ്പോഴൊക്കെ അയാളുടെ കണ്ണുകൾ ജൊറോഗെയുടെ മേൽ തന്നെയായിരുന്നു.

"നീ പഠിക്കുന്നതിൽ എനിക്ക് സന്തോഷമുണ്ട്. നല്ലോണം അറിവ് നേടുക. എന്നാൽ അവർ നിന്നെ തൊടാൻ ധൈര്യപ്പെടില്ല. എങ്കിലും... എന്റെ എല്ലാ മക്കളും ഇവിടെയുണ്ടായിരുന്നെങ്കിൽ എന്ന് ഒരാശ. ഞാനുദ്ദേശിക്കുന്നത്... എന്തെങ്കിലും ചെയ്യാൻ... ഹാ! എന്തു പറ്റി? ആരാണ് വാതിലിൽ മുട്ടുന്നത്? എനിക്കറിയാം. അത് ഹൗലാൻഡ്സ് ആണ്. അവന് എന്റെ ഹൃദയം പറിച്ചെടുക്കണം."

നുഗോത്തോ ഒരു തണുത്ത ചിരിചിരിച്ചു. ചുറ്റുപാടും എന്തോ ഒരു മുറുകിപ്പിടുത്തം. കുടിലിനുള്ളിലേക്ക് ഇരുട്ട് നുഴഞ്ഞുകയറി. അതിനെ പുറത്താക്കാനെന്നോണം ന്യോക്കാബി ഒരു റാന്തൽ കത്തിച്ചു. ചുമരിൽ വീണ വിവിധരൂപത്തിലുള്ള നിഴലുകൾ അവളെ നോക്കി പല്ലിളിച്ചു. ഒരു മനുഷ്യന്റെ ജീവിതം ഇത്ര നിസ്സാരമാണോ? ജൊറോഗെ മനസ്സിൽ വിചാരിച്ചു, താൻ ഭയപ്പെടുകയും ഗൂഢമായി ആരാധിക്കുകയും ചെയ്തിരുന്ന തന്റെ അച്ഛനാണോ ഇത്? അവന്റെ മനസ്സ് പിടഞ്ഞു. ലോകം കീഴ്മേൽ മറിഞ്ഞിരിക്കുന്നു. നുഗോത്തോ സംസാരിക്കാൻ തുടങ്ങിയിരിക്കുന്നു. ചിരിയൊഴിച്ചാൽ, അയാൾ പറയുന്ന വാക്കുകൾക്കൊക്കെ അതിശയകരമാംവിധം വ്യക്തതയുണ്ടായിരുന്നു.

"ബോറോ വീടുവിട്ടുപോയി. അവൻ എന്നെ ഒന്നിനും കൊള്ളാത്ത ഒരച്ഛനായി കരുതിയിരിക്കണം. എന്നാൽ അവർ അവനെ മാറ്റിയെടുക്കുമെന്ന് എനിക്ക് എപ്പോഴും അറിയാമായിരുന്നു. നിനക്കറിയാമോ അവൻ തിരിച്ചു വന്നപ്പോൾ എന്നെ തിരിച്ചറിഞ്ഞില്ല...!"

ജൊറോഗെ തലതിരിച്ചു. വേറൊരാളുടെ സാന്നിധ്യം കൂടി ആ മുറിയിലുള്ളതുപോലെ അവനു തോന്നി. ബോറോ വാതിൽക്കൽ നില്ക്കുന്നുണ്ടായിരുന്നു. അവൻ കടന്നു വരുന്നത് ജൊറോഗെ കണ്ടിരുന്നു. അവന്റെ മുടി നീണ്ടിരുന്നു. അവ ചീകിയിട്ടില്ല. ജൊറോഗെ അവന്റെ അടുത്തു നിന്ന് അകന്നു മാറി. ബോറോ മടിച്ചു മടിച്ച് നുഗോത്തോവിന്റെ അടുത്തു ചെന്നു; വെളിച്ചത്തിൽ നിന്ന് അവൻ മാറിനിൽക്കാൻ എന്നോണമാണ് അവൻ ചലിച്ചത്. സ്ത്രീകൾ അവരുടെ സ്ഥാനത്ത് തന്നെ വേരിറങ്ങിയതുപോലെ ഇരുന്നു. നുഗാത്തോയുടെ കിടക്കയ്ക്കരികിൽ ബോറോ മുട്ടുകുത്തിയിരുന്നത് അവർ കണ്ടു. ഉടൻതന്നെ, എന്നാൽ ബോറോ സംസാരിച്ചുതുടങ്ങുന്നതിനുമുമ്പ്, ജൊറോഗെയ്ക്ക് ആളെ മനസ്സിലായി. ശ്വാസം പിടിച്ചിരിക്കാൻ മാത്രമേ അവന് കഴിഞ്ഞുള്ളൂ.

നുഗോത്തോവിന് ആദ്യം ബോറോയെ മനസ്സിലായില്ല. അയാൾ ആദ്യം ശങ്കിക്കുന്നതുപോലെ തോന്നി. പിന്നെ ആ കണ്ണുകൾ പ്രകാശിച്ചു.

"അച്ഛാ, എനിക്കു മാപ്പുതരൂ - ഞാനറിഞ്ഞിരുന്നില്ല- ഞാൻ വിചാരിച്ചു..." ബോറോ തലതിരിച്ചു.

നുഗോത്തോ സംസാരിച്ചു തുടങ്ങി. മടിച്ചു മടിച്ചു പുറത്തുവരുന്ന പദങ്ങൾക്ക് തീരെ ജീവനില്ലാത്തതുപോലെ തോന്നി. മടിച്ചുമടിച്ചാണ് ഓരോ വാക്കും ഉച്ചരിക്കപ്പെടുന്നത്.

"സാരമില്ല. ഹാ! ഹാ! നീയും തിരിച്ചുവന്നോ? എന്നെ പരിഹസി ക്കാൻ? നീ നിന്റെ സ്വന്തം അച്ഛനെ പരിഹസിക്കുമോ? ഇല്ല ഹാ! നിങ്ങൾ ക്കെല്ലാം നല്ലതുവരണമെന്നു മാത്രമേ ഞാൻ വിചാരിച്ചുള്ളൂ. നീ ഓടി പ്പോകണമെന്ന് ഞാനുദ്ദേശിച്ചിരുന്നില്ല."

"എനിക്ക് യുദ്ധം ചെയ്യേണ്ടിയിരുന്നു. ങ്, ആ! ശരി. ഇനി എവിടെയും പോകില്ലല്ലോ?"

"എനിക്കിവിടെ നില്ക്കാൻ പറ്റില്ലച്ഛാ. എനിക്കാവില്ല." ബോറോ തകർന്ന ശബ്ത്തിൽ പറഞ്ഞു. നുഗോത്തോ ഭാവം പകർന്നു. കുറച്ചു സമയത്തേക്ക് അയാൾ പഴയ ഗംഭീരനായ നുഗോത്തോ ആയി മാറി. ആജ്ഞാശക്തിയുള്ള, വീടിന്റെ നാഥനായ നുഗോത്തോ.

"നീ ഇവിടെ നിന്നേ തീരൂ."

"ഇല്ലച്ഛാ. എനിക്കു മാപ്പു തരൂ."

നുഗോത്തോ വളരെ വിഷമിച്ച് എഴുന്നേറ്റിരുന്നു. കൈയുയർത്തി ബോറോയുടെ നെറുകയിൽ വെച്ചു. അയാൾക്ക് മുന്നിൽ ബോറോ ഒരു കുട്ടിയെപ്പോലെ തോന്നിച്ചു.

"ശരി. പോയി നന്നായി യുദ്ധം ചെയ്യൂ. മുരുംഗുവിനെയും രുരീരി യെയും മറക്കരുത്. എല്ലാവർക്കും നന്മയുണ്ടാവട്ടെ. എന്ത്? ജൊറോഗെ, നോക്ക്... നീ നിന്റെ അമ്മമാരെ നോക്കണം..."

നുഗോത്തോ വാക്കുകൾ പൂർത്തിയാക്കാതെ കിടക്കയിലേക്ക് മറിഞ്ഞു വീഴുമ്പോഴും അയാളുടെ കണ്ണുകൾ പ്രകാശിക്കുന്നുണ്ടാ യിരുന്നു. ഒരു നിമിഷനേരത്തേക്ക് കുടിലിൽ നിശ്ശബ്ദത വ്യാപിച്ചു. പിന്നെ, ബോറോ എഴുന്നേറ്റുനിന്ന് അടക്കം പറഞ്ഞു: "ഞാൻ നേരത്തെ വരേണ്ടതായിരുന്നു."

അവൻ പുറത്തെ ഇരുട്ടിലേക്ക് ഓടിപ്പോയി. എല്ലാവരും തിരിഞ്ഞ് നുഗോത്തോവിനെ നോക്കി. അയാളും ഇനി മടങ്ങിവരാനാവത്തവിധം ഈ ലോകം വിട്ടുപോയെന്ന് അവർ തിരിച്ചറിഞ്ഞത് അപ്പോഴാണ്.

പതിനേഴ്

രാജ്യത്തിന്റെ ഒരറ്റം മുതൽ മറ്റേ അറ്റം വരെ നീണ്ടു കിടന്നിരുന്ന ആ മഹാപാതയുടെ ഒരു ഭാഗത്തായിരുന്നു ഇന്ത്യക്കാരുടെ കടകൾ. കടന്നുപോകുന്ന ഒരു ലോറിയുടെയോ കാറിന്റെയോ ശബ്ദത്തിനിടയിൽ ഏതാനും മനുഷ്യശബ്ദവും കേൾക്കാമായിരുന്നു. സ്ത്രീകൾ കടയിൽ വന്നു. അവനെ കണ്ടപ്പോൾ ഉടനെ സംസാരം നിർത്തി.

"എനിക്ക് ഒരു കുപ്പായം വേണം."

"തിളങ്ങുന്ന മറ്റേ കുപ്പായവും"

നിങ്ങളത് വിൽക്കുന്നില്ലേ?"

അവരെല്ലാവരും കൗണ്ടറിനരികിൽ നിന്ന് കലപില സംസാരിച്ചു. ദൂരെയെങ്ങോ ഉള്ള ആളോട് സംസാരിക്കുന്നതുപോലെ ഉച്ചത്തിലായിരുന്നു അവരുടെ സംസാരം; ഒരിക്കലും മടങ്ങി വരാത്ത ആരോടോ സംസാരിക്കുന്നതുപോലെയായിരുന്നു അത്. ഒരു സ്ത്രീ അടുത്തു നില്ക്കുന്നവളോട് അടക്കം പറഞ്ഞു. "ആ കുട്ടിയോട് കുറച്ചുകൂടി ദയയോടെ സംസാരിക്കൂ അവൻ എത്രത്തോളം കടുത്ത മാനസിക പ്രയാസങ്ങളിലൂടെയാണ് കടന്നുപോയിട്ടുള്ളത് എന്ന് നിനക്കറിയില്ല...." എന്നാൽ മറ്റേ സ്ത്രീ കൂടുതൽ ഉച്ചത്തിൽ സംസാരിച്ചതേയുള്ളൂ."

"നീ കേൾക്കുന്നില്ലേ?"

ജൊറോഗെ എഴുന്നേറ്റു. അവന്റെ ശബ്ദം ക്ഷീണിച്ചിരുന്നു. കണ്ണുകളിലെ പ്രകാശമെല്ലാം നഷ്ടപ്പെട്ടിരുന്നു. അവൻ വലിഞ്ഞ് ഇഴയുന്നതുപോലെ മെല്ലെ ഒരു മൂലയിലേക്ക് നടന്നുപോയി. ആ സ്ത്രീ ആവശ്യപ്പെട്ട വസ്ത്രം എടുത്തു കൊടുത്തു. അവരുടെ മുഖത്തു നോക്കാൻ അവനിഷ്ടപ്പെട്ടില്ല. കാരണം അവന്റെ ബാല്യകാലസ്വപ്നങ്ങൾ അവർ കണ്ടുപിടിക്കുമെന്നും അവയെച്ചൊല്ലി തന്നെ പരിഹസിക്കുമെന്നും വിചാരിച്ചു. കടയുടമയായ ഇന്ത്യക്കാരൻ ഒരു മൂലയിലിരുന്നു പച്ചപ്പയറോ നിലക്കടലയോ മറ്റോ കൊറിച്ചുകൊണ്ടിരുന്നു. ജൊറോഗെയ്ക്ക് ആ ശബ്ദം കേട്ട് വെറുപ്പ് തോന്നി. ഹോ, അയാളതൊന്നു നിർത്തിയിരുന്നുവെങ്കിൽ.

"എന്താ വില?"

"വാരയ്ക്ക് മൂന്ന്."

"രണ്ടു തരാം"

ഇങ്ങനെ സംഭാഷണം നീട്ടിക്കൊണ്ടു പോകുന്നത് അവൻ ഇഷ്ട പ്പെട്ടില്ല. വിലപേശലിൽപോലും പിടിച്ചുനില്ക്കാനുള്ള ഇച്ഛാശക്തി അവന് നഷ്ടപ്പെട്ടിരുന്നു. അവന് ഈ കളി മടുത്തു. ജീവിതം തന്നെ ഒരു വലിയ കള്ളത്തരമായി അവന് തോന്നി. ആ കള്ളക്കളിയിൽ അദൃശ്യശക്തികളു മായാണ് മനുഷ്യർ വില പേശുന്നത്.

"ഒറ്റ വില."

"കള്ളം പറയരുത്." ആ സ്ത്രീ ദ്വേഷ്യത്തോടെ ആക്രോശിച്ചു. "നീയെന്താണ് ഒരിന്ത്യക്കാരനെപ്പോലെ ഞങ്ങളോട് പെരുമാറുന്നത്?"

ആ വാക്ശരത്തിൽ ജൊറോഗെ ചുളുങ്ങിപ്പോയി. അവർ പുറത്തേക്കു പോകുന്നതു നോക്കി നിന്നപ്പോൾ അവൻ ഉള്ളുകൊണ്ട് വിലപിച്ചു. വേറെ നിവൃത്തിയില്ലാത്തതുകൊണ്ടു മാത്രമാണ് അവൻ ഒരിന്ത്യക്കാരനു വേണ്ടി ജോലി ചെയ്യുന്നത്. ഇന്ത്യക്കാരനായ കടയുടമ അയാളിരുന്നിരുന്ന മൂലയിൽ നിന്നെഴുന്നേറ്റ് ആ സ്ത്രീകളെ തിരികെ വിളിച്ചു. എന്നിട്ട് അതേ ഗുണനിലവാരമുള്ള മറ്റൊരു വസ്ത്രം നാലു ഷില്ലിങ്ങിന് വിറ്റു, ജൊറോഗെ തരിച്ചുനിന്നു.

ഒടുവിൽ അവർ മടങ്ങി പോകുന്ന പോക്കിൽ കൂട്ടത്തിലുള്ള രണ്ടു സ്ത്രീകൾ കുറച്ചുനേരം നിന്ന് അവനെ തിരിഞ്ഞുനോക്കി. അവനോട് സഹതാപമുള്ളതുപോലെ. ജൊറോഗെയ്ക്ക് എവിടെയെങ്കിലും പോയി ഒളിക്കാൻ തോന്നി. കാരണം, അവനറിയാമായിരുന്നു, അവർ; ആരുടെ മോചനത്തിനുവേണ്ടി അവൻ ആഗ്രഹിച്ചിരുന്നുവോ അവർ തന്നെ, അവനെയും അവന്റെ കുടുംബത്തെയും കുറിച്ച് ചർച്ച ചെയ്യുകയാണ്.

അഞ്ചുമാസം കഴിഞ്ഞു. എന്നിട്ടും ആളുകൾ അതിനെക്കുറിച്ചു തന്നെ സംസാരിച്ചുകൊണ്ടിരിക്കുന്നു. നുഗോത്തോ മരിച്ച അന്നു രാത്രി ഹൗലാൻഡ്സും മരിച്ചിരുന്നു. വെള്ളക്കാരന്റെ മരണം അതിനു മുമ്പ് മരിച്ച ഒരുപാടാളുകളുടെ മരണത്തെക്കാളും അനന്തരഫലങ്ങൾ ഉള്ള തായി ആളുകൾ കരുതുന്നുവെന്നു തോന്നി. ഈ കേസ് കൂടുതൽ ശ്രദ്ധേയമായത് അതിൽ കുടുങ്ങിയവരെല്ലാം ഒരേ കുടുംബത്തിലെ അംഗങ്ങളായിരുന്നു എന്നതുകൊണ്ട് കൂടിയാണ്. ബോറോയും കമാവും കൊലക്കുറ്റത്തിനു വിചാരണ നേരിടുകയായിരുന്നു.

നുഗോത്തോ മരിച്ച ദിവസമാണ് അതെല്ലാം സംഭവിച്ചത്. ഹൗലാൻഡ്സ് അയാളുടെ സ്വീകരണമുറിയിൽ തനിച്ചിരിക്കുകയായി രുന്നു. അയാൾ ഇടയ്ക്കിടെ മച്ചിലേക്ക് നോക്കുകയും മേശമേൽ താളം പിടിക്കുകയും ചെയ്തുകൊണ്ടിരുന്നു. ഒരൊഴിഞ്ഞ ബിയർ കുപ്പി

മേശയുടെ മൂലയിലുണ്ടായിരുന്നു. പകുതി നിറഞ്ഞ ഒരു ഗ്ലാസ്സും. മടങ്ങി വന്ന് തന്റെ നശിക്കാൻ പോകുന്ന കൃഷിയിടത്തിൽ ശ്രദ്ധയൂന്നുകയായിരുന്നു അയാൾ. അവിടെ നിന്ന് മാറി നിൽക്കുവാൻ അയാൾക്കൊരിക്കലും സാധ്യമാകുമായിരുന്നില്ല. വശീകരിച്ച് സ്വന്തമാക്കിയ ഒരു സ്ത്രീയെപ്പോലെയായിരുന്നു അയാൾക്ക് ആ കൃഷിയിടം. ഒരു കണ്ണ് എപ്പോഴും അതിന്മേൽ വേണം. അല്ലെങ്കിൽ മറ്റാരെങ്കിലും അവളെ കൈവശപ്പെടുത്തും.

അന്നുരാത്രി അയാൾ വളരെ ദേഷ്യത്തിലായിരുന്നു. നുഗോത്തോവിന്റെ മകന്റെ കണ്ണുകളിൽ എന്തോ ഒരു പ്രത്യേകത കണ്ടതു മുതൽ തനിക്കെന്താണ് സംഭവിച്ചതെന്ന് അയാൾക്കു തന്നെ തിരിച്ചറിയാൻ കഴിഞ്ഞില്ല. അയാൾക്ക് സ്വന്തം കുട്ടിക്കാലം ഓർമ്മ വന്നു. വളരെ പണ്ട്, തന്റെ അച്ഛനമ്മമാരുടെ വീടിന്റെ മുറ്റത്തിരുന്ന് ആ കുട്ടി തനിക്ക് ആവശ്യമുള്ള ഒരു ലോകത്തെക്കുറിച്ച് സ്വപ്നം കണ്ടിരുന്നു. എന്നിട്ടെന്ത് സംഭവിച്ചു? ഒന്നാം ലോകമഹായുദ്ധത്തിന്റെ പരുക്കൻ യാഥാർത്ഥ്യങ്ങളെ മുഖാമുഖം നേരിടേണ്ടിവന്നു... എല്ലാം മറക്കുവാൻവേണ്ടി ഹൗലാൻഡ്സ് കുടിച്ചു. ഒരുപാട് കുടിച്ചു. ഒരുപാട് തെറി വാക്കുകൾ വിളിച്ചു പറഞ്ഞു.

പിന്നെ ഈ നുഗോത്തോയുടെ കാര്യം. ജീവച്ഛവമാക്കിയാണ് അയാളെ വിട്ടയച്ചത്. എങ്കിലും അയാളെ പോകാനനുവദിച്ചു. താൻ ആശിച്ചത്ര സംതൃപ്തി ഹൗലാൻഡ്സിന് ലഭിച്ചിരുന്നില്ല. പകയടങ്ങുന്നില്ല. ജക്കോബോവിന് വെടിയേറ്റ സ്ഥലം എന്നു കരുതപ്പെട്ടിരുന്ന കക്കൂസിന്റെ പിന്നിൽനിന്നു കിട്ടിയ ഒരു നോട്ടുബുക്കായിരുന്നു നുഗോത്തോവിനെ വിട്ടയയ്ക്കാൻ കാരണമായത്. ആ നോട്ടുബുക്കിൽ ബോറോവിന്റെ പേരുണ്ടായിരുന്നു. ഹൗലാൻഡ്സിന് ആദ്യം ഒന്നും മനസ്സിലായില്ല. ബോറോയെ രക്ഷിക്കാൻവേണ്ടി നുഗോത്തോ കളവു പറയുകയാണെന്ന് പിന്നീട് മനസ്സിലായി. അതിന് ബോറോ കാട്ടിലല്ലേ? മെല്ലെമെല്ലെ അയാൾക്ക് എല്ലാം വ്യക്തമായി. കമാവു ആണ് ആ കൊലപാതകം നടത്തിയതെന്ന് നുഗോത്തോവും കരുതിയിരിക്കണം. ഒരു മകനെ രക്ഷിക്കാൻവേണ്ടി അയാൾ കുറ്റം സ്വയം ഏറ്റെടുത്തു എന്നേയുള്ളൂ. ഇതറിഞ്ഞപ്പോൾ ഹൗലാൻഡ്സിന് ദേഷ്യം സഹിക്കാനായില്ല; രാത്രി മുഴുവൻ അയാൾ നിന്നു വിറച്ചു. മൂക്കറ്റം കുടിച്ചു. നുഗോത്തോവിനെ വീണ്ടും കൈയിൽ കിട്ടുമെന്ന് വിചാരിച്ചു. എന്നാൽ നേരം വെളുത്തപ്പോൾ, തന്റെ ആഗ്രഹം സാധിക്കില്ലെന്ന് മനസ്സിലായി.

ഹൗലാൻഡ്സ് വാതിലിനു നേരെ നോക്കി. റോന്തു ചുറ്റുമ്പോൾ തന്റെ കൂടെ വരാറുള്ള പൊലീസുകാരെയും ഹോം ഗാർഡുകളെയും പ്രതീക്ഷിച്ചിരിക്കുകയായിരുന്നു അയാൾ. ഒടുവിൽ അക്ഷമനായി അയാൾ എഴുന്നേറ്റ് മുറിയിൽ അങ്ങോട്ടുമിങ്ങോട്ടും നടന്നു. ഭാര്യ തന്നെ ഉപേക്ഷിച്ചത് അയാൾക്ക് ഉൾക്കൊള്ളാനായില്ല. തലേന്നു രാത്രി അറസ്റ്റു

ചെയ്ത കറുത്ത വർഗ്ഗക്കാരിയെ പ്രാപിച്ചാലോയെന്ന് ഔത്സുക്യം കൂറി. കറുത്ത വർഗ്ഗക്കാരികൾ, ശരിക്കും ആശ്വാസം തരുമെന്ന് അയാൾ കണ്ടെത്തിയിരുന്നു.

രാത്രിയിലെ റോന്തുചുറ്റൽ ഹൗലാൻഡ്സിന് എപ്പോഴും ഒരു പ്രത്യേക സുഖം നൽകിയിരുന്നു. തനിക്ക് അധികാരവും ശക്തിയും ഉണ്ടെന്ന് തോന്നിയത് അത്തരം സന്ദർഭങ്ങളിലാണ്.

പെട്ടെന്ന് വാതിൽ തുറക്കപ്പെട്ടു. അയാളത് കുറ്റിയിട്ടിരുന്നില്ല. അയാൾ വാച്ചിൽ നോക്കി ഒന്നു തിരിഞ്ഞുനിന്നതേയുള്ളൂ, തന്റെ തലയ്ക്കുനേരെ ഒരു പിസ്റ്റൽ ഉന്നംപിടിച്ചത് അയാൾ കണ്ടു.

"ഇളകിയാൽ നിന്റെ കഥ കഴിയും."

ഹൗലാൻഡ്സ് കൂട്ടിലടക്കയ്പ്പെട്ട വന്യമൃഗത്തെപ്പോലെയായി.

"കൈ പൊക്ക്" അയാൾ അനുസരിച്ചു. തന്റെ അംഗരക്ഷകർ എവിടെപ്പോയി എന്നയാൾ ആശങ്കപ്പെട്ടു.

"ഞാനാണ് ജക്കോബോവിനെ കൊന്നത്."

"എനിക്കറിയാം."

"അയാൾ കറുത്ത വർഗ്ഗക്കാരെ ചതിച്ചു. നിങ്ങൾ രണ്ടുപേരുംകൂടി നാടിന്റെ മക്കളിൽ ഒരുപാടുപേരെ കൊന്നു. ഞങ്ങളുടെ സ്ത്രീകളെ ബലാത്സംഗം ചെയ്തു. ഒടുവിൽ നീ എന്റെ അച്ഛനെ കൊന്നു. എന്തെങ്കിലും ന്യായം പറയാനുണ്ടോ?"

നിർവ്വികാരമായാണ് ബോറോ ഇത് പറഞ്ഞത്. അതിൽ വർണ്ണവെറിയോ പകയോ വിജയോന്മാദമോ സഹതാപമോ ഒന്നും തന്നെ ഉണ്ടായിരുന്നില്ല.

"ഒന്നുമില്ല."

"ഒന്നുമില്ലെന്ന്. നീയിപ്പോൾ പറയുന്നു ഒന്നുമില്ലെന്ന്. എന്നാൽ നീ ഞങ്ങളുടെ പൂർവ്വികരുടെ ഭൂമി ഒക്കെ കൈക്കലാക്കിയതോ?"

"ഇതെന്റെ ഭൂമിയാണ്." ഇതെന്റെ പെണ്ണാണ് എന്നുപറയുന്ന ഒരാണിന്റെ മുഖഭാവത്തോടെയായിരുന്നു ഹൗലാൻഡ്സ് ഇത് പറഞ്ഞത്.

"നിന്റെ ഭൂമിയോ? എങ്കിൽ വെള്ളപ്പട്ടീ, നിന്റെ ഭൂമിയിൽതന്നെ നീ മരിച്ചുവീഴും."

അവന് ഭ്രാന്താണെന്ന് ഹൗലാൻഡ്സ് വിചാരിച്ചു. ഭയം അയാളെ കീഴടക്കി. എല്ലാ ധൈര്യവും സംഭരിച്ച് ജീവിതം തിരിച്ചുപിടിക്കാൻ അയാൾ ശ്രമിച്ചു. ബോറോയുടെ അടുത്തെത്താൻ അയാൾ ശ്രമിച്ചു. എന്നാൽ അതിനുമുമ്പ് വെടി പൊട്ടിയിരുന്നു. രണ്ടാം ലോകമഹായുദ്ധകാലത്തായിരുന്നു ലക്ഷ്യം നോക്കി വെടിവെക്കാൻ ബോറോ പഠിച്ചത്.

വെള്ളക്കാരന്റെ ശരീരം കീഴടങ്ങാൻ കൂട്ടാക്കാത്തതുപോലെ നൊടിയിട നിന്ന നിലയിൽ നിന്നു. പിന്നെ വെട്ടിയിട്ടതുപോലെ നിലം പതിച്ചു.

ബോറോ പുറത്തേക്കോടിപ്പോയി. അവൻ നിർവ്വികാരനായിരുന്നു. വിജയഭാവമില്ല. തന്റെ കടമ നിർവ്വഹിച്ചു എന്ന തോന്നൽ മാത്രം. തന്റെ വഴി തടഞ്ഞ പൊലീസ് ഹോം ഗാർഡുകളുടെ നേരെ അവൻ വെടിയുതിർത്തു. അവസാനം അവൻ കീഴടങ്ങി. ആദ്യമായി അവന്റെ മനസ്സിൽ വിജയോന്മാദം നിറഞ്ഞു.

"അവൻ മരിച്ചു," ബോറോ അവരോട് പറഞ്ഞു.

കുട്ടികൾ ഷോപ്പിലേക്ക് വന്നു. അവർ സ്കൂളിൽ നിന്നും വരികയായിരുന്നു. ജൊറോഗെ അവരുടെ പ്രതീക്ഷാനിർഭരമായ മുഖങ്ങൾ കണ്ടു. അവനും ഒരിക്കൽ അങ്ങനെ ആയിരുന്നു. വിദ്യാഭ്യാസം കൊണ്ട് ഒരാൾക്ക് സമൂഹത്തിൽ മഹത്ത്വവും അധികാരവും നേടാൻ കഴിയും എന്ന് ചിന്തിച്ചിരുന്ന കാലമായിരുന്നു അത്.

ഒരിന്ത്യക്കാരന്റെ ഭൃത്യനായി ജോലി ചെയ്യുകയെന്നത് അവന് അന്ന് ആലോചിക്കാനേ കഴിയുമായിരുന്നില്ല. ജൊറോഗെയ്ക്ക് പെട്ടെന്നുതന്നെ താനൊരു വൃദ്ധനായതുപോലെ തോന്നി. ഇരുപതു വയസ്സുള്ള ഒരു വൃദ്ധൻ.

ജൊറോഗെയുടെ ശൂന്യമായ നോട്ടം കണ്ട് കുട്ടികൾ പരിഭ്രാന്തരായി നാലു ഭാഗത്തേക്കും ഓടിപ്പോയി.

കടയുടമയായ ഇന്ത്യക്കാരൻ അയാളിരുന്നിരുന്ന മൂലയിൽനിന്ന് എഴുന്നേറ്റു.

"നിന്നെ പിരിച്ചുവിട്ടിരിക്കുന്നു." അയാൾ അലറി.

ജൊറോഗെ ജോലിക്കു ചേർന്നിട്ട് കഷ്ടിച്ച് ഒരു മാസമായതേയുള്ളൂ. വീട്ടിൽ പണത്തിന്റെ അത്യാവശ്യമുണ്ടായിരുന്നു.

"ശരി." തളർച്ചയോടെ അവൻ റോഡിലേക്കു നടന്നു. നുജേരിയോടും ന്യോക്കാബിയോടും ഈ കാര്യം എങ്ങനെ പറയുമെന്നോർത്ത് കുഴങ്ങി.

പെട്ടെന്ന് താനൊരു കുട്ടിയായിരുന്നുവെങ്കിൽ, മിഹാകി തന്റെ അടുത്തുണ്ടായിരുന്നുവെങ്കിൽ എന്നൊക്കെ അവൻ ആശിച്ചു. മിഹാകി അടുത്തുണ്ടായിരുന്നുവെങ്കിൽ തന്റെ എല്ലാ ദുഃഖങ്ങളും അവളോട് തുറന്നു പറയാമായിരുന്നു. അപ്പോഴാണ് അവളെ കാണണമെന്ന് അവന് തോന്നിയത്.

പതിനെട്ട്

ശനിയാഴ്ച മിഹാകി, ഹോംഗാർഡ് പോസ്റ്റിനുള്ളിലെ അവളുടെ പുതിയ വീടിന്റെ പുറത്ത് ഇരിക്കുകയായിരുന്നു. മുഖത്ത് ക്ഷീണം പ്രകടമായിരുന്നു. അവൾ എഴുന്നേറ്റ് വീടിന് പിറകിലേക്കുപോയി. ആ ചെറിയ കുറിപ്പ് വീണ്ടുമെടുത്തു വായിക്കുവാൻ തുടങ്ങി. ശക്തമായ പ്രേരണ ഉണ്ടെന്നത് ശരിതന്നെ. എങ്കിലും, അവനെ കാണാമെന്ന് സമ്മതിച്ചതിൽ അവൾക്ക് ചാഞ്ചല്യവും കുറ്റബോധവും തോന്നി. അവനെന്താണ് ഇത്രയധികം തന്നോടു പറയാനുള്ളതെന്ന് അറിയാൻ അവൾക്ക് കൗതുകമായി. അവളുടെ അച്ഛൻ വേദനാജനകമാംവിധം വധിക്കപ്പെട്ടതിനുശേഷം ജൊറോഗെയെ ഒരിക്കലും കാണുകയില്ലെന്ന് അവൾ പ്രതിജ്ഞയെടുത്തിരുന്നു. ജൊറോഗെ തന്നെ ചതിച്ചു എന്ന് അവൾക്ക് തോന്നി. അവളുടെ അമ്മ അവളോടു പറഞ്ഞ കാര്യങ്ങളൊക്കെ ശരിയാണെങ്കിൽ അവനുമായി ഭാവിയിൽ യാതൊരുവിധത്തിലും ഇടപെടാൻ പാടില്ലാത്തതാണ്.

സ്കൂളിൽ വെച്ചാണ് അച്ഛൻ വധിക്കപ്പെട്ട വിവരം അവൾ അറിഞ്ഞത്. ഹെഡ്മിസ്ട്രസ് ആണ് ആ വാർത്ത അവളോട് പറഞ്ഞത്. കുറച്ചു നേരത്തേക്ക് ടീച്ചർ പറഞ്ഞത് അവൾക്ക് വിശ്വസിക്കാനായില്ല. അച്ഛൻ മരിച്ചു എന്ന് സംശയരഹിതമായി തിരിച്ചറിഞ്ഞിട്ടും അവൾക്ക് കരയാൻ പോലും കഴിഞ്ഞില്ല. രാത്രി അതിനെക്കുറിച്ചാലോചിച്ചു. എന്നാൽ ഒന്നും തോന്നിയില്ല. ഒരു വേദനയും അനുഭവപ്പെട്ടില്ല. എന്നാൽ വീട്ടിലേക്കുള്ള യാത്രയ്ക്കിടയിലാണ് സംഭവിച്ചതിന്റെ ശരിയായ അർത്ഥം ഒരു വെളിപാട്പോലെ അവൾ മനസ്സിലാക്കിയത്. കെനിയയെയാകെ ബാധിച്ച ദുരന്തം ഒരു പുതിയ രൂപത്തിൽ അവളെയും ബാധിച്ചു. മുമ്പൊരിക്കലും കരയാത്തവിധം അവൾ അന്ന് കരഞ്ഞു.

ഇപ്പോൾ അവളുടെ അച്ഛനെ എന്നന്നേക്കുമായി അവൾക്ക് നഷ്ടപ്പെടുത്തിയവരുടെ കുടുംബത്തിലെ ഒരംഗത്തെ കാണാൻ പോകാൻ താൻ സമ്മതിച്ചുവല്ലോ എന്നോർത്തു അവൾക്കു തന്നെ അതിശയം തോന്നി. എങ്കിലും അവനെ കാണാൻ അവൾക്ക് ആഗ്രഹമുണ്ടായി. കാരണം,

അവളുടെ കുടുംബത്തിനു വന്നുചേർന്ന ദുരന്തത്തിന്റെ മൂർദ്ധന്യത്തിൽ ജൊറോഗെയുടെ വാക്കുകളായിരുന്നു അവൾക്ക് ഏറ്റവുമധികം ആശ്വാസം പകർന്നത്. ആ വാക്കുകൾ അവൾ അമ്മയോട് ആവർത്തിച്ചു പറഞ്ഞു. "നാളെ സൂര്യൻ ഉദിക്കും. ദൈവത്തിലുള്ള വിശ്വാസം നഷ്ടപ്പെടുത്താതിരിക്കുക." അവൾ അവന്റെ വാക്കുകളെ അങ്ങേയറ്റം വിശ്വസിച്ചു. സ്വർഗ്ഗത്തിൽ വെച്ച് തന്റെ പിതാവിനെ കണ്ടുമുട്ടും എന്നവൾ വിശ്വസിച്ചു.

ജൊറോഗെ അവിടെവന്നു. തന്നെ കാണാൻ മ്വിഹാകി സമ്മതിച്ചതിൽ അവന് സന്തോഷം തോന്നി. അവൾ തന്നെ അവഗണിക്കും എന്ന ഭയം കൊണ്ടാണ് ഇത്രയും മാസങ്ങൾ അവളിൽനിന്ന് അകന്നു നിൽക്കാൻ പ്രേരിപ്പിച്ചതിലൊരു കാരണം. അവളോട് എന്താണ് പറയേണ്ടത് എന്നതിനെക്കുറിച്ച് അവന് ഒരു രൂപവുമുണ്ടായിരുന്നില്ല. തന്റെ സഹോദരനാണ് ജക്കോബോവിനെ കൊന്നത് എന്ന വസ്തുത അവന്റെ ഹൃദയത്തെ മഥിച്ചു. എന്നാൽ ഇന്ന് അവൻ ഏറ്റവുമധികം വിലമതിച്ചിരുന്നത് മ്വിഹാകിയെയായിരുന്നു. നിശ്ചയിച്ചുറപ്പിച്ച സ്ഥലത്ത് അവൻ എത്തിയപ്പോൾ വൈകുന്നേരമായിരുന്നു. അവൻ എത്തുന്നതിനുമുമ്പ് മ്വിഹാകി അവിടെ എത്തിയിരുന്നു. അവർ മുമ്പ് കണ്ടുമുട്ടാറുണ്ടായിരുന്ന സ്ഥലത്തിന്റെ അല്പം താഴെയായിരുന്നു അത്. അവൾ മെലിഞ്ഞു പോയെന്ന് അവൻ മനസ്സിലാക്കി. ആ പഴയ മൃദുത്വം നഷ്ടമായിരുന്നു. അവൾ പെട്ടെന്ന് തന്നെ ഒരു മുതിർന്ന സ്ത്രീയായി മാറിയപോലെ തോന്നിച്ചു. മ്വിഹാകി അവനെ നോക്കി. അവന്റെ കണ്ണുകളിൽ നിരാശയും അമ്പരപ്പും നിഴലിക്കുന്നത് അവൾ കണ്ടു. എന്നാൽ യാതൊരുവിധ സഹതാപവും കാണിക്കേണ്ടതില്ലെന്ന് അവൾ തീരുമാനിച്ചുറച്ചിരുന്നു. അതുകൊണ്ട് അവൾ അവനെ നിർവ്വികാരമായ കണ്ണുകളോടെ നോക്കി.

ഒരു നിമിഷം ജൊറോഗെ നിലത്തേക്കു നോക്കി. പിന്നെ താഴെ പരന്നു കിടക്കുന്ന സമതലപ്രദേശത്തേക്കും. അവരുടെയിടയിൽ അസ്വസ്ഥജനകമായ നിശ്ശബ്ദത നിറഞ്ഞു. എങ്ങനെയാണ് തുടങ്ങേണ്ടതെന്നും എന്തൊക്കെയാണ് പറയേണ്ടതെന്നും അവനറിയില്ലായിരുന്നു.

"ഞാൻ വന്നു." അവളുടെ വാക്കുകൾ.

"നമുക്ക് ഇരുന്നുകൂടേ?"

"നാം ഇങ്ങനെ നിൽക്കുമ്പോൾതന്നെ നിനക്ക് പറയാനുള്ളതൊക്കെ പറഞ്ഞാൽ മതി." അങ്ങനെ പറഞ്ഞെങ്കിലും അവൻ ഒരിടത്തിരുന്നപ്പോൾ അവനിൽനിന്ന് അല്പം ദൂരെയായി അവളും ഇരുന്നു. അവൻ ഒരുണങ്ങിയ മരക്കൊമ്പെടുത്ത് പൊട്ടിച്ചു. കല്ലുപോലെ നിർവ്വികാരമായ മുഖത്തോടെ അവൾ അവനെ നോക്കിക്കൊണ്ടിരുന്നു. എന്നാൽ പെട്ടെന്ന് അവളുടെ കവിളിലൂടെ ഒരു കണ്ണുനീർക്കണം താഴോട്ടു പതിക്കുവാൻ തുടങ്ങി. അവളത് വേഗത്തിൽ തുടച്ചുകളഞ്ഞു. അവനത് കണ്ടില്ല.

"മിഹാകി, നീയും ഞാനും ഇത്തരമൊരു അവസ്ഥയിൽ കണ്ടുമുട്ടുകയെന്നത് വല്ലാത്ത വിധിതന്നെ." അവൻ കണ്ണുകളുയർത്തി സധൈര്യം അവളെ നോക്കി. "നിന്നെയെനിക്ക് കുട്ടിക്കാലം മുതലേ അറിയാം. ചെറുപ്പത്തിൽ ഞാനൊരു വിഡ്ഢിയായിരുന്നു. എന്റെ കുടുംബത്തിന് വേണ്ടി, ഗ്രാമത്തിന് വേണ്ടി, രാജ്യത്തിന് വേണ്ടി എന്തൊക്കെ ചെയ്യാമെന്ന് ആലോചിച്ചു നടന്നു. ഇന്നെനിക്ക് എല്ലാം നഷ്ടപ്പെട്ടു. എന്റെ പഠനം, എന്റെ വിശ്വാസം, കുടുംബം എല്ലാം... ഇപ്പോഴാണ് നിന്റെ വില ഞാനറിയുന്നത്. എന്റെ വളർച്ചയിൽ നീ എത്രമാത്രം താത്പര്യമെടുത്തിരുന്നു! അക്കാരണം കൊണ്ടു തന്നെ എന്റെ ആൾക്കാർ നിന്നോടുചെയ്ത കാര്യങ്ങൾ എന്നെ കൂടുതൽ വേദനിപ്പിക്കുന്നു. ഇപ്പോൾ ഞാൻ മാത്രം ബാക്കിയായിരിക്കുന്നു. അതുകൊണ്ട് കുറ്റം എന്റേതാണ്. നിന്നെക്കണ്ട് ക്ഷമ ചോദിക്കണമെന്ന് എനിക്കു തോന്നി."

"എന്നോട് കളവു പറയരുത് ജൊറോഗെ. നീയെനിക്ക് ഒരു മുന്നറിയിപ്പെങ്കിലും തരേണ്ടതായിരുന്നു."

"ഞാൻ പറയുന്നു, ഞാൻ തെറ്റുകാരനാണെന്ന്. എന്നാൽ ദൈവം സാക്ഷിയായി പറയട്ടെ, നിന്റെ അച്ഛന്റെ മരണത്തെക്കുറിച്ച് നിനക്കറിയുന്നതിനേക്കാൾ കൂടുതലൊന്നും എനിക്കറിയാമായിരുന്നില്ല."

"അറിഞ്ഞിരുന്നുവെങ്കിൽ നീ എനിക്ക് മുന്നറിയിപ്പ് തരുമായിരുന്നു എന്നാണോ പറയാനുദ്ദേശിക്കുന്നത്? ഇല്ല, പറയില്ല."

അപ്പോൾ അവളൊരു കാര്യം മനസ്സിലാക്കി, ഈ പ്രശ്നങ്ങൾക്കെല്ലാം താനും ഉത്തരവാദിയാണ്. ജൊറോഗെയെ നിർബന്ധിച്ചു തന്റെ വീട്ടിലേക്ക് കൊണ്ടുപോയത് താനാണ്. അതാണ് ഈ പ്രശ്നങ്ങൾക്കെല്ലാം കാരണം. അവൾ മൗനം പാലിച്ചു. അവൻ ദൂരെ മിഴിയൂന്നി നിന്നു.

"മിഹാകീ, അതറിഞ്ഞിരുന്നുവെങ്കിൽ നിനക്കു ഞാൻ മുന്നറിയിപ്പ് തരുമായിരുന്നു എന്നൊന്നും ഞാൻ പറയുന്നില്ല. എന്നാൽ ഒരു കാര്യം ഞാൻ ഉറപ്പിച്ചു പറയുന്നു. എനിക്ക് വളരെയധികം ദുഃഖമുണ്ട്. ഞാൻ പറയുന്നത് നീ വിശ്വസിക്കണം; കാരണം ഞാൻ നിന്നെ സ്നേഹിക്കുന്നു." ഒടുവിൽ അവനത് പറഞ്ഞു! അവസാനത്തെ ആശാകേന്ദ്രം അവളാണെന്ന് അവനിപ്പോൾ മനസ്സിലാക്കുന്നു. ഒന്നും പറയാതെ ഒരു പാടുനേരം അവളിരുന്നിട്ടും അവൻ അവളെ തിരിഞ്ഞുനോക്കിയില്ല.

"ജൊറോഗെ!"

അവൻ മെല്ലെ തലയിളക്കി. അവളുടെ കണ്ണുകൾ ആർദ്രമായി. ആ വിളിയിൽ അവൻ തകർന്നുപോയി. "മിഹാകീ, എനിക്ക് ഈ ലോകത്തിൽ പ്രിയപ്പെട്ട വസ്തുവായി ഇനി നീ മാത്രമേ ശേഷിച്ചിട്ടുള്ളു. നിന്നെ പൂർണ്ണമായി ആശ്രയിക്കാമെന്ന് എനിക്കറിയാം. നീയുള്ളതുകൊണ്ടുമാത്രമാണ് ജീവിക്കാനുള്ള ആശ എന്നിൽ അവശേഷിച്ചിട്ടുള്ളത്. കാരണം

ഞാൻ സങ്കല്പിച്ചിരുന്ന 'നാളെ' എന്നത് ഒരു വെറും മായയായിരുന്നു വെന്ന് മനസ്സിലാക്കുന്നു." ഒട്ടും പതർച്ചയില്ലാത്ത സ്വരത്തിലായിരുന്നു അവൻ സംസാരിച്ചിരുന്നത്. അവൾ വിദൂരതയിൽ എവിടെയോ കണ്ണു നട്ടിരിക്കുന്നുവെന്നുതോന്നി. അവനെ അവഗണിക്കുകയാണെന്ന് ജൊറോഗെയ്ക്ക് തോന്നി. അതിനാൽ അവനും ദൂരെയെങ്ങോ നോക്കി നിന്നു. ഒടുവിൽ അവൾ അവനെ വീണ്ടും വിളിച്ചപ്പോഴാണ് അവൻ നോക്കിയത്. അവളുടെ കണ്ണുകൾ നിറഞ്ഞൊഴുകി.

"നിന്നെ തെറ്റിദ്ധരിച്ചതിന് മാപ്പുതരൂ." അവൾ പറഞ്ഞു.

"ഇല്ല, മ്വിഹാകി. ഞാൻ തെറ്റുകാരനാണ്. നിനക്ക് എന്നെ കുറ്റപ്പെടു ത്താൻ അവകാശമുണ്ട്." അവൻ അവളുടെ അടുത്തേക്ക് നീങ്ങിനിന്നു. അവളുടെ ഇടതുകൈ തന്റെ കൈക്കുള്ളിലാക്കി. അവൾ കൈ പിൻവലി ച്ചില്ല, തന്റെ കവിളുകളിലൂടെ ധാരധാരയായി ഒഴുകുന്ന കണ്ണീരിനും അവൾ തടയിട്ടില്ല. സംസാരിക്കുവാൻ ശ്രമിച്ചെങ്കിലും ഗദ്ഗദം കൊണ്ട് സാധിച്ചില്ല. അവൾ സ്വയം നിയന്ത്രിക്കാൻ പാടുപെട്ടു. താൻ തോറ്റു പോകരുതെന്ന് അവൾക്ക് നിർബന്ധമുണ്ട്. എന്നാൽ അതുകൊണ്ടെന്ത് കാര്യം; ആശിക്കാനൊന്നുമില്ലാത്ത ഒരു ഭാവിയല്ലാതെ? മേലിൽ അവൻ തന്നെ തന്റെ കൈപിടിച്ച് മുന്നോട്ട് നയിക്കണമെന്നും അവളാഗ്രഹിച്ചു.

"അരുത്, അരുത്." അവൾ പറയാൻ കഷ്ടപ്പെട്ടു.

നിയന്ത്രണം നഷ്ടമാകുംമുൻപ് അവനെ പിന്തിരിപ്പിക്കണമെന്നു അവർ മനസ്സിലാക്കി.

അവിടെ വന്നതിന് അവൾ തന്നെത്തന്നെ കുറ്റപ്പെടുത്തി. ജൊറോഗെ യാകട്ടെ, അവന്റെ ആത്മാവിനെ പൊതിഞ്ഞ വികാരതാരള്യം ഒട്ടും ചോർന്നുപോവാതെ അവളുടെ കാതിൽ മന്ത്രിക്കുന്നത് തുടർന്നു.

"മ്വിഹാകീ, പ്രിയപ്പെട്ടവളേ, ഞാൻ നിന്നെ സ്നേഹിക്കുന്നു. നിനക്കു മാത്രമേ എന്നെ രക്ഷിക്കാനാവൂ."

അവന്റെ ആശ്ലേഷത്തിലമർന്ന് ഒരു പുരുഷന്റെ ശക്തി തന്റെ ദുർബ്ബല ശരീരം കൊണ്ട് അനുഭവിക്കണമെന്ന് അവളാശിച്ചു. വീണ്ടും കുട്ടിക്കാല ത്തേക്ക് മടങ്ങിപ്പോയി അവനോടൊപ്പം വളർന്നു വലുതാവാൻ അവൾക്ക് മോഹം. എന്നാൽ അവളിപ്പോൾ കുട്ടിയല്ല.

"മുൻപ് നീ പറഞ്ഞതുപോലെ നമുക്കിവിടം വിട്ട് എങ്ങോട്ടെങ്കിലും പോകാം."

"അരുത്, പാടില്ല." അവനെ തടഞ്ഞുകൊണ്ട്, കഠിനമായ നിരാശ യോടെ അവൾ പറഞ്ഞു.

"എന്നെ രക്ഷിക്കൂ, ഞാൻ നിന്നെ സ്നേഹിക്കുന്നു."

അവൾ രണ്ടുകൈകൊണ്ടും മുഖം പൊത്തി പൊട്ടിക്കരഞ്ഞു. ഗദ്ഗദം

കൊണ്ട് അവളുടെ മാറിടം ഉയരുകുയും താഴുകയും ചെയ്യുന്നുണ്ടായിരുന്നു.

ജൊറോഗെയ്ക്ക് ഹർഷോന്മാദമുണ്ടായി. അവളുടെ കറുത്ത മിനുമിനുത്ത തലമുടിയിൽ അവൻ ആവേശത്തോടെ തഴുകി.

"അതെ നമുക്ക് ഉഗാണ്ടയിൽ പോയി ജീവിക്കാം."

"അരുത്, വേണ്ട." അവൾ വീണ്ടും കുതറി മാറി.

"എന്തുകൊണ്ട്?" അവൻ ചോദിച്ചു. അവളെന്താണ് ഉദ്ദേശിക്കുന്നതെന്ന് അവന് മനസ്സിലായില്ല.

"നീ കരുതുംപോലെ അത്ര എളുപ്പത്തിൽ ഇവിടെനിന്നും പുറത്തുപോകാൻ കഴിയുമെന്ന് തോന്നുന്നുണ്ടോ? നമ്മളിപ്പോൾ കുട്ടികളല്ല." അവൾ തേങ്ങലടക്കിക്കൊണ്ട് പറഞ്ഞു.

"അതുകൊണ്ടാണ് ഇവിടം വിട്ടുപോകണമെന്ന് പറഞ്ഞത്. കെനിയ നമുക്ക് പറ്റിയ ഇടമല്ല. പുറത്ത് ചാടാൻ കഴിയുമെന്നിരിക്കെ ഒരു മാളത്തിൽത്തന്നെ കഴിഞ്ഞുകൂടുന്നതല്ലേ വിഡ്ഢിത്തം?"

"പക്ഷേ നമുക്കതിന് കഴിയില്ല, കഴിയില്ല." അവൾ നിരാശയോടെ പറഞ്ഞു.

അവന് ഒന്നും മനസ്സിലായില്ല. കുട്ടിക്കാലത്ത് മ്വിഹാകിക്കായിരുന്നു കൂടുതൽ ധൈര്യം. മനോദൗർബ്ബല്യമുള്ളപ്പോൾ അവളായിരുന്നു അവന് ധൈര്യം പകർന്നിരുന്നത്.

"കാത്തിരിക്കുന്നതാണ് നമുക്ക് നല്ലത്. നാളെ സൂര്യനുദിക്കുമെന്ന് നീയാണല്ലോ എന്നോടു പറഞ്ഞിരുന്നത്. നീ പറഞ്ഞത് ശരിയായിരുന്നു."

അവളുടെ കണ്ണീര് കണ്ട് അതു തുടച്ചുകളയണമെന്ന് അവനാഗ്രഹിച്ചു. ഇരുളിനെ തടയുന്ന, പുതുജീവൻ പകരുന്ന വൃക്ഷമായി അവൾ നിലകൊണ്ടു. എന്നാൽ അവന് ഇത്തരത്തിലൊരു ജീവിതത്തിൽ തീരെ താത്പര്യമില്ല. താൻ വഞ്ചിക്കപ്പെട്ടതായി അവനു തോന്നി.

"അതൊക്കെ ഒരു സ്വപ്നം മാത്രമായിരുന്നു. നമുക്ക് 'ഇന്നി'നെ മാത്രം നോക്കിക്കഴിയാം. 'നാളെ' എന്നൊന്നില്ല."

"ശരി. എങ്കിലും നമുക്കൊരു കടമയുണ്ട്. മുതിർന്ന സ്ത്രീപുരുഷന്മാരെന്ന നിലയിൽ മറ്റുള്ളവരോടുള്ള കടമയാണ് നമ്മുടെ ഏറ്റവും വലിയ ഉത്തരവാദിത്വം."

"കടമ! കടമ!" അവൻ ഹൃദയവേദനയോടെ അലറി.

"അതെ. എനിക്കൊരു കടമയുണ്ട്. എന്റെ അമ്മയോട്. ഈ സ്ഥിതിയിൽ നമുക്ക് അവരെ ഇവിടെ ഇട്ടേച്ചുപോകാമോ? പാടില്ല, ജൊറോഗെ, നമുക്ക് ഒരു നല്ല നാളെയെ കാത്തിരിക്കാം."

അവൾ അവനെ കീഴടക്കി. തോൽക്കേണ്ടി വരില്ലെന്ന് അവൾക്കു മനസ്സിലായി. എങ്കിലും അവനെ വിട്ടുപിരിയുമ്പോൾ അവൾക്ക് സങ്കടം സഹിക്കാനായില്ല. ഹൃദയം പിഞ്ഞിക്കീറുന്ന നോവ്. അവൾ തേങ്ങിക്കരഞ്ഞു. സൂര്യനസ്തമിക്കുകയായിരുന്നു. ജൊറോഗെയുടെ അവസാനത്തെ പ്രതീക്ഷയും മാഞ്ഞുപോയി. ചാരി നിൽക്കാൻ ഒരു ആത്മാവ് പോലും ഇല്ലാത്തവണ്ണം ഈ ഭൂമിയിൽ താനൊറ്റയ്ക്കാണെന്ന് അവന് ആദ്യമായി അനുഭവപ്പെട്ടു. കാഴ്ച മങ്ങുന്നതുപോലെ തോന്നി. ലോകം കറങ്ങുന്നതുപോലെ. അവൻ പെട്ടെന്ന് കുഴഞ്ഞുവീണു. മണ്ണിൽക്കിടന്ന് "മിഹാകി, മിഹാകി" എന്ന് വിളിച്ച് പൊട്ടിക്കരഞ്ഞു.

ഞായറാഴ്ച. ജൊറോഗെ അവന്റെ രണ്ട് അമ്മമാരെയും വിട്ട് ഒറ്റയ്ക്ക് അലഞ്ഞു. അവൻ പുറത്തേക്ക് പോകുന്നത് ന്യോക്കാബി കണ്ടു. എങ്ങോട്ടു പോകുന്നുവെന്ന് അവർ ചോദിച്ചില്ല. അകാരണമായൊരു ഭയം അതു ചോദിക്കുന്നതിൽ നിന്നും അവളെയും നുജേരിയെയും തടഞ്ഞു.

ജൊറോഗെയുടെ വസ്ത്രം കാറ്റിൽ ഉലഞ്ഞു. പരിചയമുള്ള വഴിയായിരുന്നുവെങ്കിലും ഇന്നത് സുദീർഘവും അപരിചിതവുമായി തോന്നി. അവൻ വേച്ചുവേച്ച് നടന്നു. ഇരുൾവീഴും മുമ്പേ വീടണയാൻ ശ്രമിക്കുന്ന സ്ത്രീകളെ അവൻ കണ്ടു. അവരുമായി കണ്ടുമുട്ടുന്നത് ജൊറോഗെ ഒഴിവാക്കി. അവരുടെ അവസാനിക്കാത്ത സഹതാപവും ദയയും ഒഴിവാക്കാൻ വേണ്ടിയാണ് അവരെ ഒഴിവാക്കിയത്. അവർ അവന്റെ കണ്ണിൽ നിരാശ മാത്രമേ കാണുകയുള്ളൂ. നടക്കുന്നതിനിടയിൽ അവൻ സ്വയം പറഞ്ഞുകൊണ്ടിരുന്നു: "ഞാനതു ചെയ്യും, ഞാനതു ചെയ്യും."

പൊടുന്നനെ തന്റെ രണ്ട് അമ്മമാരെയും കാണണം അവരൊന്നിച്ച് ഒരേ മേൽക്കൂരയ്ക്കു കീഴിൽ അവസാനമായൊരിക്കൽക്കൂടി ഉറങ്ങണം എന്നൊരാഗ്രഹം അവനിലുണ്ടായി. മരിച്ചുപോയ അച്ഛനെ അവൻ ഓർമ്മിച്ചു. ബോറോവിന്റെ മേൽ ഉടൻ തന്നെ വധശിക്ഷ നടപ്പാക്കും. കമാവു ജീവപര്യന്തം തടവിലാണ്. തടവിലുള്ള കോറിക്ക് എന്തു സംഭവിച്ചുവെന്ന് അറിയില്ല. ഹോളാക്യാമ്പിൽ മർദ്ദനമേറ്റ് കൊല്ലപ്പെട്ടവരെപ്പോലെ അവനും ഒരുപക്ഷേ കൊല്ലപ്പെടുമായിരിക്കാം. ഹോ എന്റെ ദൈവമേ! അല്ലെങ്കിൽ താനെന്തിന് ദൈവത്തെ വിളിക്കണം? ദൈവം ഇന്ന് തനിക്ക് ഒന്നുമല്ല. മുൻപ് വിശ്വസിച്ചിരുന്ന ഒന്നിലും തന്നെ അവനിപ്പോൾ വിശ്വാസമില്ല; ധനം, അധികാരം, വിദ്യാഭ്യാസം, മതം... ഒന്നിലും... അവസാനത്തെ ആശാകേന്ദ്രമായിരുന്ന പ്രണയം പോലും അവനിൽനിന്നും അകന്നുപോയി. അവന്റെ കൺമുന്നിൽ വിശാലമായ ഭൂമി പരന്നു കിടന്നു. ഭൂമിയുടെയും സൂര്യചന്ദ്രമാരുടെയും വിളിപ്പുറത്തിനുമപ്പുറം ഇപ്പോൾ ഒരുപാടുപേരുണ്ട്. നുഗാങ, ബാർബർ, കിയാരി അങ്ങനെ ഒരുപാടുപേർ. ചെറിയ ആ വഴി അവനെ പതിവുപോലെ മഹാപാതയിലേക്ക് നയിച്ചു.

അവൻ അതിലൂടെ പ്രയാണം തുടർന്നു. ഉള്ളിൽനിന്നേതോ ശബ്ദം അപ്പോഴും അവനെ പ്രേരിപ്പിച്ചു. "മുന്നോട്ട് പോകൂ."

അവന്റെ പാദങ്ങൾ അതിവേഗം ചലിച്ചു. രാത്രി അവനെ തന്നിലേക്ക് സ്വീകരിച്ചു.

ഉള്ളിലെ ശബ്ദം ഉച്ചത്തിലായി. "മുന്നോട്ടു പോവുക!"

എങ്കിലും അവൻ സ്വയം പറഞ്ഞു: "രാത്രിയാകുന്നതുവരെ കാത്തിരിക്കുക." റോഡിന്റെ തിരിവിലെത്തിയപ്പോൾ ഏതോ ഉൾപ്രേരണയാൽ അവൻ കുന്നിൻമുകളിലേക്കുനോക്കി. അവിടെവെച്ചായിരുന്നു തന്നോടുള്ള സ്നേഹം വെളിപ്പെടുത്തിയതിനുശേഷം മിഹാകി തന്നെ വിട്ടുപോയത്. വലതുഭാഗത്ത് സമതലമായിരുന്നു. തുടക്കവും അവസാനവുമില്ലാത്ത ആ വലിയ റോഡിൽനിന്നു സമതലപ്രദേശം വരെയുണ്ടായിരുന്ന താഴ്വരയിലേക്കിറങ്ങി ഒരു പാറക്കെട്ടിന്മേലിരുന്നു. പോക്കറ്റിൽ മടക്കി സൂക്ഷിച്ചിരുന്ന കയർ കൈയിലെടുത്തു. അതു കൈകൊണ്ടു പിടിക്കുമ്പോൾ എന്തോ ഒരു സന്തോഷം അവനെ പൊതിഞ്ഞു. ജീവിതത്തിലാദ്യമായി അവൻ ഒറ്റയ്ക്കിരുന്നു ചിരിച്ചു. ഇരുട്ടു വന്നു തന്നെ മൂടുമെന്നാശിച്ച് അവൻ അവിടെത്തന്നെയിരുന്നു.

ആ മരം അവന് സുപരിചിതമായിരുന്നു. അച്ഛന്റെ മരണത്തിനു ശേഷം, അജ്ഞാതമായ ഏതോ ഉൾവിളിയുടെ പ്രേരണയ്ക്ക് വഴങ്ങിയെന്നോണം അവൻ അവിടെ പല തവണ വന്നിട്ടുണ്ടായിരുന്നു. മിഹാകിയിൽ അഭയം കണ്ടെത്താനാകും എന്ന പ്രതീക്ഷ മാത്രമായിരുന്നു അതിൽനിന്ന് അവനെ തടഞ്ഞുനിർത്തിയത്. അവൻ കയറെടുത്ത് ഒരുക്കങ്ങൾ തുടങ്ങി.

"ജൊറോഗെ!"

അവൻ നിന്നു. ഒരു ഉന്മാദിയെപ്പോലെ അവൻ പൊട്ടിച്ചിരിച്ചു. മരക്കൊമ്പിൽ തൂങ്ങിക്കിടന്നിരുന്ന കയറിന്റെ മറ്റേ അറ്റം അവന്റെ കൈയിലുണ്ടായിരുന്നു. ഉൽക്കണ്ഠാകുലമായ ആ വിളി അവൻ പിന്നെയും കേട്ടു.

"ജൊറോഗെ!"

ഇത്തവണ ശബ്ദം വളരെ വ്യക്തമായിരുന്നു. അതിന്റെ ഉടമയെ തിരിച്ചറിഞ്ഞപ്പോൾ അവൻ ഞെട്ടിവിറച്ചു. അമ്മ അവനെ അന്വേഷിച്ചിറങ്ങിയതായിരുന്നു അവർ. ഒരു നിമിഷം നിശ്ചിന്തനായി അവൻ നിന്നു. പതിയെ ധൈര്യം ചോർന്നുപോയി.

അവൻ വിറയലോടെ അമ്മയുടെ അടുത്തേക്കു ചെന്നു. അമ്മയെ നേരിടാൻ അവൻ ഭയന്നു. അവർ കത്തിച്ചുപിടിച്ചിരുന്ന വെളിച്ചം കണ്ടു. മടിച്ചു മടിച്ചുകൊണ്ട് അത് ലക്ഷ്യമാക്കി മുന്നോട്ടു നടന്നു. അത് കത്തിത്തിളങ്ങുന്ന ഒരു മരക്കൊള്ളി ആയിരുന്നു. പോകുന്ന വഴിയിൽ വെളിച്ചമുണ്ടാവാൻ അത് അവൾ ഉയർത്തിപ്പിടിച്ചിരുന്നു.

"അമ്മേ!" അവന് എന്തെന്നില്ലാത്ത ഒരാശ്വാസം തോന്നി.

"ജൊറോഗെ!"

"ഞാനിവിടെയുണ്ട്!"

ന്യോക്കാബി അവനെ ആശ്ലേഷിച്ചു. അവർ ഒന്നും ചോദിച്ചില്ല.

"നമുക്ക് വീട്ടിലേക്ക് പോകാം." ദുർബല ശബ്ദത്തിൽ അവർ ആജ്ഞാപിച്ചു.

ജൊറോഗെ നിശ്ശബ്ദം അമ്മയെ പിൻതുടർന്നു. വീട്ടിലെ സ്ത്രീകളെ സംരക്ഷിക്കണമെന്ന് മരിക്കുന്നതിന് മുമ്പ് അച്ഛൻ പറഞ്ഞ വാക്കുകളെക്കുറിച്ച് അവൻ ബോധവാനായത് അപ്പോഴാണ്. താനത് മറന്നുപോയെന്ന് ദുഃഖത്തോടെ അവനോർത്തു. ഒരു നല്ല നാളെ വരുംവരെ കാത്തിരിക്കണമെന്ന മ്വിഹാകിയുടെ വാക്കുകളോടും താൻ വിശ്വസ്തത പുലർത്തിയില്ലല്ലോ എന്നോർത്തു. അവർ വീട്ടിലേക്കു മടങ്ങുമ്പോൾ നുജേരിയെ കണ്ടു. കർഫ്യൂ പ്രദേശമായിരുന്നെങ്കിലും അതവഗണിച്ചുകൊണ്ട് അവരും മകനെ അന്വേഷിച്ചിറങ്ങിയതായിരുന്നു. ജൊറോഗെ നുജേരിയോടും ഒന്നും സംസാരിച്ചില്ല. കുട്ടിക്കാലം മുതൽ താൻ ഏതൊരുത്തരവാദിത്വം ഏറ്റെടുക്കാൻ പരിശീലിച്ചുവോ അത് കൈയൊഴിഞ്ഞതിലുള്ള കുറ്റബോധം മനസ്സിൽ നീറിനിറഞ്ഞു.

വീടണയാറായപ്പോൾ സംഭവിച്ചതത്രയും മനസ്സിലേക്ക് ഇരച്ചെത്തി. അപ്പോൾ, തന്നെ കുറ്റപ്പെടുത്തിക്കൊണ്ട് ആ ശബ്ദം അവൻ വീണ്ടും കേട്ടു. "നീയൊരു ഭീരുവാണ്. നീയെന്നും ഒരു ഭീരുവായിരുന്നു. നീയെന്തുകൊണ്ട് അതു ചെയ്തില്ല?"

അവൻ ഉച്ചത്തിൽ തന്നോടുതന്നെ ചോദിച്ചു: "ഞാനെന്തുകൊണ്ട് അതു ചെയ്തില്ല?"

ഉള്ളിലെ ശബ്ദം പറഞ്ഞു: "നീ ഒരു ഭീരുവായതുകൊണ്ട്."

"അതെ," അവൻ തന്നോടുതന്നെ മന്ത്രിച്ചു. "ഞാനൊരു ഭീരുവാണ്."

അവൻ വീട്ടിലേക്കോടിപ്പോയി. തന്റെ രണ്ട് അമ്മമാർക്കുവേണ്ടി വാതിൽ തുറന്നുകൊടുത്തു. ■

www.ingramcontent.com/pod-product-compliance
Lightning Source LLC
LaVergne TN
LVHW041950070526
838199LV00051BA/2970